AF756313

காவிரி

அரசியலும் வரலாறும்

நூலாசிரியர், ஆர். முத்துக்குமார் மயிலாடுதுறையில் பிறந்தவர். தமிழின் நிகழ்கால எழுத்தாளர்களுள் முக்கிய மானவர். கடந்த பதினைந்து ஆண்டுகளாகப் பத்திரிகை, பதிப்பு, காட்சி ஊடகத்துறையில் இயங்கிவருபவர். இந்திய, தமிழக அரசியல் குறித்து விரிவான வாசிப்பையும் ஆய்வையும் மேற்கொண்டு வருபவர். நடப்பு அரசியல் குறித்து தமிழின் முன்னணி அச்சு மற்றும் காட்சி ஊடகங் களில் எழுதியும் பேசியும் வருபவர். திராவிட இயக்க வரலாறு, தமிழக அரசியல் வரலாறு, இந்தியத் தேர்தல் வரலாறு, இந்துத்வ இயக்க வரலாறு உள்ளிட்ட இவருடைய பெருநூல்கள் பரவலான வாசிப்பையும் கவனத்தையும் பெற்றவை. மொழிப்போர், கச்சத்தீவு, மதுவிலக்கு குறித்த இவருடைய பதிவுகள் முக்கியமானவை.

ஆர். முத்துக்குமாரின் பிற பதிவுகள்

இந்தியத் தேர்தல் வரலாறு
இந்துத்வ இயக்க வரலாறு
தமிழக அரசியல் வரலாறு (இரு பாகங்கள்)
திராவிட இயக்க வரலாறு (இரு பாகங்கள்)
தமிழகப் பொதுத்தேர்தல் வரலாறு
மொழிப்போர்
கச்சத்தீவு
மதுவிலக்கு: அரசியலும் வரலாறும்
பெரியார்
அம்பேத்கர்
வாத்யார் : எம்.ஜி.ஆரின் வாழ்க்கை
இந்திரா காந்தி
சஞ்சய் காந்தி
அத்வானி

காவிரி

அரசியலும் வரலாறும்

ஆர். முத்துக்குமார்

கிழக்கு

காவிரி: அரசியலும் வரலாறும்
Cauvery: Arasiyalum Varalarum
by *R. Muthukumar* ©

First Edition: April 2017
192 Pages
Printed in India.

ISBN: 978-81-8493-719-0
Kizhakku 976

Kizhakku Pathippagam
177/103, First Floor,
Ambal's Building, Lloyds Road,
Royapettah, Chennai - 600 014.
Ph: +91-44-4200-9603

Email : support@nhm.in
Website : www.nhm.in

kizhakkupathippagam
kizhakku_nhm

Author's Email: writermuthukumar@gmail.com

Kizhakku Pathippagam is an imprint of New Horizon Media Private Limited

This book is sold subject to the condition that it shall not, by way of trade or otherwise, be lent, resold, hired out, or otherwise circulated without the publisher's prior written consent in any form of binding or cover other than that in which it is published and without a similar condition including this the rights under copyright reserved above, no part of this publication may be reproduced, stored in or introduced into a retrieval system, or transmitted in any form or by any means (electronic, mechanical, photocopying, recording or otherwise), without the prior written permission of both the copyright owner and the above-mentioned publisher of this book.

என் எழுத்தை
எப்போதும் ரசிக்கும்
பாபு அத்தைக்கு
அன்புடன்...

உள்ளே

என்னுரையாகச் சில குறிப்புகள்

வேறெந்த அடைமொழியைக் காட்டிலும், 'தமிழ்நாட்டின் உயிர்நாடி' என்பதுதான் காவிரிக்குப் பொருத்தமானது. காரணம், காவிரியை நம்பியே தமிழகத்தின் பெரும்பகுதி விவசாயம் இருக்கிறது. அதன் வழியே கிடைக்கும் அரிசி உள்ளிட்ட தானியங்களை நம்பியே தமிழக மக்கள் இருக்கிறார்கள். தமிழகத்தின் குடிநீர்த் தேவையைப் பெருமளவு பூர்த்தி செய்வதும் காவிரிதான். அத்தகைய உயிர்நாடிக்கு ஆபத்து வரும்போது தமிழகம் தவிக்கிறது, பதறுகிறது. பிரச்னைகள் தீவிரமடையும்போது போராட்டம் வெடிக்கிறது.

சிறுபொறியாக எழுந்து, பெரு நெருப்பாக வெடிப்பதும், மழை வந்ததும் அடங்குவதும், வறட்சி வந்ததும் வெகுண்டெழுவதும் அரை நூற்றாண்டாக அரங்கேறிவரும் அவல நிகழ்வுகள். இடைப் பட்ட காலங்களில் எத்தனையெத்தனைப் போராட்டங்கள், பேச்சு வார்த்தைகள், ஒப்பந்தங்கள், வழக்குகள், தீர்ப்புகள், ஆணையங்கள், தீர்ப்பாயங்கள்! எல்லாம் இருந்தும் எந்தத் தீர்வும் இதுவரை எட்டப்படவில்லை.

இத்தனைக்கும் இந்தியாவின் சர்வவல்லமை பொருந்திய ஆட்சியாளர் தொடங்கி நான்கு மாநிலங்களின் மக்கள் சக்தி மிகுந்த தலைவர்கள் வரை பலரும் கையாண்ட பிரச்னை இது. குறிப்பாக, முப்பதாண்டுகளுக்கும் மேலாக உச்ச நீதிமன்றத்தின் நேரடி கவனத்தில் இருக்கும் பிரச்னை. ஆனாலும், தீர்வுக்கான முகாந்திரம் இன்றளவும் தென்படாதது ஏன்? இந்தக் கேள்விக்கான விடைதேடும் முயற்சியே இந்தப் புத்தகம்.

•

தமிழக மக்களின் உணர்வோடு கலந்திருக்கும் பிரச்னைகள் குறித்த விரிவான பதிவுகளைச் செய்யவேண்டும் என்பது என்னுடைய

விருப்பம். காவிரி டெல்டா பகுதியைச் சேர்ந்தவன் என்ற முறையில் எனது முதல் தேர்வும் காவிரி பிரச்னை குறித்த புத்தகம்தான். நான் பத்தாம் வகுப்பு படித்தபோது, காவிரிப் பிரச்னைக்காக அன்றைய முதல்வர் ஜெயலலிதா உண்ணாவிரதம் இருந்த செய்தி பெரும் பரபரப்பை ஏற்படுத்தியது. காவிரி குறித்து என் மனத்தில் பதிந்த முதல் செய்தி அதுவே. இதழியல் துறைக்குள் வந்தபிறகு காவிரி தொடர்பான எந்தவொரு செய்தி, கட்டுரை, புத்தகம் கிடைத்தாலும், அதைச் சேகரிப்பதையும் நகல் எடுத்துப் பாதுகாப்பதையும் வழக்க மாக்கிக் கொண்டேன்.

திராவிட இயக்க வரலாறு, தமிழக அரசியல் வரலாறு உள்ளிட்ட எனது முந்தைய புத்தகங்களுக்கான தகவல் சேகரிப்பில் ஈடுபட்டபோது காவிரி குறித்த ஏராளமான குறிப்புகள் கிடைத்தன. மூத்த அரசியல் தலைவர்கள், ஓய்வுபெற்ற அதிகாரிகளோடு உரையாடிச் சேகரித்த குறிப்புகள் பலவும் ஏராளமான செய்திகளைச் சுமந்தபடி காத்திருந் தன. காவிரி ஒப்பந்த நகல்களும் துறைசார் நிபுணர்கள் எழுதிய கட்டுரைகளும் என்னுடைய சேகரத்தில் சேர்ந்தபடி இருந்தன.

காவிரி பிரச்னை வேகமெடுக்கும்போதெல்லாம் புத்தகத்தை எழுத நினைப்பேன். குறிப்பாக, காவிரி நதிநீர்த் தீர்ப்பாயத்தின் இறுதித் தீர்ப்பு வெளியானபோது எழுத விரும்பினேன். ஆனால் கைவசம் இருக்கும் தகவல்கள், அவற்றின் போதாமை, மேலதிக விவரங்களின் தேவை ஆகியவற்றைக் கருத்தில்கொண்டு, எழுதுவதைத் தவிர்த்து, தேடலைத் தீவிரப்படுத்தினேன். இணையத்தின் துணையோடும், நண்பர்களின் உதவியோடும் ஏராளமான கட்டுரைகளும் புத்தகங்களும் கிடைத்தன.

கன்னிமரா நூலகம், பெரியார் திடல் ஆய்வு நூலகம், தேவநேயப் பாவாணர் நூலகம், ரோஜா முத்தையா நூலகம், அண்ணா அறிவாலயம் பேராசிரியர் ஆய்வு நூலகம், திருவல்லிக்கேணி கஸ்தூரி சீனிவாசன் நூலகம் என்று எங்கெல்லாம் செல்கிறேனோ அங்கெல்லாம் காவிரி குறித்த குறிப்புகளை எடுக்கத் தவறியதில்லை. அவற்றை வாசிக்க, வாசிக்க துணைக்கேள்விகள் எழும்புவதையும் தவிர்க்க முடியவில்லை.

காவிரி நதிநீர்த் தீர்ப்பாயத்தின் இறுதித்தீர்ப்பு அரசிதழில் வெளியான போதுதான் புத்தகத்துக்கான அத்தியாயக் கட்டமைப்பை இறுதி செய்தேன். அந்தச் சமயத்தில்தான் காவிரி மேலாண்மை வாரியம் அமைப்பது தொடர்பாக உச்சநீதிமன்றத்துக்கும் மத்திய அரசுக்கும் இடையே கருத்துவேறுபாடுகள் வெடித்தன. அப்போது தி இந்து தமிழ் நாளிதழில் 'காவிரி மேலாண்மை வாரியம்: அதிகாரங்களும் போதாமைகளும்' என்ற தலைப்பில் ஒரு கட்டுரை எழுதினேன்.

அந்தக் கட்டுரைக்கு வந்த வரவேற்பும் எதிர்வினையும் தேடல் பாதையைத் துலக்கமாக்கின. தொலைக்காட்சி விவாதங்களில் எனது கட்டுரை மேற்கோள் காட்டப்பட்டது. காவிரி குறித்து கட்டுரை எழுதுமாறு தமிழின் முன்னணிப் பத்திரிகைகள் கோரின. வெவ்வேறு கோணங்களில் கட்டுரைகள் எழுதிக்கொடுத்தேன். தொலைக்காட்சி நெறியாளர்கள் தொடங்கி சக கருத்தாளர்கள் வரை எழுப்புகின்ற காவிரி தொடர்பான கேள்விகளை எல்லாம் பார்த்தபோது, காவிரி அரசியல் குறித்த புத்தகம் வெளிவந்தால், விவாதங்கள் கூர்மைபெறும் என்று நினைத்தேன்.

அப்போதுதான் நண்பர் மருதனிடம் இருந்து தொலைபேசி அழைப்பு. காவிரி குறித்த புத்தகத்தைக் கிழக்கு பதிப்பகத்துக்காக எழுத வேண்டும் என்றார். இந்தியத் தேர்தல் வரலாறு, இந்துத்வ இயக்க வரலாறு, கச்சத்தீவு, மதுவிலக்கு ஆகிய என்னுடைய சமீபத்திய நான்கு நூல்களும் சிக்ஸ்த்சென்ஸ் பப்ளிகேஷன்ஸிலிருந்து வெளியாகியிருந்தன. தற்போது நீண்ட இடைவெளிக்குப் பிறகு கிழக்கு பதிப்பகத்தில் இருந்து அழைப்பு. சம்மதித்தேன்.

அதற்குப் பரிசாகவோ, என்னவோ, நான் நீண்ட நாள்களாகத் தேடிக் கொண்டிருந்த புத்தகத்தின் நகல் ஒன்றை ஃப்ரண்ட்லைன் ஆசிரியர் நண்பர் விஜயசங்கரிடமிருந்து பெற்றுக்கொடுத்தார் நண்பர் மருதன். அந்தப் புத்தகம், எஸ்.குகன் எழுதிய *The Cauvery Water Dispute: Towards Conciliation*. உற்சாகத்தோடு எழுதத் தொடங்கினேன்.

•

விவசாயிகளின் வாழ்வாதாரம் என்பதைத் தாண்டி, ஆட்சியாளர்களின் ஆதாய அரசியல், அரசியல் கட்சிகளின் வாக்குவங்கி அரசியல், மத்திய-மாநில உறவுச் சிக்கல்கள், ஒப்பந்த உள்ளரசியல், சட்ட முறைமை சார்ந்த சிக்கல்கள், நீதிமன்றத் தீர்ப்புகள், தீர்ப்பாயங்களின் அதிகார வரம்புகள், ஆட்சிமன்றம் - நீதிமன்றம் இடையிலான அதிகாரப்போட்டி என்று பல நுட்பமான அம்சங்களைக் கொண்டது காவிரிப் பிரச்னை. ஆகவே, பிரச்னையின் அனைத்துப் பரிமாணங் களையும் ஆய்வு செய்து, சிக்கலான பிரச்னை குறித்த தெளிவான பார்வையை வாசகர்கள் முன்னால் வைப்பதென்றுத் தீர்மானித்தேன்.

காவிரிப் பிரச்னையின் தோற்றுவாய் தொடங்கி நேற்றைய நிகழ்வுகள் வரை அனைத்தையும் கவனமாக வரிசைப்படுத்தி, நுட்பமாக ஊடுருவிப் பார்த்தபோது ஒரு விஷயம் உறுதியானது. அனைத்துக்கும் காரணம் கர்நாடகம் மட்டுமே என்று சொல்வது பிரச்னையைக் குறுக்கி அணுகும் போக்கு. உடைத்துச் சொல்வதென்றால், இயலாமையால் எழும் வீரியமற்ற குற்றச்சாட்டு அது.

உண்மையில், காவிரிப் பிரச்னை என்பது தமிழகத்தின் மீது நடத்தப்படும் நான்முனைத் தாக்குதல். துளியும் மிகையில்லை. சாதகமற்ற இயற்கை அமைப்பு, உச்ச நீதிமன்றமே உத்தரவிட்டாலும், ஒருசொட்டுத் தண்ணீர் கூடத் தரமாட்டோம் என்று முரண்டு பிடிக்கும் கர்நாடக அரசு, கர்நாடக அரசின் நடவடிக்கைகளைப் பெரும்பாலும் மௌனமாகக் கடக்கும் இந்திய அரசு, ஒற்றுமையற்ற குரலையே பெரும்பாலும் ஓங்கி ஒலிக்கும் தமிழக அரசியல் கட்சிகள் ஆகிய நான்கு தரப்பும் ஒருங்கிணைந்து நடத்திவரும் தாக்குதல் இது.

இந்தத் தாக்குதலின் அத்தனைப் பரிமாணங்களையும் மக்கள் முன்னால் விவரித்துச் சொல்வதுதான் இந்தப் புத்தகத்தின் முதன்மை நோக்கம். என்றாலும், காவிரிப் பிரச்னையைத் தீர்க்கும் பயணத்தில் நிகழ்ந்த பொருட்படுத்தத்தக்க நல்ல நகர்வுகளைச் சுட்டிக்காட்டி, அவற்றின் பின்னணியில் இருந்தவர்களை அடையாளம் காட்டி அங்கீகரிப்பதில் எவ்விதத் தயக்கத்தையும் வைத்துக்கொள்ள வில்லை.

•

காவிரி என்றாலே வெறும் விவசாயிகள் பிரச்னை. மிஞ்சிப்போனால், டெல்டா மாவட்ட விவசாயிகள் பிரச்னை என்று நினைக்கும் பொதுமக்களின் எண்ணவோட்டத்தில் மிகப்பெரிய மாற்றத்தை ஏற்படுத்த வேண்டிய தேவை இருக்கிறது. அந்தத் தேவையைப் பூர்த்தி செய்வதில் என்னுடைய புத்தகமும் பங்களிப்பு செய்யும் என்று நம்புகிறேன். முக்கியமாக, காவிரிப் பிரச்னை குறித்த அரசியல் உரை யாடல்கள் ஆக்கபூர்வமாகவும் தர்க்கபூர்வமாகவும் அமைவதற்கு என்னுடைய புத்தகம் துணைபுரிந்தால் மிகுந்த மகிழ்ச்சி.

அன்புடன்,

ஆர். முத்துக்குமார்
21 பிப்ரவரி 2017

{1}

முதல் சிக்கல்

மைசூரிலிருந்து மேற்கு திசையில் நூறு கிலோ மீட்டம் பயணம் செய்தால் மேற்குத்தொடர்ச்சி மலைத்தொடரின் பிரம்மகிரி மலையில் குடகுமலையைக் காணலாம். குடகு என்று சொல்வதைவிட கூர்க் என்று சொன்னால் இன்றைய இளைய தலைமுறைக்குப் புரியும். அங்கிருக்கும் தலைக்காவிரிதான் காவிரி ஆற்றின் தோற்றுவாய்.

தலைக்காவிரியில் இருந்து புறப்படும் காவிரி ஆறு கர்நாடக - தமிழக எல்லையைத் தொட 381 கிலோமீட்டர் தூரம் பயணிக்கவேண்டும். இரு மாநில எல்லைப் பகுதிகளில் சுமார் 64 கிலோ மீட்டர் தொலைவுக்குப் பாயும் காவிரி, தமிழகத்தில் 357 கிலோ மீட்டர் பயணம் செய்து பூம்புகார் என்கிற காவிரிப்பூம்பட்டினத்தை அடைந்து கடலில் கலக்கிறது. காவிரி ஆற்றின் மொத்த நீளம் 802 கிலோ மீட்டர்.

கிருஷ்ணா, கோதாவரிக்கு அடுத்து தென்னிந்தியாவில் இருக்கும் மிகப்பெரிய ஆறான காவிரிக்குத் தமிழ்நாட்டிலும் கர்நாடகத்திலும் பல துணை ஆறுகள் உள்ளன. கர்நாடகத்தில் ஹேமாவதி, லட்சுமண தீர்த்தம், கபினி என்கிற ஸ்வர்ணவதி, யாகச்சி ஆகியன காவிரியின் துணை

ஆறுகள். தமிழ்நாட்டில் பவானி, அமராவதி, நொய்யல் ஆகிய மூன்றும் துணை ஆறுகள்.

தட்சண கங்கை, தென்னிந்திய கங்கை, ஏழு புனித நதிகளுள் ஒன்று என்றெல்லாம் காவிரியைக் கொண்டாடி மகிழ்கிறார்கள் மக்கள். உண்மையில், தென்னிந்தியாவின் உயிர்நாடி என்று சொல்வதுதான் காவிரிக்குப் பொருத்தமான அடைமொழி.

காவிரி ஆற்றை நம்பியே நான்கு மாநில விவசாயம் இருக்கிறது. அதை நம்பித்தான் நான்கு மாநில மக்களின் நிகழ்காலம் இருக்கிறது. நாளைய தலைமுறையின் எதிர்காலமும் இருக்கிறது. அத்தகைய உயிர்நாடிதான் ஆண்டாண்டுகாலமாகச் சிக்கல்களுக்கு உள்ளாகியிருக்கிறது.

உண்மையில், காவிரிப் பிரச்னை என்பது மன்னர்கள் காலத்திலேயே தொடங்கிவிட்டது. தங்கள் பகுதியிலிருந்து உருவாகி வருகின்ற காவிரி நீர் தஞ்சாவூருக்குக் கிடைக்காமலிருக்க ஆற்றின் போக்கையே மாற்றி அமைக்கக்கூடிய காரியங்களை ஹொய்சாளர்கள் செய்யவே, அதற்கு சோழ மன்னர்கள் தரப்பிலிருந்து எதிர்க்குரல்கள் எழுந்ததாக சில செய்திகள் இருக்கின்றன.

அதேபோல, காவிரி நீரை மையமாக வைத்து மைசூர் - மதுரை மன்னர்களிடையே பல யுத்தங்கள் நடந்ததற்கும் ஏராளமான குளங்களும் நீர்நிலைகளும் சேதப்படுத்தப்பட்டதற்கும் ஆதாரங்கள் உள்ளன. காவிரிக்காக இன்று கடிதம் வழி உரையாடல்கள் நடப்பது போல் அன்று ஆயுத வழி மோதல்கள் நடந்திருக்கின்றன.

அப்படி மைசூருக்கும் மதுரைக்கும் இடையே நடந்த பல்வேறு யுத்தங்களின் காரணமாக ஏராளமான குளங்கள் சேதப்படுத்தப் பட்டன. அவ்வாறு சிதிலமடைந்த குளங்கள் உள்ளிட்ட நீர்நிலை களை எல்லாம் சீரமைத்து, நீர்ப்பாசன வசதிகளை செம்மைப்படுத்த விரும்பினார் மைசூர் திவான் பூர்ணையா.

1807-ல் சீரமைப்புப் பணிகள் தொடங்கின. முதல் கட்டமாக மைசூரில் இருக்கும் குளங்களை ஆழப்படுத்தி, அகலப்படுத்தும் காரியங்கள் தொடங்கின. பிறகு காவிரி ஆற்றுப்போக்கில் இருக்கும் பல இடங்களில் வரப்புகள் கட்டப்படுவதாகச் செய்திகள் வந்தன. வரப்புகள் கட்டுகிறார்கள் என்றால் தடுப்புகள் உருவாகின்றன என்பதுதானே பொருள். மைசூர் அரசின் திடீர் நடவடிக்கைகள் தங்களுக்கு வரவேண்டிய காவிரி நீரின் அளவைப் பெருமளவுக்குக் குறைத்துவிடும் என்ற பதற்றம் தஞ்சாவூர் விவசாயிகளை ஆக்கிரமித்தது.

அரசாங்கத்திடம் சென்று ஆதங்கத்தைக் கொட்டினர். விவசாயிகளின் உணர்வுகளைப் புரிந்துகொண்ட மாவட்ட ஆட்சியர் உடனடியாக மைசூர் பகுதிகளுக்குச் சென்று ஆய்வுசெய்து அறிக்கை அனுப்புமாறு ஓர் அதிகாரியை அனுப்பிவைத்தார். யுத்தத்தால் சிதைந்த குளங்களும் குட்டைகளும்தான் மறுசீரமைக்கப்படுகின்றனவே தவிர வேறெந்த ஆக்கிரமிப்போ, தடையோ ஏற்படுத்தப்படவில்லை என்று அறிக்கை கொடுத்தார் அந்த ஆய்வு அதிகாரி. ஆகவே, பிரச்னை பெரிதாகவில்லை.

அடிப்படையில் மைசூர் என்பது சமஸ்தான மன்னரின் ஆளுகையில் இருந்த பகுதி. பிரிட்டிஷ் கிழக்கிந்திய கம்பெனியின் வருகைக்குப் பிறகு மன்னராட்சியின் கூர்முனை மெல்ல மெல்ல மழுங்கத் தொடங்கியது. அதன் ஒருபகுதியாகவே மைசூர் சமஸ்தானத்தின் ஆட்சி நிர்வாகம் மன்னரின் ஆளுகையில் இருந்து விடுவிக்கப்பட்டு, 1831-ல் பிரிட்டிஷ் கிழக்கிந்திய கம்பெனியின் கட்டுப்பாட்டுக்குள் வந்தது.

சுமார் அரைநூற்றாண்டுக்கு பிரிட்டிஷாரின் கட்டுப்பாட்டில்தான் மைசூர் சமஸ்தானம் இயங்கிவந்தது. அப்போதுதான் 1856-ல் மைசூருக்கென பொதுப்பணித்துறை உருவாக்கப்பட்டது. பத்தாண்டுகள் கழித்து கர்னல் ஆர்.ஜே. சான்கி என்பவர் மைசூர் வளர்ச்சிக்கென மைசூர் பெருந்திட்டம் என்ற பெயரில் சில சிறப்புத் திட்டங்களை உருவாக்கினார்.

குறிப்பாக, மைசூரில் ஆண்டுதோறும் கிடைக்கும் மழைநீரை முழுமையாகப் பயன்படுத்த ஏதுவாக நீர்ப்பாசனத் திட்டங்களை உருவாக்கினார். பஞ்சம், வறட்சிக் காலங்களில் எவ்வித நீர்ப் பற்றாக்குறையும் ஏற்படாமல் தடுக்கத் தோதாக ஏரிகளை ஆழப்படுத்தவும் அகலப்படுத்தவும் தேவையான திட்டங்களை உருவாக்கினார். அவர் வகுத்துக்கொடுத்த திட்டங்களை ஆய்வு செய்த பிரிட்டிஷ் இந்திய அரசும் பிரிட்டிஷ் இந்தியச் செயலாளரும் 1872-ல் அவற்றுக்கு அனுமதி கொடுத்தனர். திட்டங்களைச் செயல்படுத்த மைசூர் சமஸ்தானத்தில் நீர்ப்பாசனத்துறை என்ற தனித்துறை உருவாக்கப்பட்டது.

மைசூரின் வளர்ச்சிக்கென திட்டங்கள் தீட்டப்படுவதும் அவை செயல் வடிவம் பெறுவதும் மைசூரின் பார்வையில் நல்ல அம்சங்கள் தான். ஆனால் அவை சென்னை விவசாயிகளின் வாழ்வாதாரத்தைச் சிதைத்து விடக்கூடாது என்பது சென்னை ராஜதானி அரசின் பார்வை. மேற்கண்ட திட்டங்கள் செயல்வடிவம் பெறும்பட்சத்தில், தஞ்சை டெல்டா பகுதியில் நெல் சாகுபடி பாதிக்கப்படும் என்றனர் சென்னை அரசுப் பொறியாளர்கள்.

ஆனாலும் எதிர்ப்புகளைப் புறந்தள்ளி, மைசூருக்கான திட்டங்கள் செயல்வடிவம் பெறத் தொடங்கின. அவற்றை எல்லாம் ஆத்திரமும் ஆதங்கமுமாகப் பார்த்துக்கொண்டிருந்தனர் தஞ்சை விவசாயிகள். சற்றேறக்குறைய ஐந்தாண்டுகளுக்கும் மேலாகத் தொடர்ச்சியாக நடந்து கொண்டிருந்த பணிகளுக்கு ஒரு மிகப்பெரிய தடைக்கல் விழுந்தது. உபயம்: பஞ்சம்.

1877-ல் மைசூர் சமஸ்தானத்தை மிகப்பெரிய பஞ்சம் ஒன்று தாக்கியது. அன்றாடத் தேவைகளைப் பூர்த்தி செய்யவே நிதிப் பற்றாக்குறை என்ற நிலையில், புதிய திட்டங்களைச் செயல்படுத்தத் தயங்கியது மைசூர் அரசு. விளைவு, மைசூர் நீர்ப்பாசனத் திட்டங்கள் பாதியிலேயே நிறுத்தப்பட்டன. அந்த நொடியில் தஞ்சை விவசாயி களிடமிருந்து தாற்காலிகப் பெருமூச்சு விடும் சப்தம் கேட்டது. அது அவர்களுடைய உயிர்மூச்சும்கூட.

பஞ்சத்தின் பாதச்சுவடுகள் மறைந்தபிறகு மைசூர் நிர்வாகத்தை மீண்டும் மன்னரிடமே ஒப்படைத்தது பிரிட்டிஷ் நிர்வாகம். நின்றுபோன நீர்ப்பாசன வளர்ச்சிப் பணிகளை மீண்டும் தொடங்கியது மைசூர் அரசு. அதற்குக் காரணகர்த்தாவாக இருந்தவர் மைசூர் சமஸ்தான திவான் கே. சேஷாத்ரி அய்யர். விஷயம் கேள்விப்பட்ட சென்னை ராஜதானி அரசு மைசூரின் திட்டங்களுக்கு எதிர்ப்பு தெரிவித்தது.

இருதரப்புக்கும் இடையே கடிதப் பரிமாற்றங்கள் நடந்தன. பிரச்னை வரக்கூடாது என்பதுதான் கடிதங்களின் நோக்கம். ஆனால் அவற்றால் சிக்கல் பெரிதானது. சரி, காகிதங்கள் வழி பேசாமல் நேருக்கு நேராகப் பேசிப்பார்க்கலாம் என்று இரு தரப்பிலும் முடிவானது.

10 மே 1890 அன்று காவிரிப் பிரச்னை குறித்து மைசூர் சமஸ்தானம் - சென்னை ராஜதானி இடையிலான முதல் பேச்சுவார்த்தை தொடங்கியது. மைசூர் சமஸ்தானம் சார்பில் பிரிட்டிஷ் ஆட்சிப் பேராளர் (ரெசிடெண்ட்) ஆலிவர் செயின்ட் ஜான், திவான் சேஷாத்திரி அய்யர், தலைமைப் பொறியாளர் கர்னல் போவன் மூவரும் பங்கேற்றனர். சென்னை ராஜதானி சார்பில் ஆளுநரின் ஆலோசனைக் குழு உறுப்பினர் ஹெச்.ஈ.ஸ்டோக்ஸ், நீர்ப்பாசனத்துறைத் தலைமைப் பொறியாளர் ஜி.டி.வால்க் இருவரும் கலந்துகொண்டனர்.

மைசூர் அரசு தனக்குத் தேவையான நீர்ப்பாசனத் திட்டங்களை நியாயமான முறையில் நிறைவேற்றிக் கொள்வதற்கு உரிய சுதந்தரத்தைக் கொடுப்பது, அதன் காரணமாக சென்னை ராஜதானி விவசாயிகளுக்கு ஏற்படக்கூடிய சேதங்களில் இருந்து பாதுகாப்பு

கொடுப்பது என்ற இரண்டு அம்சங்களும்தான் மாநாட்டின் முக்கியமான பேசுபொருள்கள்.

காவிரி நீரில் எங்களுக்கு இருக்கின்ற உரிமையின் அடிப்படையில்தான் எங்களுக்கான நீர்ப்பாசனத் திட்டங்களை உருவாக்குகிறோம். அதேசமயம், அவற்றால் சென்னை விவசாயிகளுக்கு எவ்வித பாதிப்பும் ஏற்படாது என்றது மைசூர் அரசு. ஆனால், அதை அடியோடு நிராகரித்த சென்னை அரசு, மைசூரின் புதிய நீர்ப்பாசனத் திட்டங்களால் சென்னைக்கான நீர்வரத்து எந்த அளவுக்குக் குறைகிறது என்பதை ஆதாரங்களோடு எடுத்துச் சொன்னது.

இரு தரப்பும் தத்தமது நிலையில் பிடிவாதம் காட்டியதால் பேச்சுவார்த்தை தோல்வி அடைந்தது. என்றாலும், 1891 கோடைக் காலத்தில் மீண்டும் இருதரப்புப் பேச்சுவார்த்தை தொடங்கியது. அப்போது மைசூர் அரசு சில யோசனைகளை முன்வைக்க, மாற்று யோசனைகளை சென்னை அரசு எடுத்துவைத்தது. அப்போதும் முடிவுக்கான முகாந்திரம் தெரியவில்லை.

விவகாரத்தை விரைந்து தீர்க்க விரும்பிய பிரிட்டிஷ் அரசு, தானே நேரடியாகத் தலையிட்டு, மீண்டும் இரு தரப்புப் பேச்சுவார்த்தைக்கு ஏற்பாடு செய்தது. அதற்கு முன்னதாக மைசூர் - சென்னை இடையே பல்வேறு கடிதப் பரிமாற்றங்கள் நடந்தன.

இறுதியாக, உதகமண்டலத்தில் நடந்த நேரடிப் பேச்சுவார்த்தையின் பலனாக 1892 பிப்ரவரியில் மைசூர் சமஸ்தானம் - சென்னை ராஜதானி இடையே ஓர் ஒப்பந்தம் கையெழுத்தானது. இதுதான் காவிரி நதிநீர்ப் பிரச்னை குறித்து கையெழுத்தான முதல் ஒப்பந்தம்.

{ 2 }

1892 ஒப்பந்தம் : முக்கிய அம்சங்கள்

மைசூர் நீர்ப்பாசனத் திட்டங்கள் : சென்னை - மைசூர் ஒப்பந்தம் 1892. காவிரி நீரை முன்வைத்து மைசூர் சமஸ்தானத்துக்கும் சென்னை ராஜதானிக்கும் இடையே நடந்த நீண்ட நெடிய பேச்சு வார்த்தைகளின் விளைபொருளான இந்த ஒப்பந்தத்தின் அம்சங்கள் ஒவ்வொன்றும் பொருள் பொதிந்தவை.

சென்னை ராஜதானி அரசுக்கு எழுத்து மூலம் தகவல் கொடுத்து, அவர்களுடைய ஒப்புதலைப் பெறாமல், புதிய நீர்ப்பாசனத் திட்டங்களைச் செயல்படுத்தவோ, புதிய அணைகளைக் கட்டவோ மைசூர் சமஸ்தானத்துக்கு உரிமை இல்லை என்பதுதான் இந்த ஒப்பந்தத்தின் ஆகப்பெரிய அம்சம்.

புதிய நீர்த்தேக்கம் அல்லது அணைக்கட்டு கட்டுவதற்கு மைசூர் அரசு விரும்பும் பட்சத்தில், அந்தத்திட்டம் பற்றிய அனைத்து விளக்கக் குறிப்புகளையும், திட்டத்துக்கான ஆரம்பப்பணிகள் தொடங்குவதற்கு முன்னரே சென்னை அரசுக்குக் கொடுத்துவிட வேண்டும்.

இந்த இடத்தில் ஒரு முக்கியமான பணியைச் செய்திருந்தது 1892 ஒப்பந்தம். அது, மைசூரில் உள்ள ஆறுகளையும் துணை ஆறுகளையும் சிறிய

ஓடைகளையும் நீர்ப்பிடிப்புப் பகுதிகளையும் அட்டவணைக்குள் அடக்கியிருந்தது. அ, ஆ, இ என்று பிரிக்கப்பட்ட அந்த அட்டவணையில் 'அ' பிரிவில் முதன்மை ஆறுகளும், 'ஆ' பிரிவில் துணையாறுகளும் 'இ' பிரிவில் ஓடைகளும் நீர்ப்பிடிப்புப் பகுதிகளும் பட்டியலிடப்பட்டன.

மைசூரில் பாயும் முதன்மை ஆறுகளான துங்கபத்ரா, துங்கா, பத்ரா, ஹகரி அல்லது வேதவதி, பெண்ணாறு அல்லது வட பினாகினி, சித்ராவதி, பாபக்னி, பாலாறு, பெண்ணாறு அல்லது தென் பினாகினி, காவிரி, ஹேமாவதி, லட்சுமண தீர்த்தா, கபினி, ஸ்வர்ணவதி, யகாட்சி (பேலூர் பாலம் வரை) ஆகியன அட்டவணையில் இடம்பெற்றன.

இந்த அட்டவணையில் 'அ' பிரிவில் இடம்பெற்ற ஆறுகளில் சென்னை அரசின் ஒப்புதல் இல்லாமல் எந்தவிதமான அணைகளையும் மைசூர் அரசு கட்டக்கூடாது. அதேசமயம், 'ஆ', 'இ' பிரிவில் இடம்பெற்ற ஓடை, சிற்றாறுகளில் திட்டங்களைக் கொண்டுவர சென்னை அரசின் சம்மதத்தைப் பெற வேண்டிய அவசியமில்லை.

சென்னை அரசிடமிருந்து சம்மதம் கிடைக்காமல், எந்தவொரு பணியையும் மைசூர் அரசு தொடங்கிவிடக்கூடாது. அதேபோல, விளக்கக் குறிப்புகளைப் படித்துப் பார்த்தபிறகு, எந்தவிதமான உரிமை மீறலும் இல்லை என்று சட்டரீதியாக உறுதியாகத் தெரிந்தபிறகு சென்னை ராஜதானி அரசு நீர்த்தேக்கம் அல்லது அணைக்கட்டு கட்டுவதற்குச் சம்மதம் தெரிவிக்காமல் இருக்கவும் கூடாது. இரு தரப்பையும் சமமாக அணுகிய ஒப்பந்தம் என்பதற்கு இதுவொரு சாட்சியம்.

ஒருவேளை, நீர்ப்பாசனத் திட்டங்கள் தொடர்பாக சென்னை - மைசூர் அரசுகளுக்கிடையே கருத்து வேறுபாடுகள் ஏற்பட்டால், இரு அரசுகளால் இணைந்து உருவாக்கப்பட்ட அல்லது பிரிட்டிஷ் இந்திய அரசால் நியமிக்கப்பட்ட தீர்ப்பாயத்தின் முடிவுக்குக் கட்டுப்பட வேண்டும். இதுவும் இருதரப்பையும் சமதட்டில் வைத்துப் பார்த்ததற்கான சாட்சியமே.

ஆனாலும், 1892 ஒப்பந்தம் வழியே மைசூர் அரசுக்குக் கடும் அழுத்தங்கள் தரப்பட்டதாக விமரிசனம் எழுந்தது. பிரிட்டிஷ் அரசு தனது நேரடி ஆளுகையிலுள்ள சென்னை ராஜதானிக்குச் சாதகமான அம்சங்களைச் சேர்த்துவிட்டது என்பது மைசூர் தரப்பின் குற்றச்சாட்டு.

ஓர் அரசு தம்முடைய ஆளுகைக்கு உட்பட்ட பகுதிக்குத் தேவையான நீர்ப்பாசனத் திட்டங்களைக் கொண்டு வருவதற்கு மற்றொரு அரசின் அனுமதியையும் சம்மதத்தையும் எதிர்பார்த்துக் காத்திருப்பது

நடைமுறைக்கு ஒவ்வாத காரியம். என்றாலும், ஒப்பந்தத்தை மைசூர் அரசு ஏற்றுக்கொண்டதற்கு சென்னை ராஜதானி அரசின் அரசியல் தகுதி உயர்வாக இருந்ததும், சமஸ்தான அரசின் அரசியல் தகுதி குறைவாக இருந்ததும் முக்கியமான காரணம் என்பது மைசூர் தரப்பு வாதம்.

1892 ஒப்பந்தமும் அதன் அம்சங்களும் சென்னை ராஜதானி அரசுக்கு மன மகிழ்வைக் கொடுத்தன. நதி என்பது யாருடைய தனிச்சொத்தும் அல்ல, பொதுச்சொத்து. ஓரிடத்தில் முடங்கியிருக்காமல், பல இடங்களும் பாயும் நிலையில், அதன் சாதக, பாதகங்களை அடுத்தவரும் அனுபவிக்க வேண்டிய நிலையில், அதை ஒருவர் மட்டுமே சொந்தம் கொண்டாட முடியாது. அதேபோல, சாதகத்தை ஒருவரும் பாதகத்தை வேறொருவரும் அனுபவிக்க முடியாது என்ற வாதங்கள் சென்னை ராஜதானிக்குச் சாதகமாக அமைந்தன.

அந்த வகையில், சென்னை விவசாயிகளின் எதிர்காலத்துக்கு நேரவிருந்த ஆபத்து தவிர்க்கப்பட்டதாகவே அவர்கள் உணர்ந்தனர். ஆக, சென்னை தரப்பு மகிழ்ச்சியுடனும் மைசூர் தரப்பு அதிருப்தியுடனும் ஏற்றுக்கொண்ட ஒப்பந்தமாக இது அமைந்தது. விளைவு, பிரச்னைகளைத் தீர்க்கவேண்டும் என்ற நோக்கத்துடன் கையெழுத்தான ஒப்பந்தம் இருதரப்புக்கும் இடையே தீராத உரசல்களை உருவாக்கியது.

தங்களுடைய நீர்ப்பாசன வளர்ச்சி சென்னை ராஜதானி அரசின் மன விருப்பத்துக்கு உட்பட்டது என்பதை மைசூர் சமஸ்தான அரசால் செரித்துக்கொள்ளவே முடியவில்லை. போதாக்குறைக்கு, மைசூரில் எவ்வித நீர்ப்பாசன வளர்ச்சித் திட்டமும் செயல்படுத்தப்படவில்லை. பிரிட்டிஷாரின் ஆதிக்கத்தால் தாங்கள் முடக்கப்பட்டது போன்று உணர்ந்தனர் மைசூர் ஆட்சியாளர்கள்.

எட்டாண்டுகள் கழிந்த நிலையில் கோலார் தங்க வயலுக்குத் தேவையான மின்சாரத்தைத் தயாரிக்க ஏதுவாக சிவசமுத்திரம் பகுதியில் நீர்மின் நிலையம் ஒன்றைக் கட்டும் முயற்சியில் இறங்கியது மைசூர் சமஸ்தான அரசு. உண்மையில், இது காவிரி ஆற்றின் ஓட்டப் பகுதியில் செயல்படுத்தப்பட்ட திட்டம் என்பதால் நீர்ப்பாசனத்தை எவ்வகையிலும் பாதிக்காது என்பது மைசூர் அரசின் பார்வை.

என்றாலும், 1892 ஒப்பந்தத்தின்படி திட்ட விவரங்களை சென்னை ராஜதானி அரசுக்கு மைசூர் அரசு அனுப்பியது. அவற்றின் அம்சங்களை நுணுக்கமாக ஆய்வுசெய்த சென்னை அரசு, நீர்மின் திட்டத்தைச் செயல்படுத்திக்கொள்ளச் சம்மதித்தது. 1892 ஒப்பந்தத்தின் முதல் நகர்வு சுமூகமாகவே அமைந்ததில், ஒப்பந்தத்தை உருவாக்கியவர்களுக்கு மிகுந்த மகிழ்ச்சி. ஆனால் அந்த மகிழ்ச்சிக்கு ஆயுள் ஒன்பது ஆண்டுகளே!

{ 3 }

முதல் தீர்ப்பாயம்

1892 ஒப்பந்தம் கையெழுத்தான முதல் ஒன்பது ஆண்டுகளில் எவ்விதச் சிக்கலும் உருவாகவில்லை. முதல் சிக்கலை உருவாக்கிய பெருமை கண்ணம்பாடி அணைக்குச் சொந்தம். பின்னாளில் கிருஷ்ணராஜ சாகர் அணை என்று பெயரிடப்பட்ட கண்ணம்பாடி அணையைக் காவிரி ஆற்றில் ராமசாமி அணைக்கட்டுக்குக் கீழே கட்டுவது தொடர்பான முயற்சியில் இறங்கியது மைசூர் அரசு. ஸ்ரீரங்கப்பட்டனத்தை நோக்கி சுமார் 13 கிலோமீட்டர் தொலைவுக்கு அணையை உருவாக்குவதுதான் மைசூர் அரசின் திட்டம்.

புகழ்பெற்ற பொறியியல் வல்லுநர் விஸ்வேஸ்வரய்யாவின் யோசனையில் இருந்து உருவான அணைத்திட்டம் இது. முதல் கட்டமாக 800 அடி உயரத்தில் 11 டி.எம்.சி தண்ணீரைச் சேமித்துவைக்கும் அளவிலான அணை ஒன்றைக் கட்ட விரும்பியது மைசூர் அரசு. இங்கிருந்து சிவசமுத்திரம் நீர்மின் நிலையத்துக்கு தொடர்ச்சி யாக நீர் கிடைக்கச் செய்வதுதான் திட்டம். ஆசியாவில் செய்யப்பட்ட முதல் முயற்சி இது.

இந்தத் திட்டத்தின் இரண்டாம் கட்டமாக, அணையின் கொள்ளளவை 41.5 டி.எம்.சிக்கு உயர்த்தத் திட்டமிடப்பட்டது. அதன்மூலம்

கோலார் தங்க வயலுக்குத் தடையில்லா மின்சாரம் கொடுக்கும் அதே வேளையில், நீர்ப்பாசனத்துக்கும் இங்கிருக்கும் தண்ணீரைப் பயன்படுத்தத் திட்டமிடப்பட்டது.

கிட்டத்தட்ட இதேசமயத்தில் சென்னை அரசு மேட்டூர் அணையைக் கட்டும் முயற்சியில் இறங்கியிருந்தது. உண்மையில், மேட்டூர் முயற்சி 1856 முதலே தொடங்கிவிட்டது. குறிப்பாக, தஞ்சாவூர் காவிரி டெல்டா உள்ளிட்ட பகுதிகளுக்கு நீர் வழங்கவும், வெள்ளத் தடுப்புக்காகவும், நீர்ப்பாசனப் பரப்பை விரிவுபடுத்தவும் ஏதுவாகவே இந்தத் திட்டம் யோசிக்கப்பட்டது. 1906-ல் திட்ட வரைவுகள் செய்யப் பட்டன. 1910-ல் பெரிய அணைக்கட்டிலிருந்து தெற்கு தஞ்சை பகுதியில் உள்ள வறண்ட தாலுகா பகுதிகளுக்கு ஒரு கால்வாய் வெட்டவும் திட்டமிடப்பட்டது.

கண்ணம்பாடி அணை குறித்த கடிதங்களையும் குறிப்புகளையும் சென்னை ராஜதானி அரசுக்கும் பிரிட்டிஷ் இந்திய அரசுக்கும் அனுப்பியது மைசூர் சமஸ்தான அரசு. அதேபோல, சென்னை ராஜதானி அரசும் பிரிட்டிஷ் இந்திய அரசுக்குக் கடிதம் மூலம் தகவல் கொடுத்தது. குறிப்பாக, கண்ணம்பாடி அணைக்கான முதல் கட்டத்தை ஆரம்பிக்க விரைந்து அனுமதி தரவேண்டும் என்றது மைசூர் அரசு.

குறிப்புகளை எல்லாம் பரிசீலித்த சென்னை அரசு, கண்ணம்பாடி அணைக்கான முதல் கட்டச் செயல்பாடுகளுக்கான சம்மதத்தைக் கொடுத்தது. ஆனால் இரண்டாம் கட்டத்துக்குச் சம்மதிக்க மறுத்தது. அதைச் செய்தால் தங்களுடைய நீர்ப்பாசனம் பாதிப்புக்கு உள்ளாகும் என்றது சென்னை அரசு. அதேசமயம், தங்களுடைய மேட்டூர் அணை திட்டத்துக்கு உடனடியாக அனுமதி கொடுக்கவேண்டும் என்று பிரிட்டிஷ் இந்திய அரசிடம் வலியுறுத்தியது.

இரண்டு விஷயங்களையும் கவனித்த பிரிட்டிஷ் இந்திய அரசு, மைசூர் - சென்னை இடையிலான நதிநீர்ச் சிக்கல்கள் தீர்க்கப்படும் வரை மேட்டூர் அணைக்கு அனுமதியில்லை என்று அறிவித்தது. மைசூர் கொண்டுவரும் திட்டத்தால் சென்னைக்குப் பாதிப்பு. ஆனாலும் திட்டத்தின் முதல் கட்டத்துக்குச் சம்மதம் தெரிவித்துவிட்டது சென்னை அரசு. அதேசமயம், மேட்டூர் திட்டத்தால் மைசூருக்கு எவ்வித பாதிப்பும் இல்லை. ஆனால் இரண்டையும் ஒரே தட்டில் வைத்துப் பார்த்த பிரிட்டிஷ் அரசு, மேட்டூர் திட்டத்துக்கு முட்டுக்கட்டை போட்டது.

அதிருப்திக்கு மத்தியில் தனது கோரிக்கையை அழுத்தமாக வலியுறுத்திய சென்னை அரசு, இதுவிஷயமாகத் தீர்ப்பாயம் ஒன்றை

அமைக்க வேண்டுமென பிரிட்டிஷாரிடம் கோரியது. சென்னையின் கோரிக்கை சட்டரீதியில் நியாயமானது என்பதை உணர்ந்த பிரிட்டிஷ் இந்திய அரசு, மூன்றாண்டு கால யோசனைக்குப் பிறகு 1913 ஜூன் மாதம் அலகாபாத் உயர்நீதிமன்ற நீதிபதி சர் ஹென்றி க்ரிஃபின் தலைமையிலான தீர்ப்பாயம் ஒன்றை அமைத்தது. காவிரி நதிநீர்ச் சிக்கலைத் தீர்ப்பதற்காக அமைக்கப்பட்ட முதல் தீர்ப்பாயம் இதுதான். (1991ல் அமைக்கப்பட்டது இரண்டாவது தீர்ப்பாயம்.)

தீர்ப்பாயத்தின் தலைவர் நீதிபதி சர் ஹென்றி க்ரிஃபினுக்குத் துணையாகவும் ஆலோசகராகவும் செயல்பட பிரிட்டிஷ் இந்திய அரசின் நீர்ப்பாசனத்துறை தலைமை ஆய்வாளர் (இன்ஸ்பெக்டர் ஜெனரல்) நெதர்சோல் என்பவரை நியமித்தது பிரிட்டிஷ் இந்திய அரசு. இனி இவர்கள் இருவரும்தான் சென்னை ராஜதானி - மைசூர் சமஸ்தானம் இடையிலான காவிரி நதிநீர்ச் சிக்கலைக் கவனிக்க வேண்டும் என்று உத்தரவிட்டது பிரிட்டிஷ் அரசு.

16 ஜூலை 1913 அன்று க்ரிஃபின் தீர்ப்பாயம் விசாரணையைத் தொடங்கியது. சரியாக முந்நூறு நாள்களுக்கு நீண்டது இந்த விசாரணை. இரு தரப்பு வாதங்களையும் கவனமாகப் பரிசீலித்த நீதிபதி க்ரிஃபின், 1914ல் கண்ணம்பாடி அணையைக் கட்டுவதற்கான அனுமதியை மைசூர் சமஸ்தானத்துக்கு வழங்கித் தீர்ப்பளித்தார்.

அவர் கொடுத்த தீர்ப்புக்கு Griffin Award என்று பெயர். அதன்படி, 124 அடி உயரமும் 41.5 டி.எம்.சி கொள்ளளவும் கொண்ட கண்ணம்பாடி அணையை உருவாக்குவதால் சென்னை மாகாண நீர்ப்பாசனத்துக்கு எவ்வித சிக்கலும் நேரிடாது என்பது நீதிபதி க்ரிஃபினின் பார்வை.

சென்னை ராஜதானி பாசனத்துக்கான நீரின் தேவை 22,750 கன அடி என்று உச்சவரம்பை நிர்ணயித்ததோடு, கண்ணம்பாடி அணையைக் கட்டுவதன் மூலம் 1892 ஒப்பந்தத்தின் வழியாக சென்னை மாகாண அரசுக்குக் கிடைத்த எவ்வித பிரத்யேகச் சட்ட உரிமைக்கும் குந்தகம் ஏற்படாது என்று தீர்ப்பளித்தார் நீதிபதி சர் ஹென்றி க்ரிஃபின்.

கண்ணம்பாடி அணையைக் கட்டுவதற்கு அனுமதி வழங்கியதே தவறு என்பது சென்னை அரசின் நிலைப்பாடு. போதாக்குறைக்கு, 1892 ஒப்பந்தத்தில் சென்னை மாகாணத்துக்கு நிர்ணயிக்கப்பட்டிருந்த நீர் உச்சவரம்பில் 4000 கன அடியைக் குறைத்திருந்தது க்ரிஃபின் தீர்ப்பு.

அதிருப்தி அடைந்த சென்னை அரசு, தனது இன்றைய தேவையான 26,750 கன அடி என்பதில் எந்தவிதமான சமரசமும் சாத்தியமில்லை என்றதோடு, எதிர்காலத் தேவைகள் அதிகரிக்க இருக்கும் நிலையில்,

இந்தத் தீர்ப்பை ஏற்கமுடியாது என்றது. இந்தத் தீர்ப்பு வெளியான போது மைசூர் விளைநிலப்பரப்பு 1,15,000 ஏக்கர். சென்னை ராஜதானியின் விளைநிலப்பரப்பு 2,25,500 ஏக்கர்.

சென்னை அரசின் அதிருப்தியை ஏற்க மறுத்த பிரிட்டிஷ் அரசு, க்ரிஃபினின் தீர்ப்பை எவ்வித மாற்றமும் இன்றி ஏற்றுக்கொள்வதாக 1916 ஏப்ரலில் அறிவித்தது. ஒருவேளை, தீர்ப்பை மாற்றினால் மைசூருக்கு மிகப்பெரிய அநீதி இழைப்பது போலாகும் என்று கருத்து தெரிவித்தது. அதிர்ச்சியடைந்த தஞ்சாவூர் நிலக்கிழார்கள் தீர்ப்பாயத்தின் தீர்ப்புக்கு எதிராக பிரிட்டிஷ் இந்திய செயலாளரிடம் மேல் முறையீடு செய்ய வேண்டுமென கோரினர். க்ரிஃபினின் உத்தரவை நிறுத்தி வைக்க வேண்டும் என்றது சென்னை அரசு. ஆனால் அந்தக் கோரிக்கையைப் பரிசீலிக்கவே கூடாது என்றது மைசூர் அரசு.

இருதரப்பு கோரிக்கைகளையும் பரிசீலித்த பிரிட்டிஷ் இந்தியச் செயலாளர் ஆஸ்டன் சாம்பர்லைன், சிக்கலின் தன்மை குறித்து நிபுணர் ஒருவரின் கருத்தைக் கேட்டுப்பெறுவதென முடிவுசெய்தார். அந்த நிபுணரின் ஆலோசனையின்படி, சென்னை ராஜதானி அரசின் கோரிக்கையை நிறைவேற்றுவதில் முகாந்திரம் இருப்பதாகக் கருதிய பிரிட்டிஷ் இந்திய செயலாளர், நீதிபதி க்ரிஃபினின் தீர்ப்பை நிறுத்திவைத்து உத்தரவிட்டார்.

அதன் நீட்சியாக மைசூர் அரசுக்கு மூன்று வாய்ப்புகளைப் பரிந்துரை செய்தார் பிரிட்டிஷ் இந்தியச் செயலாளர். ஒன்று, பிரிட்டிஷ் இந்தியச் செயலாளரின் தீர்ப்புக்கு எதிராக மேல்முறையீடு செய்வது. இரண்டு, புதிய தீர்ப்பாயத்தைக் கோருவது. மூன்று, பேச்சுவார்த்தை வழியாகப் பிரச்னையைத் தீர்த்துக் கொள்வது.

மற்ற இரண்டிலும் உள்ள பாதக அம்சங்களைக் கருத்தில்கொண்டு, மூன்றாம் வாய்ப்பான பேச்சுவார்த்தையைத் தேர்வுசெய்தது மைசூர் அரசு.

{ 4 }

1924 ஒப்பந்தம்

மைசூரின் கோரிக்கையை ஏற்று 1920 ஏப்ரலில் சென்னை - மைசூர் இடையிலான பேச்சு வார்த்தைகள் தொடங்கின. முதல் கட்டமாக, இரண்டு அரசுகளின் தலைமைப் பொறியாளர்கள் பேசினர். மைசூரின் தலைமைப் பொறியாளர் எஸ்.கடாம்பியும் சென்னை ராஜதானி தலைமைப் பொறியாளர் டபிள்யூ.ஜே.ஜே.ஹவ்லியும் பங்கேற்றனர். பேச்சுவார்த்தையில் பிரிட்டிஷ் இந்திய அரசின் நீர்ப்பாசனத்துறை தலைமை ஆய்வாளர் ஜே.ஆர்.ஜே.வார்டும் பங்கேற்றார்.

பல கட்டப் பேச்சுவார்த்தைகளுக்குப் பிறகு 1921 ஜூலையில் கண்ணம்பாடி அணைக்கான விதிமுறைகளும் வழிமுறைகளும் வரைவு செய்யப்பட்டன. அவற்றில் மைசூர் சார்பில் எஸ்.கடாம்பியும் சென்னை சார்பில் ஏ.ஹெச்.மோரினும் கையெழுத்தினர். ஹவ்லிக்குப் பிறகு தலைமைப் பொறியாளரானவர் இந்த ஏ.ஹெச்.மோரின்.

கண்ணம்பாடி அணை உருவாக்கத்துக்குப் பிறகு அதைச் செயல்படுத்துவது, பராமரிப்பது, பயன் பெறுவது ஆகியவற்றில் கிடைக்கும் அனுபவத்தின் அடிப்படையில் திட்டத்தில் தேவையான மாற்றங்களை எதிர்காலத்தில் செய்துகொள்ளலாம் என்று முடிவானது.

ஆனால் வரைவுத் திட்டத்தை மைசூர் அரசு ஏற்கவில்லை. மைசூர் அரசின் நிகழ்கால, எதிர்கால நீர்ப்பாசனத் திட்டங்களுக்கு வரைவுத் திட்டம் ஊறு ஏற்படுத்தக்கூடும், உபரி நீரைப் பயன்படுத்தும் விஷயத்தில் சென்னை அரசின் கை ஓங்கிவிடும் என்று அச்சம் தெரிவித்தது. முக்கியமாக, உபரி நீருக்கு சென்னை எந்தவிதத்திலும் சொந்தம் கொண்டாடக்கூடாது என்பது மைசூரின் நிலைப்பாடு. தவிரவும், புதிய அணைகளைக் கட்டுவது மைசூரின் தனியுரிமை என்பதிலும் உறுதி காட்டியது.

ஒரு தரப்பு முற்றிலும் அதிருப்தியில் இருக்கும் நிலையில், வரைவுத் திட்டத்தை ஏற்பது சாத்தியமில்லை. ஆகவே, இரு தரப்புக்கும் இடையே மீண்டும் பேச்சுவார்த்தை தொடங்கியது. முதலில் கடிதம் வழிப் பேச்சுவார்த்தைகள் நடந்தன. பிறகு தொழில்நுட்பம் சார்ந்த ஆய்வுபூர்வ ஆலோசனைகள் நடைபெற்றன.

இந்த ஆய்வுபூர்வ ஆலோசனைகளில் சென்னை ராஜதானி சார்பில் தலைமைப் பொறியாளர் ஏ.ஹெச். மோரின், ஏ.வி. ராமலிங்க அய்யர், பி. ஹாக்கின்ஸ் ஆகியோரும், மைசூர் சமஸ்தானம் சார்பில் தலைமைப் பொறியாளர் கடாம்பியும் அவருடைய பிரதிநிதிகளும் பங்கேற்றனர். சென்னையின் பிரதிநிதிகளுக்கு ஓய்வுபெற்ற தலைமைப் பொறியாளர் ஹவ்லியும் மைசூரின் பிரதிநிதிகளுக்கு ஓய்வுபெற்ற தலைமைப் பொறியாளர் கர்பூர் சீனிவாச ராவும் ஆலோசனை கொடுத்தனர்.

இறுதியாக, நேரடிப் பேச்சுவார்த்தை. மைசூர் திவான் ஏ.ஆர். பானர்ஜி, சென்னை மாகாண கவர்னரின் ஆலோசனைக் குழுவில் இடம்பெற்ற கே.சீனிவாச அய்யங்கார், சார்லஸ் தாடண்டர், சி.பி.ராமசாமி அய்யர் ஆகியோர் அந்தப் பேச்சுவார்த்தைகளில் பங்கேற்றனர். சில முக்கியமான தருணங்களில் சென்னை ராஜதானி கவர்னர் லார்ட் வெல்லிங்டனும் பேச்சுவார்த்தையில் பங்கேற்றார்.

இடைப்பட்ட காலத்தில் தஞ்சாவூர் மிராசுதார்கள் சங்கத்தைச் சேர்ந்தவர்களுடன் ஆலோசனை நடத்தியது சென்னை அரசு. காவிரி டெல்டா பகுதிக்கு நீர்வரத்தை அதிகரிக்கவேண்டியதன் அவசியத்தை எடுத்துச் சொன்னதோடு, உபரி நீரைப் பயன்படுத்துவதில் தங்களுக்குரிய உரிமைகள் குறித்தும் பேசினர் மிராசுதார்கள்.

அதுமட்டுமின்றி, பிரெஞ்சு ஆளுகையில் இருந்த பாண்டிச்சேரி ஆளுநரும் இப்போது களமிறங்கினார். சென்னை - மைசூர் இடையே கையெழுத்தாகும் ஒப்பந்தம் எந்த வகையிலும் காரைக்கால் விவசாயத்தைப் பாதித்துவிடக்கூடாது. ஆகவே, பாண்டிச்சேரி

நலனையும் சென்னை ராஜதானி கணக்கில் எடுத்துக்கொள்ள வேண்டும் என்றார்.

1921 - 24 காலகட்டத்தில் இரு தரப்புக்கும் இடையே பல்வேறு கடிதப் பரிமாற்றங்களும் நடந்தன. நீண்ட நெடிய பேச்சுவார்த்தைகள், வாதப் பிரதிவாதங்கள், யோசனைகள், மாற்று யோசனைகள், எதிர்ப்புகள், மறுதலிப்புகள் என எல்லாவற்றையும் கடந்து 18 பிப்ரவரி 1924 அன்று இரு தரப்புக்கும் இடையே ஓர் ஒப்பந்தம் கையெழுத்தானது.

1892 ஒப்பந்தத்துக்குப் பிறகு சுமார் 32 ஆண்டுகள் கழித்து கையெழுத்தான ஒப்பந்தம் இது. கண்ணம்பாடி அணையை மையப்படுத்தி உருவாக்கப்பட்ட இந்த ஒப்பந்தத்தில் சென்னை அரசு தனது விளைநிலப் பரப்பை அதிகரித்துக் கொள்வதற்கான உரிமை பாதுகாக்கப்பட்டிருந்தது. இந்த ஒப்பந்தத்தில் மேலும் பல செயல்முறை அம்சங்கள் இடம்பெற்றிருந்தன.

1. 1.25 லட்சம் ஏக்கர் விளைநிலத்துக்கு நீர்ப்பாசனம் செய்துகொள்ள ஏதுவாக 124 அடி உயரமும், 44.827 டிஎம்சி கொள்ளவும் கொண்ட கண்ணம்பாடி அணையை மைசூர் அரசு கட்டிக் கொள்ளலாம்.

2. 93.5 டி.எம்.சி கொள்ளளவு கொண்ட மேட்டூர் அணையை சென்னை ராஜதானி அரசு கட்டிக்கொள்ளலாம். 3.01 லட்சம் ஏக்கர் அளவுக்கு டெல்டா பகுதியில் விளைநிலத்தை விரிவுபடுத்திக் கொள்ளலாம்.

3. அணை, விளைநிலம் தொடர்பான தகவல்களை ஒவ்வோர் ஆண்டும் இரு அரசுகளும் ஒருவருக்கொருவர் பரிமாறிக்கொள்ள வேண்டும்.

4. சுமார் 45 டிஎம்சி நீரைப் பயன்படுத்திக்கொள்ள ஏதுவாக மைசூர் நிலப்பரப்பில் 1,10,000 ஏக்கர் அளவுக்கு விளைநிலத்தை விரிவுபடுத்திக் கொள்ளலாம்.

5. மைசூரில் கட்டப்பட இருக்கும் நீர்த்தேக்கங்கள் குறித்து அனைத்துத் தகவல்களையும் சென்னை மாகாண அரசுக்குத் தெரிவிக்கவேண்டியது மைசூர் அரசின் கடமை.

6. சென்னை அரசு புதிய நீர்த்தேக்கங்களை பவானி, அமராவதி, நொய்யல் ஆறுகளில் கட்டிக்கொள்ளும்பட்சத்தில், அவற்றை ஈடு செய்யும் வகையில் மைசூர் அரசும் புதிய நீர்த்தேக்கங்களைக் கட்டிக் கொள்ளலாம். ஆனால் அவற்றின் கொள்ளளவு சென்னை அரசு கட்டுகின்ற நீர்த்தேக்கத்தின் கொள்ளளவிலிருந்து 60%க்கு மிகாமல் இருக்கவேண்டும். அதேசமயம், புதிய நீர்த்

தேக்கங்களைக் கட்டிக் கொள்வதன்மூலம், உபரி நீரைப் பகிர்ந்து கொள்வதில் எவ்வித உரிமை மீறலும் இருக்கக் கூடாது.

7. இந்த ஒப்பந்தத்தின் அம்சங்கள் குறித்து ஐம்பதாண்டுகள் கழித்து (1974) மறுஆய்வு செய்யவேண்டும். ஐம்பதாண்டுகளில் பெற்ற அனுபவத்தின் வெளிச்சத்தில் எதிர்காலத்தில் விளைநிலப் பரப்பை அதிகரிப்பது, ஒப்பந்த அம்சங்களை மாற்றியமைப்பது, புதிய அம்சங்களைச் சேர்ப்பது உள்ளிட்டவற்றை இருதரப்பும் பேசி இறுதி செய்துகொள்ள வேண்டும்.

8. ஒருவேளை, ஒப்பந்தத்தை நிறைவேற்றிக்கொள்வதில் இரு தரப்புக்கும் இடையே பிரச்னை எழும் பட்சத்தில், இரு தரப்பின் சம்மதத்துடன் தீர்ப்பாயத்தின் வழியாகவோ அல்லது இந்திய அரசின் வழியாகவோ தீர்த்துக்கொள்ளலாம்.

இங்கே கவனிக்கவேண்டிய குறிப்பு, 'இருதரப்பின் சம்மதம்' என்ற பயன்பாடு. இருவரில் ஒருவர் சம்மதிக்கவில்லை என்றால் தீர்ப்பாயம் அமைக்கமுடியாது. இது எவ்வளவு பெரிய குழப்பங்களை ஏற்படுத்தியது என்பதைப் பின்வரும் அத்தியாயங்களில் பார்க்கப்போகிறோம்.

இந்த ஒப்பந்தத்தில் சென்னை அரசின் சார்பில் பொதுப்பணித் துறை செயலாளர் ஹாக்கின்ஸூம் மைசூர் அரசின் சார்பில் திவான் ஏ.ஆர். பானர்ஜியும் கையெழுத்திட்டனர்.

இருதரப்பினரின் ஒப்புதலோடும், சம்மதத்தோடும்தான் 1924 ஒப்பந்தம் கையெழுத்தானது. தங்கள் நெடுநாள் கோரிக்கைகளைக் கனிவோடு பரிசீலித்து, அவர்களுடைய நியாயமான எதிர்பார்ப்பு களைப் பூர்த்தி செய்திருப்பதாகச் சென்னை விவசாயிகள் கருதினர். விவசாயிகளின் எதிர்காலம் குறித்து நிலவிய அச்சம் ஓரளவுக்குத் தணிந்திருப்பதாகவே அவர்கள் கருதினர்.

ஆனால் மைசூர் அறிவுஜீவிகள் தரப்பில் 1924 ஒப்பந்தம் பலத்த விமரிசனத்துக்கு உள்ளானது. இந்த ஒப்பந்தம் என்பது பரஸ்பரப் பேச்சுவார்த்தைகள் அல்லது சட்டபூர்வமான வழிகளில் அல்லாமல், பிரிட்டிஷ் இந்தியா என்கிற ஏகாதிபத்திய நாடு மைசூர் என்கிற சமஸ்தான அரசின் மீது தனது மேலாதிக்கத்தைச் செலுத்தி ஏற்படுத்திக் கொண்ட ஒப்பந்தம் என்றனர் மைசூர் அறிவுஜீவிகள். ஆம், 1892 ஒப்பந்தத்தின் மீது சொல்லப்பட்ட அதே விமரிசனம்தான். இப்போதும் அதே பல்லவி.

குறிப்பாக, கண்ணம்பாடி அணையின் கர்த்தாவான பொறியியல் வல்லுநர் விஸ்வேஸ்வரய்யாவின் எதிர்வினை கவனிக்கத்தக்க ஒன்று.

‘இரு சமமற்ற தரப்புகளுக்கு இடையிலான ஒப்பந்தம் இது. ஒருபக்கம் ஏகாதிபத்திய சக்தி (சென்னை). இன்னொரு பக்கம் நிலப்பிரபுத்துவ ஆட்சியாளர் (மைசூர்). இந்த இடத்தில் பலவீனமானவர் வீழ்வதைத் தவிர வேறு வழியில்லை.’

ஆனால் ஒப்பந்தத்துக்கு முந்தைய பேச்சுவார்த்தைகள், வழக்கு, விசாரணை ஆகியவற்றை வரிசைக்கிரமமாகக் கவனித்தால், மைசூர் மீது எந்தவொரு ஆதிக்கமும் செலுத்தப்படவில்லை என்பதையும் இரு தரப்பும் சமதட்டில் வைக்கப்பட்டிருந்ததையும் உணரமுடியும். ஆனாலும் அந்தக் கருத்தைத்தான் தன் தரப்பு வாதமாகத் தொடர்ந்து முன்னெடுத்தது மைசூர்.

ஒப்பந்தத்தில் கவனிக்கவேண்டிய முக்கியமான அம்சம், ஒப்பந்தத்தின் கால எல்லை தொடர்பானது. 1924 ஒப்பந்தம் ஐம்பதாண்டுகள் முடிந்ததும், மறுஆய்வு செய்யவேண்டும் என்று சொல்லப்பட்டிருந்ததே தவிர, ஐம்பதாண்டுகளோடு ஒப்பந்தம் காலாவதியாகிவிடும் என்று சொல்லப்படவில்லை. ஆனால் அப்படியொரு வாதத்தைத்தான் பின்னாளில் மைசூர் (இன்றைய கர்நாடகம்) முன்வைத்தது. அதுதான் காவிரி நதிநீர்ப் பிரச்னையைப் பெருந்துயரமாக மாற்றியது.

1924 ஒப்பந்தத்தின் வழியாகக் கிடைத்த உரிமைகளைக்கொண்டு தத்தமது நீர்ப்பாசனத் திட்டங்களைச் செயல்படுத்தும் காரியத்தில் இரு தரப்பும் மிகத்தீவிரமாக இறங்கின. அப்போதெல்லாம் இருதரப்பி லிருந்தும் அதிருப்திக்குரல்களோ, எதிர்க்குரல்களோ எழவில்லை. உண்மையில் அது நீருபூத்த நெருப்பு என்பது தெரியவர சுமார் ஐம்பதாண்டுகள் பிடித்தன.

{ 5 }

நதிநீர்ச் சட்டங்கள் 1956

காவிரி நதிநீர் ஒப்பந்தம் 1924-ன் உடனடி இலக்குகள் என்று இரு அணைகளின் உருவாக்கத்தைத்தான் சொல்லவேண்டும். மைசூரின் கண்ணம்பாடி அணை மற்றும் சென்னையின் மேட்டூர் அணை.

உண்மையில், 1911-ல் கண்ணம்பாடி அணைக்கான அடிக்கல் நாட்டப்பட்டது. ஆனால் சென்னை - மைசூர் இடையில் நடந்த பேச்சுவார்த்தை காரணமாக நிலுவையில் இருந்த இந்தத் திட்டம் 1924 ஒப்பந்தம் கையெழுத்தான பிறகே செயல் வடிவம் பெறத் தொடங்கியது.

ஏழாண்டு காலக் கட்டுமானப் பணிகளின் விளைவாக 1931-ல் புதிய அணை திறக்கப்பட்டது. ஆரம்பத்தில் கண்ணம்பாடி அணை என்று அழைக்கப்பட்டு, இறுதியில் கிருஷ்ணராஜ சாகர் அணை என்று பெயரிடப்பட்ட இந்த அணை, 1924 ஒப்பந்தத்தில் சொன்னபடி, கர்நாடக மாநிலத்தில் ஒன்றே கால் லட்சம் ஏக்கருக்கான நீர்ப்பாசனத்துக்கு வழிவகை செய்தது.

இன்னொரு பக்கம், ஒப்பந்தம் கையெழுத்தாகி இரண்டாண்டுகள் கழித்தே மேட்டூர் அணை கட்டும் பணிகள் ஆரம்பமாகின. எட்டாண்டு காலத்

தொடர்ச்சியான பணிகளின் விளைவாக 1934 ஆகஸ்டில் மேட்டூர் அணை திறக்கப்பட்டது.

ஒப்பந்தத்துக்குப் பிறகு மைசூரில் சிறியதும் பெரியதுமாகப் பல நீர்ப் பாசனத் திட்டங்கள் செயல்படுத்தப்பட்டன. 1900-ல் 1.1 லட்சம் ஏக்கராக இருந்த விளைநிலம் 1930-களில் மூன்று லட்சம் ஏக்கரைத் தொட்டது. எழுபதுகளில் இது 4.4 லட்சம் ஏக்கராக விரிவடைந்தது என்றால் மைசூர் அரசு தங்களது விளைநிலப் பரப்பை அதிகரித்துக்கொண்டதன் வேகத்தைப் புரிந்துகொள்ளமுடியும்.

இந்திய சுதந்தரத்துக்குப் பிறகு பல சமஸ்தானங்கள் இந்திய ஒன்றியத்துடன் இணைந்தன. 1956ல் மொழிவாரி மாநிலங்கள் உருவாக்கப்பட்டன. அவற்றின் பலனாக திருவாங்கூர் சமஸ்தானம் கேரளாவின் ஒருபகுதியாகவும் மைசூர் சமஸ்தானம் மைசூர் மாநிலமாகவும் உருவானது. சென்னை தனிமாநிலமாகச் செயல்பட்டது.

உண்மையில் மைசூர் மாநிலம் என்பது மொழிவாரி மாகாணப் பிரிவினையின்போது பல்வேறு மாகாணங்களில் இருந்து பல மாவட்டங்களை இணைத்து உருவாக்கப்பட்ட மாநிலம். மைசூர் சமஸ்தானம், காவிரி உருவாகும் குடகு மாவட்டம் ஆகியவற்றோடு சென்னை, ஹைதராபாத், பம்பாய் மாகாணங்களில் இருக்கும் கன்னட மொழி வழங்கும் பகுதிகள் இணைக்கப்பட்டு மைசூர் மாநிலம் கட்டமைக்கப்பட்டது. எழுபதுகளில்தான் மைசூர் மாநிலம் கர்நாடக மாநிலமாகப் பெயர் மாற்றப்பட்டது.

புதிய மைசூர் மாநிலம் உருவான கையோடு அந்த மாநில ஆட்சியாளர்கள் செய்த முக்கியமான காரியங்களுள் ஒன்று, 1924 காவிரி ஒப்பந்தத்தை மார்றியமைக்கவேண்டும் என்று கோரிக்கை விடுத்ததுதான். இதுபற்றி தமிழக முதல்வர் காமராஜரைச் சந்தித்துப் பேசினார் மைசூர் மாநில பொதுப்பணித்துறை அமைச்சர். ஆனால் அதற்கான தேவை எதுவும் எழவில்லை என்று நிராகரித்துவிட்டார் காமராஜர்.

என்றாலும், பிரிட்டிஷ் ஆட்சியாளரும் சமஸ்தான அரசரும் போட்டுக் கொண்ட ஒப்பந்தம் மக்களாட்சிக் காலத்தில் எப்படிச் செல்லுபடியாகும் என்று கேள்வி எழுப்பினர் மைசூர் ஆட்சியாளர்கள். உண்மையில், ஒரு நாடு/அரசு மற்றொரு நாடு/அரசுடன் போட்டுக் கொள்ளும் ஒப்பந்தத்தை அடுத்து வருகின்ற அரசுகள் தொடர்ந்து கடைப்பிடிப்பதுதான் உலகம் தழுவிய அளவில் பின்பற்றப்படும் நடைமுறை.

ஒருவேளை, ஒப்பந்தத்தைக் கைவிட அல்லது திருத்திக்கொள்ள விரும்பினால், சம்பந்தப்பட்ட தரப்புகள் பேசி முடிவுக்கு வருவதுதான் சரியான அணுகுமுறையே தவிர ஒப்பந்தம் செல்லாது என்று தன்னிச்சையாக அறிவிப்பது தவறு. விஷயம் என்னவென்றால், திருத்தங்கள் தேவைப்பட்டால், அதைச் செய்துகொள்வதற்கான வழிகாட்டும் நெறிமுறைகளையும் 1924 ஒப்பந்தம் தன்னகத்தே கொண்டிருந்தது.

இடைப்பட்ட காலகட்டத்தில் சென்னை மாகாணத்தில் ஆயக்கட்டு வெகு விரைவாக விரிவுபடுத்தப்பட்டது. சில கூடுதல் திட்டங்களும் கொண்டு வரப்பட்டன. குறிப்பாக, 2.1 லட்சம் ஏக்கருக்கான கீழ்பவானி திட்டம், 50,000 ஏக்கருக்கான மேட்டூர் கால்வாய் திட்டம், அமராவதி திட்டம், புதிய கட்டளை உயர்மட்டக் கால்வாய் திட்டம், புள்ளம்பாடி கால்வாய் திட்டம் ஆகியன அடுத்தடுத்து செயல்வடிவம் பெறத் தொடங்கின.

ஆனால் இந்தத் திட்டங்கள் எல்லாம் 1924 காவிரி ஒப்பந்தத்துக்கு எதிரானது என்று சொல்லி, திட்டங்களைக் கடுமையாக எதிர்த்தது கர்நாடக அரசு. ஆனால் சென்னை மாகாண அரசோ தங்கள் திட்டங்களுக்கான நியாயமான காரணங்களை எடுத்துச் சொன்னது.

காவிரி மேட்டூர் திட்டத்துக்கான வரையறுக்கப்பட்ட பகுதியிலேயே மேட்டூர் கால்வாய் திட்டம் செயல்படுத்தப்படுகிறது என்றும் ஏனைய திட்டங்கள் யாவும் உபரி நீரிலிருந்தும், சிக்கனம் காரணமாகச் சேமிக்கப்படும் நீரிலிருந்துமே செயல்படுத்தப்பட உள்ளதாக விளக்கம் கொடுத்தது சென்னை அரசு.

சென்னை அரசுக்குப் பதிலடி கொடுக்கும் விதமாகச் சில புதிய திட்டங்களை ஆரம்பித்தது மைசூர் அரசு. அப்போது புதிய திட்டத்துக்கான செயல்திட்டக் குறிப்புகளை அனுப்பவேண்டு மென்றது சென்னை அரசு. ஆனால் புள்ளம்பாடி, புதிய கட்டளைத் திட்டங்கள் தொடர்பாக எவ்வித குறிப்புகளும் மைசூர் அரசுக்கு அனுப்பப்படாத நிலையில், புதிய திட்டங்கள் குறித்த எவ்விதக் குறிப்புகளையும் சென்னைக்கு அனுப்ப வேண்டிய அவசியம் எங்களுக்கு இல்லை என்றது மைசூர் அரசு.

சென்னை, மைசூர் மட்டுமின்றி இந்தியாவின் ஏனைய மாநிலங்களிலும் நதிநீர்ச் சிக்கல்கள் ஒன்றன்பின் ஒன்றாக வரத் தொடங்கின. மத்திய அரசின் முன்னிலையில் மாநிலங்களுக்கு இடையே நடந்த பேச்சுவார்த்தைகள் தொடர்ந்து இழுபறியில் இருந்தன. அவற்றைத் தீர்க்கப் போதுமான சட்டரீதியான வழிகாட்டும் நடைமுறைகள் இல்லை.

அதற்காகப் பிரச்னைகளை நீட்டித்துக்கொண்டே செல்வதைவிட தெளிவான, வலுவான சட்டத்தைக் கொண்டுவருவதே சரியான தீர்வாக இருக்கும் என்ற முடிவுக்கு வந்தது மத்திய அரசு. சட்டம், தொழில்நுட்பம், நீர்ப்பாசனம் உள்ளிட்ட பல்வேறு துறைகளைச் சார்ந்த நிபுணர்கள் அளவிலான ஆய்வின் அடிப்படையில் 28 ஆகஸ்டு 1956 அன்று நதிநீர்த் தகராறு சட்டத்தைக் கொண்டுவந்தது மத்திய அரசு. இந்தச் சட்டத்தின் சில அம்சங்கள் நுணுக்கமானவை.

நதிநீர்ப் பகிர்வை முன்வைத்து இந்தியாவின் இரண்டு அல்லது அதற்கு மேற்பட்ட மாநிலங்களுக்கும் இடையில் பிரச்னைகள் ஏற்படும் பட்சத்தில் பேச்சுவார்த்தைகள் மூலம் தீர்வு காண முயல்வது தான் இயல்பான நகர்வு. சில சமயங்களில் அந்தப் பேச்சுவார்த்தைகள் இருதரப்புக்கும் இடையேயான ஒப்பந்தமாகப் பரிணாமம் அடைவதுண்டு.

என்றாலும், அந்த ஒப்பந்தத்தை அமல்படுத்துவதிலும் சிக்கல்கள் ஏற்பட்டு, அது தொடர்பான பேச்சுவார்த்தைகள் தொடர்ந்து முடிவின்றி நீளும் பட்சத்தில், சம்பந்தப்பட்ட மாநிலங்களில் ஒன்றோ அல்லது அனைவருமோ மத்திய அரசிடம் கோரிக்கை விடும் பட்சத்தில், தீர்ப்பாயம் அமைக்கப்பட்டு, பிரச்னைகள் அதன் வசம் ஒப்படைக்கப்படும். இதற்கு வழிவகை செய்தது மாநிலங்களுக்கு இடையிலான நதிநீர்த் தகராறு சட்டம் 1956.

தீர்ப்பாயம் வேண்டும் என்ற கோரிக்கை பொதுவாக மாநில சட்டமன்றத் தீர்மானத்தின் வழியாக, மாநில அரசின் அதிகாரபூர்வக் கடிதத்தின் வழியாகவே மத்திய அரசுக்கு அனுப்பப்படும். கோரிக்கை வந்ததும், உடனடியாக தீர்ப்பாயத்தை அமைக்கும் உத்தரவை மத்திய அரசு பிறப்பிக்காது.

மாறாக, பேச்சுவார்த்தை மூலம் தீர்வு காண்பதற்கான முயற்சிகளை எடுக்கும். மத்திய அரசின் முன்னிலையில் சம்பந்தப்பட்ட மாநில அரசுகள் பேச்சுவார்த்தைகள் நடத்தும். ஒருவேளை, அந்த முயற்சிகளும் தோல்வி அடையும் பட்சத்தில், தீர்ப்பாயம் அமைக்கும் நடவடிக்கைகளை மத்திய அரசு எடுக்கும்.

நதிநீர்த் தகராறு 1956ன் அடிப்படையில் தீர்ப்பாயம் அமைக்க மத்திய அரசு முடிவெடுத்ததும், அதுதொடர்பான அறிவிக்கை அரசிதழில் வெளியிடப்படும். தீர்ப்பாயத்தின் உறுப்பினர்களை நியமிக்கும் பணியும் மத்திய அரசுடையதே.

தீர்ப்பாயம் அமைக்கப்பட்டதும் தொடர்புடைய மாநிலங்களின் கருத்துகளைக் கேட்பது, தரவுகளைத் திரட்டுவது, சாட்சியங்களைப்

பெறுவது, கள ஆய்வு மேற்கொள்வது, சட்ட ரீதியான தகவல்களைத் திரட்டுவது என்று அனைத்து விதமான ஆய்வுப் பணிகளையும் தீர்ப்பாயம் செய்யும்.

இந்தப் பணிகளை எல்லாம் செய்வதற்குத் தேவையான அனைத்து அதிகாரங்களும் தீர்ப்பாயத்துக்கு உண்டு. உதாரணமாக, பிரச்னை குறித்து யாருக்கு வேண்டுமானாலும் அழைப்பாணை அனுப்புவது, அழைத்து விசாரிப்பது, ஆவணங்களைக் கோருவது, ஆய்வுகளை மேற்கொள்ளச் செய்வது ஆகியவற்றைச் செய்யமுடியும்.

பிரச்னையின் வீரியத்தை உணர்ந்து, அதன் அடிப்படையில் தீர்வுகளைப் பரிந்துரைகளாக எழுதி, விரிவான அறிக்கையைத் தயார் செய்து மத்திய அரசுக்குக் கொடுக்கவேண்டியது தீர்ப்பாயத்தின் பிரதான பணி. இந்த அறிக்கையை ஒரே அறிக்கையாகவும் கொடுக்கலாம், அல்லது பிரச்னையின் அவசியம்/தீவிரம் கருதி, இடைக்கால அறிக்கை, இறுதி அறிக்கை என்று பிரித்தும் கொடுக்கலாம். தீர்ப்பாய உறுப்பினர்களுக்கு இடையே கருத்து வேறுபாடுகள் ஏற்பட்டால், பெரும்பான்மை அடிப்படையில் முடிவெடுக்கப்படும்.

தீர்ப்பாயம் கொடுக்கும் அறிக்கையின்மீது மத்திய அரசுக்கோ, மாநில அரசுகளுக்கோ சந்தேகம் எழுந்தாலோ, விளக்கம் தேவைப் பட்டாலோ அதனை அறிக்கை வெளியாகி மூன்று மாதங்களுக்குள் தீர்ப்பாயத்திடம் முறையிடலாம். அதற்கான விளக்கத்தை அறிக்கையில் சேர்த்து மத்திய அரசுக்கு அனுப்பவேண்டியது தீர்ப்பாயத்தின் கடமை.

தீர்ப்பாயம் வெளியிடும் இடைக்கால அறிக்கை அல்லது இறுதி அறிக்கையை அரசிதழில் வெளியிடவேண்டியது மத்திய அரசின் கடமை. அரசிதழில் வெளியிடப்பட்டால் அதுதான் இறுதி. அதை ஏற்றுக்கொண்டு செயல்படவேண்டியது தொடர்புடைய மாநில அரசுகளின் கடமை. அதேபோல, தீர்ப்பாயத்தின் தீர்ப்பு தொடர்பாக மூன்று மாதங்களுக்குள் எவ்வித புகாரையும் தொடர்புடைய மாநிலங்கள் தெரிவிக்காத பட்சத்தில், தீர்ப்பின்மீது மத்திய அரசுக்கும் எவ்வித அதிருப்தியும் இல்லாத பட்சத்தில் தீர்ப்பாயம் கலைக்கப்படும்.

இடைக்கால அல்லது இறுதி அறிக்கை என்பது உச்சநீதிமன்றத் தீர்ப்புக்கு இணையானது. அதை நிறைவேற்றுவதற்குத் தேவையான திட்டங்களை வகுக்கவேண்டியது மத்திய அரசின் பொறுப்பு. இங்கே திட்டம் என்பதற்கான விளக்கம் இந்திய நதிநீர் வாரியச் சட்டம் 1956ல் காணக் கிடைக்கிறது.

12 செப்டெம்பர் 1956 அன்று கொண்டுவரப்பட்ட நதிநீர் வாரியச் சட்டம் மாநிலங்களுக்கு இடையிலான நதிநீர்ப் பிரச்னைகளுக்கான தீர்வுகளை எப்படிச் செயல்படுத்தவேண்டும் என்பதற்காக நிறைவேற்றப்பட்டது.

தீர்ப்பாயத்தின் இறுதித் தீர்ப்பு வெளியானதும் அதைச் செயல்படுத்த ஏதுவாக நதிநீர் மேலாண்மை வாரியத்தை அமைக்கவேண்டும் என்பதுதான் நதிநீர் வாரியச் சட்டத்தின் பிரதான அம்சம். இந்த மேலாண்மை வாரியத்தின் தலைவர் உள்ளிட்ட உறுப்பினர்களை நியமிக்கவேண்டியது மத்திய அரசின் பொறுப்பு. அந்த உறுப்பினர்கள் மத்திய, மாநில அரசுகளின் பிரதிநிதிகளாக இருப்பார்கள்.

மேலாண்மை வாரியத்தின் உறுப்பினர்கள் நீர்ப்பாசனம், மின்னணுப் பொறியியல், வெள்ளத்தடுப்பு, நீர்வள மேலாண்மை, மண் பாதுகாப்பு, நிதி மேலாண்மை போன்ற துறைகளில் நிபுணத்துவம் பெற்றவராக இருக்கவேண்டும் என்பது கட்டாயம். அவர்கள் வாரியத்தில் இடம்பெறும் தகுதி உடையவர்களா என்பதைத் தீர்மானிக்கும் அதிகாரம் மத்திய அரசுக்கு உண்டு.

மேலாண்மை வாரியம் தனக்கு உதவியாகச் செயல்படுவதற்கு ஏதுவாக ஒழுங்காற்றுக் குழுக்களையோ, ஆலோசனைக்குழுக் களையோ உருவாக்கிக் கொள்ளலாம்.

இப்படி நதிநீர் மேலாண்மை வாரியம் செயல்படுவதற்கென தெளிவான வழிகாட்டும் நெறிமுறைகளை நதிநீர் வாரியச் சட்டம் 1956 வகுத்துக் கொடுத்திருந்தது.

{ 6 }

தீர்ப்பாயம் கோரி முதல் வழக்கு

மாநிலங்களுக்கு இடையிலான நதிநீர்ப் பகிர்வு தொடர்பான சட்டங்கள் கொண்டுவரப்பட்ட சில ஆண்டுகளிலேயே காவிரியை முன்வைத்து தமிழகம் - மைசூர் இடையே பனிப்போர் தொடங்கியிருந்தது. உபயம்: மைசூர் ஆரம்பித்த கபினி நீர்த்தேக்கத் திட்டம்.

முப்பதுகளின் மத்தியில் பேசப்பட்ட இந்தத் திட்டம் அறுபதுகளில் மத்தியில் செயல்வடிவம் பெறுவதற்கான சூழல் தென்பட்டது. உண்மையில், இந்தியாவின் இரண்டாவது மற்றும் மூன்றாவது ஐந்தாண்டுத் திட்டங்கள் வரையறுக்கப்பட்ட போதே கபினி, ஹேமாவதி, ஹேரங்கி அணைகளுக்கான திட்டங்களை இந்திய அரசுக்கு அனுப்பி வைத்தது மைசூர் அரசு.

அப்போதே தமிழகத்தில் இருந்து எதிர்க்குரல்கள் எழுந்துவிட்டன. புதிய அணைத் திட்டங்களை உருவாக்கிக்கொள்ள மைசூர் அரசுக்கு 1924 ஒப்பந்தம் வழிவகை செய்திருந்தாலும்கூட, அவற்றின் காரணமாக தமிழக நீர்ப்பாசனத்துக்கு எந்தவிதமான சிக்கலும் நேர்ந்துவிடாமல் இருக்க வேண்டும் என்ற நிபந்தனை இருப்பதைத் தமிழக அரசு அழுத்தந்திருத்தமாகச் சுட்டிக்காட்டிக் கொண்டே இருந்தது.

ஆனால் அவற்றை ஏற்றுக்கொள்ளாமல் எதிர்வாதம் செய்தது மைசூர். தமிழ்நாட்டின் பவானி அணையால் ஏற்படும் இழப்பை ஈடுகட்டும் அணையாகத்தான் கபினி அணை உருவாக்கப்படுகிறது என்பதால் இதில் ஒப்பந்த மீறல் ஏதுமில்லை என்றது. அதேபோல, ஹேமாவதி அணையின் கொள்ளளவு 34 டிஎம்சி மட்டுமே. இது ஒப்பந்தத்தில் வரையறுக்கப்பட்ட எல்லையைவிட 11 டிஎம்சி குறைவு. முக்கியமாக, ஹேரங்கி அணை காவிரி ஒப்பந்த எல்லைக்குள் அடங்காது என்றது.

மைசூரின் தர்க்கங்களை எல்லாம் ஒப்பந்தத்தின் உள்ளம்சங்களைக் கொண்டு தமிழகம் நிராகரித்தாலும், அதைப் பற்றிக் கவலை கொள்ளாமல், 1964ல் ஹேரங்கி, 1965ல் ஸ்வர்ணவதி, 1968ல் ஹேமாவதி என்று அடுத்தடுத்து பல அணைத் திட்டங்களைச் செயல் படுத்த மைசூர் அரசு ஆயத்தமானது. இவற்றை எல்லாம் செயல் படுத்தினால் தமிழகத்துக்கான நீர்வரத்து பெருமளவில் குறையும். குறிப்பாக, மேட்டூருக்கான நீர்வரத்து முற்றிலுமாகப் பாதிக்கப்படும் என்றது தமிழ்நாடு அரசு.

தொடர்ச்சியான எதிர்ப்பின் பலனாக மத்திய நீர் ஆணையமும் மத்தியத் திட்ட ஆணையமும் மைசூரின் நீர்ப்பாசனத் திட்டங்களுக்கு அனுமதி வழங்க மறுத்தன. விளைவு, இரு மாநிலங்களுக்கு இடையே ஒருபக்கம் கடிதப் பரிவர்த்தனைகள் நடந்துகொண்டிருக்க, இன்னொரு பக்கம் அரசியல் சர்ச்சைகள் வெடிக்கத் தொடங்கியிருந்தன.

இடைப்பட்ட காலங்களில் இரு மாநிலங்களிலும் ஆட்சி மாற்றங்கள் வேறு அரங்கேறின. தமிழ்நாட்டில் காங்கிரஸ் கட்சி ஆட்சியில் இருந்து அகற்றப்பட்டு, அண்ணா தலைமையில் திமுக ஆட்சி அமைந்திருந்தது. மைசூரில் காங்கிரஸ் கட்சியைச் சேர்ந்த வீரேந்திர பாட்டீல் முதல்வராக இருந்தார். மத்தியில் பிரதமர் இந்திரா காந்தி தலைமையிலான காங்கிரஸ் ஆட்சியில் இருந்தது.

மாநிலங்களுக்கிடையே நதிநீர் உள்ளிட்ட எந்தப் பிரச்னை வந்தாலும், சம்பந்தப்பட்ட தரப்புகள் பேச்சுவார்த்தையில் ஈடுபடும் அல்லது மத்திய அரசின் முன்னிலையில் பேச்சுவார்த்தை நடத்தப்படும். இதுதான் வாடிக்கை. காவிரி நதிநீர் விவகாரத்திலும் அதுவே நடந்தது.

19 ஆகஸ்டு 1968 அன்று மத்திய மின்சாரம் மற்றும் நீர்ப்பாசனத்துறை அமைச்சர் கே.லட்சுமணராவ் என்கிற கே.எல்.ராவ் தலைமையில் தமிழகமும் மைசூரும் பேச்சுவார்த்தையில் ஈடுபட்டன. மைசூர் சார்பில் மாநில முதலமைச்சர் வீரேந்திர பாட்டீலும் தமிழகம் சார்பில் மாநில பொதுப்பணித்துறை அமைச்சர் மு.கருணாநிதியும் சட்ட அமைச்சர் செ.மாதவனும் பங்கேற்றனர்.

காவிரி நீர்ப்பங்கீடு தொடர்பாக 1892, 1924 ஆண்டுகளில் போடப்பட்ட ஒப்பந்தங்கள் மைசூர் அரசால் மீறப்படுவதைச் சுட்டிக்காட்டி, அதைத் தடுக்கவேண்டிய கடப்பாடு மத்திய அரசுக்கு இருப்பதைத் தமிழக அமைச்சர்கள் கருணாநிதியும் மாதவனும் வலியுறுத்தினர். ஆனால் மைசூரில் கட்டப்படும் அணைகள் எதுவும் விதிமுறைகளை மீறியதல்ல, ஒப்பந்தங்கள் எங்களுக்கு வழங்கியிருக்கும் உரிமையின் அடிப்படையிலேயே கட்டப்படுகின்றன என்ற வாதத்தை மைசூர் முதலமைச்சர் வீரேந்திர பாட்டீல் முன்வைத்தார். விளைவு, அந்தப் பேச்சுவார்த்தையில் எந்த முடிவும் எட்டப்படவில்லை.

இதற்கிடையே தமிழக முதல்வராக இருந்த அண்ணாதுரை மரணம் அடைந்தார். அவருக்குப் பதிலாகப் பொதுப்பணித்துறை அமைச்சர் கருணாநிதி முதல்வரானார். அதன்பிறகு 9 பிப்ரவரி 1970 அன்று மத்திய நீர்ப்பாசனத்துறை அமைச்சர் கே.எல்.ராவ் முன்னிலையில் தமிழக முதல்வர் கருணாநிதியும் மைசூர் முதல்வர் வீரேந்திர பாட்டீலும் சந்தித்துப் பேசினர்.

அதிலும் உடன்பாடு எட்டப்படாததைத் தொடர்ந்து மாநிலங்களுக்கு இடையிலான நதிநீர்ச் சட்டம் 1956 பிரிவு 3-ன்படி இரு மாநில நதிநீர்ச் சிக்கலைத் தீர்க்க தீர்ப்பாயம் அமைக்கவேண்டும் என்ற கோரிக்கையை மத்திய அரசிடம் திமுக அரசு முன்வைத்தது.

காவிரி நீர்ப் பிரச்னையில் தீர்ப்பாயம் அமைப்பது மட்டுமே தீர்வுக்கான வழி என்று தமிழக அரசின் சார்பில் அதிகாரபூர்வமாகச் சொல்லப் பட்டது அதுதான் முதன்முறை. ஆனால் அந்தக் கோரிக்கைக்கு மத்திய அரசு செவிமடுக்கவில்லை. அதற்கு மத்திய அரசு சொன்ன காரணம், தீர்ப்பாயக் கோரிக்கையை மைசூர் அரசு ஏற்கவில்லை என்பதுதான்.

இருவரும் சம்மதித்தால் மட்டுமே தீர்ப்பாயம் அமைக்கமுடியும் என்ற சட்டத்தைச் சுட்டிக்காட்டியது மத்திய அரசு. மைசூர் அரசின் சம்மதத்துடன்தான் தீர்ப்பாயம் அமைக்கவேண்டும் என்றால் எந்தக் காலத்திலும் தீர்ப்பாயம் அமைக்கவே முடியாது என்றனர் தமிழக அரசியல் தலைவர்கள்.

இத்தனைக்கும் திமுக எம்.பிக்களின் ஆதரவோடுதான் இந்திரா அரசு இயங்கிவந்தது. அரசியல் ரீதியாக இருகட்சிகளும் கூட்டணியில்தான் இருந்தன. இந்திரா அரசின் பல முற்போக்குத் திட்டங்களுக்குத் திமுகவின் ஆதரவு இருந்தது. அதிலும், காங்கிரஸ் கட்சி இரண்டாகப் பிளவுபட்டிருந்த சூழலில், பெரிய தலைவர்களை எல்லாம் எதிர்த்து கட்சியையும் ஆட்சியையும் நடத்திவந்த இந்திராவுக்குத் திமுக எம்.பிக்கள் கொடுத்த ஆதரவு மிகமுக்கியமானது. ஆனாலும், தமிழகத்தைவிட மைசூர் மீதுதான் தேசியக் கட்சியான இந்திரா

காங்கிரஸுக்குக் கரிசனம் இருந்தது என்பது அதன் செயல்பாடுகள் வழியே வெளிப்படையாகத் தெரிந்தது.

என்றாலும், தனது முயற்சியைக் கைவிடாமல், பேச்சுவார்த்தை நடத்துவதற்குக் கிடைத்த வாய்ப்பை எல்லாம் தமிழக அரசு பயன்படுத்தியது. 17 ஏப்ரல் 1970, 16 மே 1970, 12 அக்டோபர் 1970, 27 அக்டோபர் 1970 என்று அடுத்தடுத்து பல கட்டங்களாகப் பேச்சு வார்த்தைகள் நடந்தன. முதலில் தமிழ்நாடு, மைசூர் மாநிலங்கள் மட்டுமே பேச்சுவார்த்தையில் பங்கேற்றன. 1970 முதல் கேரளாவும் கலந்துகொண்டது. ஆம், காவிரி நீரில் கேரளாவுக்கும் உரிமை உண்டு. அந்த வகையில் 27 அக்டோபர் 1970 அன்று நடைபெற்ற பேச்சு வார்த்தையின்போது கேரளத்தின் சார்பில் மாநில முதல்வர் ஈ.எம்.சங்கரன் என்கிற ஈ.எம்.எஸ். நம்பூதிரிபாட் பங்கேற்றார்.

அந்தப் பேச்சுவார்த்தைகளில் எல்லாம் கபினி, ஹேமாவதி திட்டங்கள் பற்றி விவாதிக்கப்பட்டன. காவிரி நீரை எப்படிப் பங்கீடு செய்துகொள்வது என்றெல்லாம் பேசப்பட்டன. அப்போது 1892, 1924 ஒப்பந்தங்களை மீற மாட்டோம் என்றோ, புதிய திட்டங்களை யாருக்கும் பாதிப்பின்றிச் செயல்படுத்துவோம் என்றோ எவ்வித வாக்குறுதியையும் மைசூர் அரசு கொடுக்கவில்லை.

பல சுற்றுப்பேச்சுவார்த்தைகள் எதுவும் பலன்கொடுக்காத நிலையில், 1970 டிசம்பரில் பிரதமர் இந்திரா காந்திக்குக் கடிதம் ஒன்றை எழுதிய தமிழக முதல்வர் கருணாநிதி, 'இதுவரை நடந்த பேச்சுவார்த்தைகள் எல்லாமே பலனற்றுப் போய்விட்ட நிலையில், பிரச்னையைத் தீர்க்க ஏதுவாக மத்திய அரசு தீர்ப்பாயம் அமைக்கவேண்டும்' என்று கேட்டுக் கொண்டார். அதற்குப் பதிலளித்த பிரதமர் இந்திரா, '1971 மார்ச்சில் பொதுத்தேர்தல் வரவிருக்கும் நிலையில் தீர்ப்பாயம் குறித்த எவ்வித முடிவையும் எடுக்க வாய்ப்பில்லை' என்றார்.

பிரதமர் இந்திரா காந்தி சொன்னது போலவே தேர்தல்கள் நடந்து முடிந்தன. தமிழ்நாட்டில் திமுகவும் இந்திரா காங்கிரஸும்தான் கூட்டணி அமைத்துத் தேர்தலைச் சந்தித்தன. தேர்தலின் முடிவில் தனிப்பெரும்பான்மையுடன் ஆட்சியைத் தக்கவைத்துப் பிரதமரானார் இந்திரா. தமிழ்நாட்டிலும் பெரும்பலத்துடன் ஆட்சியைத் தக்கவைத்து முதல்வரானார் கருணாநிதி.

மத்திய, மாநில அரசுகள் இணக்கமாக இருந்த நிலையில், காவிரி தீர்ப்பாயம் கோரி இரண்டு கடிதங்களை எழுதினார் தமிழக முதல்வர் கருணாநிதி. ஆனால் அவற்றுக்குப் பிரதமர் இந்திராவிடமிருந்து பதிலேதும் வரவில்லை. அதனைத் தொடர்ந்து தீர்ப்பாய விவகாரத்தை நீதிமன்றத்தின் கவனத்துக்குக் கொண்டுசெல்ல

முதல்வர் கருணாநிதி முடிவுசெய்தார். அதன்படி, 1971 ஆகஸ்டு மாதம் உச்சநீதிமன்றத்தில் வழக்கு (O.S.1 of 1971) தொடர்ந்தது திமுக அரசு. அந்த வழக்கில் இரண்டு கோரிக்கைகள் இடம்பெற்றன.

1. தீர்ப்பாயம் அமைப்பதற்கான வழிகாட்டுதல்களை உச்ச நீதிமன்றம் மத்திய அரசுக்குக் கொடுக்க வேண்டும்.

2. மைசூர் அரசு மேற்கொண்டிருக்கும் கபினி, ஹேமாவதி, ஸ்வர்ணவதி, ஹேரங்கி உள்ளிட்ட புதிய நீர்ப்பாசனத் திட்டப் பணிகளை நிறுத்திவைக்கவேண்டும்.

இதே கோரிக்கைகளை வலியுறுத்தி தஞ்சாவூர் விவசாயிகள் சார்பில் திமுகவின் முன்னணிப் பிரமுகரும் நாடாளுமன்ற உறுப்பினருமான முரசொலி மாறன், திமுக மூத்த தலைவர்களுள் ஒருவரான மன்னை நாராயணசாமி, காங்கிரஸ் மூத்த தலைவர் கருப்பையா மூப்பனார் ஆகியோர் உச்ச நீதிமன்றத்தில் வழக்கு தொடர்ந்தனர்.

தமிழகம் மட்டுமல்ல, காவிரி நீருக்கு உரிமையுள்ள கேரள மாநில அரசும் உச்ச நீதிமன்றத்தில் வழக்கு ஒன்றைத் தொடுத்தது. தீர்ப்பாயம் அமைக்க வேண்டும் என்பதுதான் கேரள அரசின் பிரதான கோரிக்கை. அதேசமயம், மைசூர் மட்டுமல்ல, தமிழகம் மேற்கொள்ளவிருக்கும் புதிய நீர்ப்பாசனத் திட்டப்பணிகளையும் நிறுத்திவைக்கவேண்டும் என்பது கேரளாவின் கோரிக்கை. அவரவர்க்கு அவரவர் பிரச்னை.

{ 7 }

இந்திராவின் தலையீடு

காவிரி பிரச்னையைத் தீர்க்கவேண்டும் என்பது பிரதான நோக்கம். அதற்குப் பேச்சுவார்த்தைகள் எதுவும் பலனளிக்காத நிலையில் நீதிமன்றத்தின் வழியே தீர்ப்பாயம் கோரியது தமிழகத்தில் இருந்த கருணாநிதி அரசு. ஆனால் பேச்சுவார்த்தைகளின் வழியே தீர்வு காண மத்திய அரசு உதவத் தயார் என்று அறிவித்தார் பிரதமர் இந்திரா காந்தி.

அவர் அப்படிச் சொன்னதற்கு வலுவான அரசியல் பின்னணி இருந்தது. ஆம், காவிரியை முன்வைத்துத் தொடரப்பட்ட வழக்குகளில் தீர்ப்பு கிடைக்க காலதாமதமாகும், அதன் எதிரொலி அரசியல் களத்தில் கேட்கும். அது தேர்தல் களத்தில் பாதிப்பை ஏற்படுத்தும். அந்தப் பாதிப்பு தமிழ்நாட்டில் அல்ல, மைசூரில் என்று கணித்த பிரதமர் இந்திரா காந்தி, மூன்று மாநில முதல்வர்களும் அமர்ந்து பேச்சுவார்த்தை நடத்துமாறு கேட்டுக்கொண்டார்.

இந்நிலையில், தமிழ்நாடு அரசு மற்றும் பலர் தொடர்ந்த வழக்கை விசாரித்த உச்ச நீதிமன்றம், 25 அக்டோபர் 1971 அன்று தீர்ப்பு வழங்கியது. மைசூர் அரசு கட்டவிருக்கும் புதிய அணைத் திட்டங்களால் தமிழகத்துக்கு எந்த அளவுக்குச் சேதம் ஏற்படும்

என்பதை நிரூபிப்பது சாத்தியமில்லை என்பதால், அந்தத் திட்டங்களுக்குத் தடை போட முடியாது என்றது. இது தமிழகத்துக்கு மிகப்பெரிய பின்னடைவாக அமைந்தது. ஆனாலும் தீர்ப்பாய கோரிக்கை உச்ச நீதிமன்ற விசாரணையில் நீடித்தது.

21 மே 1972 அன்று தமிழகம் வந்த பிரதமர் இந்திரா காந்தி தமிழக முதல்வர் கருணாநிதியை அழைத்துப் பேசினார். அப்போது காவிரியை முன்வைத்துத் தொடரப்பட்ட வழக்கு உச்ச நீதிமன்றத்தில் நிலுவையில் இருந்தால் பேச்சுவார்த்தை நடத்துவதும் அடுத்தடுத்த முடிவுகளை எடுப்பதும் சிரமமாக இருக்கும். ஆகவே, அதைத் திரும்பப் பெற வேண்டும். அதன்பிறகு பிரச்னையைச் சுமூகமாகத் தீர்ப்பதற்குத் தேவையான எல்லா உதவிகளையும் இந்திய அரசு செய்யும் என்று வாக்குறுதியளித்தார் பிரதமர் இந்திரா. இந்தச் செய்தியைத் தமிழக பொதுப்பணித்துறை அமைச்சர்களாக வெவ்வேறு காலகட்டங்களில் இருந்த ப.உ.சண்முகம், சாதிக் பாட்ஷா இருவரும் உறுதிசெய்துள்ளனர்.

29 மே 1972 அன்று தமிழ்நாடு, மைசூர், கேரளா மாநிலங்களின் முதலமைச்சர்கள் மாநாடு டெல்லியில் நடந்தது. அதில் தமிழக முதலமைச்சர் கருணாநிதி, மைசூர் முதலமைச்சர் தேவராஜ் அர்ஸ், கேரள முதலமைச்சர் அச்சுதமேனன் ஆகியோர் பங்கேற்றனர்.

மத்திய நீர்ப்பாசனத்துறை அமைச்சர் கே.எல்.ராவ் முன்னிலையில் மூன்று நாள்களுக்கு நடந்த அந்த மாநாட்டில் சில முக்கிய முடிவுகள் எடுக்கப்பட்டன. பேச்சுவார்த்தைகளின் வழியாகவே காவிரி பிரச்னைக்கான தீர்வைக் காண்பது என்பது முக்கியமான முடிவு. அதன் பொருள், காவிரி பிரச்னையை முன்வைத்துத் தொடரப்பட்ட வழக்குகள் தேவையில்லை என்பது. அதன் உட்பொருள்: தீர்ப்பாயம் தேவையில்லை என்பது.

அடுத்து, காவிரி உண்மை அறியும் குழுவை (Fact Finding Committee) உருவாக்கி, தற்போது காவிரியில் செயல்பட்டு வருகின்ற திட்டங்கள், எதிர்காலத்தில் மேற்கொள்ளப்பட இருக்கும் திட்டங்கள், பயன்படுத்தப்படும் நீரின் அளவு, உபரி நீரின் அளவு ஆகியன குறித்த தகவல்களை விரிவான அளவில் திரட்டவேண்டும் என்று முடிவானது.

அதேசமயம், இந்தக் குழுவின் பணி தகவல்களைத் திரட்டித் தருவது மட்டும்தானே தவிர அவற்றின் அடிப்படையில் எவ்விதமான பரிந்துரைகளையும், மத்திய, மாநில அரசுகளுக்கு வழங்குவது அல்ல என்று தீர்மானமாக முடிவு செய்யப்பட்டது.

உண்மை அறியும் குழு கொடுக்கும் அறிக்கையின் அடிப்படையில் காவிரி நதிநீர்ச் சிக்கலை எப்படித் தீர்ப்பது என்பது குறித்து

சம்பந்தப்பட்ட மாநில அரசுகளும் மத்திய அரசும் பேசிக்கொள்ளலாம் என்று தீர்மானிக்கப்பட்டது. அதுவரை தேவைக்கு அதிகமான நீரைத் தேக்கவும் கூடாது, பயன்படுத்தவும் கூடாது என்று மாநில முதலமைச்சர்கள் கூட்டாக முடிவெடுத்தனர். பிரச்னையைத் தீர்க்க ஆறுமாத அவகாசமும் நிர்ணயிக்கப்பட்டது.

இப்போது தமிழக அரசு தொடர்ந்த வழக்கு பற்றி முடிவெடுக்க வேண்டிய தருணம் வந்தது. தமிழகத்தின் உயிர்நாடிப் பிரச்னையில் தனித்து முடிவெடுக்காமல், அனைத்துக் கட்சித் தலைவர்களிடமும் ஆலோசனை கேட்க விரும்பினார் முதலமைச்சர் கருணாநிதி. அதன்படி அனைத்துக் கட்சிக்கூட்டம் கூடியது. அங்கே விரிவாக விவாதித்து, அவர்களுடைய ஒப்புதலுடன் வழக்கைத் திரும்பப் பெறுவதாக அறிவித்தார் முதலமைச்சர் கருணாநிதி.

ஆம், காவிரி பிரச்னையைத் தீர்க்க தீர்ப்பாயம் கோரி தொடரப்பட்ட வழக்கு திரும்பப்பெறப்பட்டதுதான் காவிரி பிரச்னையில் நடந்தேறிய மிகப்பெரிய தவறு என்ற விமரிசனம் இன்றளவும் தொடர்கிறது. ஆனால், பேச்சுவார்த்தையின் வழியே காவிரிப் பிரச்னை முடிவுக்கு வராத பட்சத்தில் வழக்கை மீண்டும் தொடுக்கும் உரிமையுடனேயே திரும்பப் பெற்றிருப்பதாகச் சொன்னார் முதல்வர் கருணாநிதி.

12 ஜூன் 1972 அன்று காவிரி உண்மை அறியும் குழு அமைக்கப்பட்டது. அந்தக் குழுவில் பி.ஆர்.அஹூஜா, ஜதீந்திர சிங் என்ற இரண்டு பொறியாளர்கள், ஜே.எஸ். பட்டேல் என்கிற ஓய்வுபெற்ற விவசாயத்துறை ஆணையர், பி.டி. பால் என்கிற நீதிபதி ஆகியோர் இடம்பெற்றனர்.

15 ஜூன் 1972 அன்று தனது பணிகளைத் தொடங்கி 15 செப்டெம்பர் 1972ல் முடித்து அறிக்கை கொடுக்கவேண்டும் என்பதுதான் உண்மை அறியும் குழுவுக்குத் தரப்பட்ட கால வரம்பு. அதற்காக மத்திய நீர் மற்றும் மின்சார ஆணைய அதிகாரிகளை உண்மை அறியும் குழுவுக்குக் கொடுத்திருந்தது மத்திய அரசு.

உண்மை அறியும் குழு தனது ஆய்வுகளை முடித்து அறிக்கை கொடுக்கும் வரையிலான காலகட்டத்தில், சம்பந்தப்பட்ட அரசுகள் எடுக்கும் எந்தவொரு நடவடிக்கையும் காவிரிப் பிரச்னையை மேலும் பலவீனம் செய்துவிடாத வகையில் இருக்கவேண்டும் என்று தீர்மானிக்கப்பட்டது.

ஒவ்வொரு மாநிலத்துக்கும் மூன்று முறை பயணம் செய்து, நீண்ட நெடிய ஆய்வுகளை மேற்கொண்ட உண்மை அறியும் குழு, தனது முதல் அறிக்கையை 15 டிசம்பர் 1972 அன்று கொடுத்தது. அந்த

அறிக்கையைப் படித்துப் பார்த்த தொடர்புடைய மாநில முதல்வர்கள் 29 ஏப்ரல் 1973 அன்று மத்திய அமைச்சர் கே.எல்.ராவ் முன்னிலையில் சந்தித்து ஆலோசனை நடத்தினர்.

பிறகு உண்மை அறியும் குழுவிடம் தங்களுடைய சந்தேகங்களையும் கேள்விகளையும் எழுப்பினர். முதல்வர்களின் கோரிக்கையை ஏற்று கூடுதல் அறிக்கை ஒன்றை 14 ஆகஸ்டு 1973 அன்று கொடுத்தது உண்மை அறியும் குழு. பிறகு 9 அக்டோபர் 1973 அன்று மீண்டும் ஒருமுறை மாநில முதலமைச்சர்கள் கூடி விவாதித்தனர்.

அதன் நீட்சியாக, 1973 அக்டோபரில் மத்திய நீர்ப்பாசனத்துறை கூடுதல் செயலாளர் சி.சி. பட்டேல் தலைமையில் ஒரு நபர் கமிட்டி ஒன்றை நியமித்தது மத்திய அரசு. அவர் இரு மாநிலங்களின் நீர்ச்சிக்கல்கள் மற்றும் அவற்றுக்கான தீர்வுகள், நீர் சேமிப்பு குறித்து மேலும் விரிவான ஆய்வுகளை மேற்கொண்டார்.

தொழில்நுட்ப ரீதியாக ஆய்வுகள் ஒருபக்கம் நடந்துகொண்டிருக்க, அரசியல் ரீதியான பேச்சுவார்த்தைகள் இன்னொரு பக்கம் தொடர்ந்தன. குறிப்பாக, 1974 ஜூனில் நடந்த முதலமைச்சர்கள் அளவிலான பேச்சு வார்த்தையில் மத்திய அமைச்சர் கே.சி. பந்த்தும், 1974 நவம்பரின் நடந்த பேச்சுவார்த்தையில் மத்திய அமைச்சர் ஜெகஜீவன் ராமும் தலைமை வகித்தனர்.

உண்மையில், 1974 ஆம் ஆண்டு காவிரி பிரச்னையின் மிகமுக்கியமான காலகட்டம். 1924 ஆம் ஆண்டு போடப்பட்ட ஒப்பந்தம் ஐம்பதாண்டுகள் மட்டுமே செல்லக்கூடியது. அதன்பிறகு காலாவதியாகிவிடும். ஆகவே, அந்த ஒப்பந்தத்துக்குக் கட்டுப்பட வேண்டிய அவசியம் இல்லை என்பது கர்நாடக அரசின் நிலைப்பாடு. (மைசூர் மாநிலத்தின் பெயர் கர்நாடகம் என்று அதிகாரபூர்வமாக மாற்றப்பட்டிருந்தது.)

1924 ஒப்பந்தம் கையெழுத்தாகி ஐம்பதாண்டுகள் நிறைவடைந்ததும் ஒப்பந்தத்தை மறு ஆய்வு செய்து, இத்தனை ஆண்டுகளில் கிடைத்த அனுபவத்தைக் கொண்டு ஒப்பந்தத்தைத் திருத்திக்கொள்ளவேண்டும் என்பதுதான் 1924 ஒப்பந்தத்தின் பிரதான அம்சம் என்பது தமிழக அரசின் நிலைப்பாடு. இருவருமே தத்தமது நிலைப்பாட்டில் விடாப்பிடியாக இருந்த நிலையில், காவிரி விவகாரம் உச்சகட்டத்தை அடைந்தது.

{ 8 }

காவிரி ஒப்பந்த வரைவு 1974

காவிரி விவகாரத்தில் இருதரப்பும் ஏற்றுக் கொள்ளக்கூடிய தீர்வை எட்டுவதற்கு எடுக்கப் பட்ட முயற்சிகள் ஏராளம். குறிப்பாக, எழுபது களின் தொடக்கத்தில் மத்திய நீர்ப்பாசனத்துறை அமைச்சரின் முன்னிலையில் மாநில முதலமைச்சர்கள் அளவிலான தொடர் பேச்சுவார்த்தைகள் ஓரளவுக்குப் பலன் கொடுப்பதற்கான சுவடுகள் தென்பட்டன.

29 நவம்பர் 1974 அன்று கூடிய கூட்டத்தில் மத்திய அரசு தயாரித்த காவிரி ஒப்பந்த வரைவு சமர்ப்பிக்கப்பட்டது. அந்த வரைவுக்கு மூன்று இலக்குகள் இருந்தன.

ஒன்று, காவிரி நீருக்கு உரிமையுள்ள மாநிலங்கள் நான்கும் அதனை உகந்த வகையில் பயன்படுத்திக் கொள்வது.

இரண்டு, சிக்கனமான வகையில் நீரைப் பயன்படுத்துவதன்மூலம் கிடைக்கும் உபரி நீரைக் கூடுதல் நீர்ப்பாசனத் திட்டங்களுக்கும் தொழில் திட்டங்களுக்கும் பயன்படுத்திக்கொள்வது.

மூன்று, நீர்த்தேக்கங்களின் பராமரிப்பையும் செயல் பாடுகளையும் ஒருங்கிணைப்பதன் வழியே சிறப்பான வகையில் காவிரி நீரைப் பயன்படுத்திக்கொள்வது.

மேற்கண்ட மூன்று இலக்குகளையும் அடையும் நோக்கத்துடன் காவிரி பள்ளத்தாக்கு ஆணையம் (Cauvery Valley Authority) உருவாக்கப்பட்டது. தமிழ்நாடு, கர்நாடகா, கேரளா, புதுச்சேரி மாநிலங்களிலிருந்து தலா ஒரு நீர்ப்பாசனப் பொறியாளரை உறுப்பினராகவும், மத்திய அரசால் நியமிக்கப்பட்ட நீர்ப்பாசனப் பொறியாளரைத் தலைவராகவும் கொண்ட அமைப்பு இது. இந்த அதிகார அமைப்புக்கென பிரத்யேகப் பணிகளும் நிர்ணயிக்கப்பட்டன.

கிடைக்கக்கூடிய நீரின் அளவு குறித்த துல்லியமான தகவல்களைச் சேகரித்து, அதன் வழியே மாநிலங்களுக்குக் கிடைக்கவேண்டிய நீரின் அளவு உரிய விகிதத்தில் கிடைப்பதற்கு உறுதி செய்வது.

காவிரியை மையமாக வைத்து இரு மாநிலங்களும் உருவாக்கி யிருக்கும் நீர்ப்பாசனத் திட்டங்கள் சரியான அளவில், நியாயமான முறையில் நீரைப் பயன்படுத்தும் வகையில் இருக்கின்றனவா என்பதை அவ்வப்போது சோதனை செய்வது.

சம்பந்தப்பட்ட மாநிலங்கள் தங்களுடைய பாசனத்துக்குத் தேவையானது போக எஞ்சிய நீரை வீணாக்காமல் சேமிப்பதை உறுதிசெய்து, சேமிக்கப்பட்ட நீரை அந்தந்த மாநிலங்களுக்கே மறுபடியும் பகிர்ந்தளிக்க ஏற்பாடு செய்வது.

இப்படி பல்வேறு அம்சங்களைக் கொண்ட ஒப்பந்த வரைவு 1974 தொடர்ந்து ஈராண்டுகளுக்கு விவாதிக்கப்பட்டது. நவம்பர் 1974-ல் முதல் கட்டமாக விவாதித்தனர். ஒப்பந்த அம்சங்கள் குறித்து மாநிலங்களுக்கு இடையே கருத்துவேறுபாடுகள் இருந்தன. என்றாலும், அடுத்தடுத்த விவாதங்களில் முரண்கள் களையப்படும் என்ற எதிர்பார்ப்பு இருந்தது. ஆனால் கர்நாடகத்திலிருந்து சற்று காட்டமான எதிர்வினைகள் வந்தன.

'புதிய ஒப்பந்த வரைவு 1924 ஒப்பந்தம் செய்ததைவிட ஆயிரம் மடங்கு அதிகமான அநீதியை இழைக்கும். இதனைக் கர்நாடக அரசு ஏற்றுக் கொண்டால் கர்நாடகத்துக்குப் பேரழிவு காத்திருக்கிறது என்று பொருள்' என்றார் கர்நாடக மாநில நீர்ப்பாசனத்துறை அமைச்சர் நஞ்சே கௌடா. 'அறிவியல் பூர்வமற்ற, நடைமுறை சாத்தியமற்ற ஒப்பந்த வரைவு இது' என்று விமரிசித்த கர்நாடக மாநில பொதுப் பணித்துறை அமைச்சர் சென்னபசப்பா, 'இதை ஏற்றுக்கொண்டால் குழப்பமும் குளறுபடியுமே மிஞ்சும்' என்றார்.

பிறகு 17 பிப்ரவரி 1975 அன்று மீண்டும் ஒருமுறை கூடி விவாதித்தனர். ஆனால் தமிழ்நாடு, கர்நாடகம் என்ற இரண்டு மாநில அரசுகளுக்குமே அந்த ஒப்பந்த வரைவில் திருப்தியில்லை.

காவிரி பிரச்னையைத் தீர்க்க இனி பேச்சுவார்த்தை நடத்துவதால் பலனில்லை என்ற முடிவுக்கு வந்தது தமிழக அரசு. அடுத்த கட்ட நகர்வு குறித்து விவாதிக்க அனைத்துக் கட்சிக் கூட்டத்துக்கு அழைப்பு விடுத்தார் முதலமைச்சர் கருணாநிதி. அந்தக் கூட்டத்தில் எடுக்கப் பட்ட முடிவின்படி, 'காவிரி பிரச்னையைத் தீர்க்க தீர்ப்பாயம் அமைப்பதுதான் ஒரே வழி என்பதால் தீர்ப்பாயத்தை விரைந்து அமைக்கவேண்டும்' என்று 1975 மே மாதம் வேண்டுகோள் விடுத்துக் கடிதம் எழுதியது தமிழக அரசு. இந்தக் கோரிக்கையை கருணாநிதி அரசு மத்திய அரசுக்கு வைப்பது இரண்டாவது முறை.

கடிதம் எழுதியதோடு, திமுக நாடாளுமன்ற உறுப்பினர்கள் பிரதமர் இந்திரா காந்தியை நேரில் சந்தித்து, தீர்ப்பாயம் அமைக்க வேண்டுமென்று வலியுறுத்தினர். அடுத்து குடியரசுத் தலைவர் ஃபக்ருதீன் அலி அகமதுவை நேரில் சந்தித்து தீர்ப்பாயம் அமைக்க வேண்டியதன் அவசியம் பற்றி எடுத்துக்கூறினர்.

தமிழக அரசின் தீர்ப்பாயக் கோரிக்கை குறித்து கருத்து தெரிவித்த கர்நாடக அரசு, 'பேச்சுவார்த்தைகளுக்கான கதவு அடைபட்டு விடவில்லை. காவிரி பிரச்னையைத் தீர்ப்பதற்கு நான்கைந்து வழிகள் இருக்கின்றன. அவற்றில் இறுதி வழிதான் தீர்ப்பாயம். அதேசமயம், தீர்ப்பாயத்தைக் கண்டு நாங்கள் பயப்படவில்லை' என்றது.

தமிழக அரசின் தீர்ப்பாயக் கோரிக்கையை இந்திரா அரசு ஏற்கவில்லை. மாறாக, இரு மாநிலங்களும் நிராகரித்த ஒப்பந்த வரைவில் சில திருத்தங்களைக் கொண்டுவந்து, மீண்டும் முதலமைச்சர்கள் அளவிலான கூட்டத்தில் வைத்து விவாதிக்க முடிவெடுத்தது. ஆறு மாதங்களில் அனைத்து நதிநீர்ச் சிக்கல்களையும் தீர்க்கவிரும்புகிறது மத்திய அரசு என்ற அறிவிப்பையும் வெளியிட்டார் பிரதமர் இந்திரா. அதனை வழிமொழிந்த மத்திய நீர்வளத்துறை அமைச்சர் ஜெகஜீவன் ராம், இந்தியாவின் நீர்ப்பாசனத் திட்டங்கள் பலவற்றுக்கும் உலக வங்கியின் உதவி கிடைக்க விருப்பதாக அறிவித்தார்.

இடைப்பட்ட காலத்தில் இந்தியாவில் மிகப்பெரிய அரசியல் மாற்றம் நடந்தேறியிருந்தது. அலகாபாத் உயர் நீதிமன்றத் தீர்ப்பின் காரணமாக பிரதமர் பதவியிலிருந்து விலகவேண்டிய நெருக்கடி பிரதமர் இந்திராவுக்கு உருவானது. ஆனால் தனக்கு ஏற்பட்ட சட்ட நெருக்கடியை ஒட்டுமொத்த இந்தியாவுக்குமான நெருக்கடியாக மாற்றும் வகையில், 'எமர்ஜென்சி' கொண்டுவந்தார்.

நெருக்கடி நிலை அமலில் இருந்த காலத்தில்தான் இந்தியாவின் ஏனைய மாநிலங்களில் இருந்த நதிநீர்ப் பிரச்னைகள் ஒவ்வொன்றாகத்

தீர்க்கப்பட்டன. தீர்ப்பாயங்கள் அமைக்கும் பணிகள் வேகமெடுத்தன. முதலில் கோதாவரி நதிநீர்த் தீர்ப்பாயம் அமைக்கப்பட்டது. இது அடுத்தடுத்த பிரச்னைகளைத் தீர்ப்பதற்கான நல்லதொரு தொடக்கமாக இருக்கும் என்றார் மத்திய அமைச்சர் ஜெகஜீவன் ராம்.

பாரக் நதிநீரை முன்வைத்து அசாம் - மணிப்பூர் இடையே நிலவிய சர்ச்சைகளுக்குத் தீர்வு காணும் வகையில் 1975 டிசம்பரில் தீர்ப்பாயம் அமைக்கப்பட்டது. அதேபோல, பஞ்சாப் - ஹரியானா இடையே நிலவிய ராவி - பியாஸ் நதிநீர்ச் சிக்கலைத் தீர்க்க 1976 பிப்ரவரியில் தீர்ப்பாயம் அமைக்கப்பட்டது. முக்கியமாக, ஆந்திராவின் கிருஷ்ணா நதி மூலம் சென்னை மாநகரத்தின் குடிநீர்த் தேவையைச் சமாளிக்கத் தேவையான ஒப்பந்தம் ஒன்று 1976 ஏப்ரலில் கையெழுத்தானது.

அந்த வரிசையில், காவிரி நதிநீர் விவகாரத்தையும் கையிலெடுத்தது இந்திய அரசு. காவிரி நீர்ப்பாசனத் திட்டங்களுக்காக உலக வங்கியின் நிதி கிடைக்கக்கூடிய சூழல் உருவாகியிருப்பதால், தொடர்புடைய மாநில ஆட்சியாளர்களுடன் பேச்சுவார்த்தைகளைத் தொடரப் போவதாக 1976 மார்ச்சில் அறிவித்தார் மத்திய நீர்வளத்துறை அமைச்சர் ஜெகஜீவன் ராம்.

அதன் நீட்சியாக மத்திய நிதியமைச்சர் சி.சுப்பிரமணியத்தை நேரில் சந்தித்துப் பேசிய தமிழக எம்.பிக்கள் குழு, காவிரி விவகாரத்தை விரைந்து தீர்க்க ஏதுவாகத் தீர்ப்பாயம் அமைப்பதற்கான முயற்சிகளை எடுக்குமாறு கேட்டுக்கொண்டது. ஆனால் இந்திய அரசோ 1976 ஆகஸ்டு மாதத்தில் சற்றே திருத்தப்பட்ட காவிரி ஒப்பந்த வரைவு ஒன்றைத் தயாரித்து சம்பந்தப்பட்ட மாநில அரசுகளுக்கு அனுப்பிவைத்தது.

அதுகுறித்து விவாதிக்க ஏற்பாடு செய்யப்பட்ட முதலமைச்சர்கள் கூட்டத்தில் கர்நாடகம், கேரளா முதல்வர்கள் பங்கேற்றனர். தமிழ்நாட்டில் ஆட்சியில் இருந்த கருணாநிதி அரசு 31 ஜனவரி 1976 அன்று கலைக்கப்பட்டு, குடியரசுத்தலைவர் ஆட்சி அமலுக்கு வந்திருந்தது. ஆகவே, தமிழகம் சார்பில் ஆளுநர் மோகன்லால் சுகாதியா பங்கேற்றார்.

அந்தக் கூட்டத்தில் முடிவேதும் எடுக்கப்படவில்லை என்றாலும், ஓரிரு விஷயங்களில் சம்பந்தப்பட்ட மாநிலங்கள் உடன்பாட்டுக்கு வந்திருப்பதாக நாடாளுமன்றத்தில் பேசினார் மத்திய நீர்வளத்துறை அமைச்சர் ஜெகஜீவன் ராம். அவர் பேசியதன் சுருக்கம் இதுதான்:

'பேச்சுவார்த்தைகள் வெளிப்படையாக நடைபெற்றன. ஒவ்வொரு மாநிலமும் தத்தமது கருத்தை வெளிப்படுத்த, அதனை மற்ற

மாநிலங்கள் அனுசரித்துச்செல்லும் வகையில் நடந்துகொண்டன. இந்தப் பேச்சுவார்த்தை நெடுநாள்களாக நிலுவையில் இருக்கும் குழப்பம் நிறைந்த காவிரிப் பிரச்னையைத் தீர்ப்பதில் ஒரு மைல்கல்.'

இது மத்திய அமைச்சர் ஜெகஜீவன் ராமின் கருத்துதானே தவிர சம்பந்தப்பட்ட மாநில முதல்வர்களோ, ஆளுநரோ அப்படிச் சொல்லவில்லை. இந்த இடத்தில், திருத்தப்பட்ட வரைவு ஒப்பந்தத்தில் இருக்கும் மேலும் சில அம்சங்களை மட்டும் இங்கே பார்க்கலாம்.

1. பயன்பாட்டுக்கான காவிரி நீரின் மொத்த அளவு 671 டி.எம்.சி. அதில் 489 டி.எம்.சி தமிழ்நாட்டுக்கு, 177 டி.எம்.சி கர்நாடகத்துக்கு, 5 டி.எம்.சி கேரளாவுக்கு என்ற அளவில் வழங்கப்படும்.

2. சாதாரண காலங்களில் மேற்கண்ட விகிதாச்சாரத்தில் தண்ணீர் பகிர்ந்துகொள்ளப்படும். ஒருவேளை, மழைக்குறைவு காரணமாக நீர்ப்பற்றாக்குறை உருவாகும் காலங்களில் மத்திய, மாநில அரசுகளைச் சேர்ந்த பிரதிநிதிகள் அடங்கிய குழுவால், பங்கீட்டு விகிதம் தீர்மானிக்கப்பட்டு, சம்பந்தப்பட்ட மாநிலங்களின் முதல்வர்கள் கூட்டத்துக்கு அனுப்பப்படும்.

3. உபரி நீரானது தமிழகம், கர்நாடகா, கேரளா இடையே 30:53:17 என்ற விகிதத்தில் பகிர்ந்துகொள்ளப்படும்.

4. நீர்ச்சேமிப்பு நடவடிக்கைகளில் சம்பந்தப்பட்ட மாநிலங்கள் தீவிரமாக ஈடுபட்டு, கிடைக்கும் நீரை ஆக்கபூர்வமாகப் பயன்படுத்த வேண்டும்.

திருத்தப்பட்ட வரைவில் இருந்த அம்சங்கள் சம்பந்தப்பட்ட மாநிலங்களை முழுமையாகத் திருப்திப்படுத்தவில்லை. ஒப்பந்தம் ஓரளவுக்குத் திருப்திகரமாக இருந்தாலும், இதுபோன்ற முக்கியத்துவம் வாய்ந்த ஒப்பந்தத்தில் மக்களால் தேர்ந்தெடுக்கப்பட்ட முதலமைச்சர் கையெழுத்திடுவதே சரியாக இருக்கும் என்று சொல்லி ஒதுங்கிக் கொண்டார் தமிழக ஆளுநர் மோகன்லால் சுகாதியா. உடனே ஏனைய முதல்வர்களும் ஒப்பந்தத்தில் கையெழுத்திடாமல் தவிர்த்தனர்.

ஆனாலும் தனது முயற்சியைக் கைவிடாத இந்திய அரசு, ஒப்பந்தத்தை இறுதி செய்யும் முயற்சியில் தொடர்ந்து ஈடுபட்டது. அதற்காக இரு குழுக்களை நியமித்தது. தொழில்நுட்ப நிபுணர்களைக் கொண்ட குழுவுக்கு சல்தானா குழு என்று பெயர். மழைக்குறைவு மற்றும் பற்றாக்குறை காலங்களில் காவிரி நீரை எப்படிப் பகிர்ந்துகொள்வது

என்பது குறித்து ஆய்வு செய்து அறிக்கை கொடுப்பது இந்தக் குழுவின் பணி.

அடுத்து, செயலாளர் அந்தஸ்து கொண்ட அதிகாரிகளைக் கொண்ட மற்றொரு குழுவும் உருவாக்கப்பட்டது. இது காவிரி பள்ளத்தாக்கு ஆணையத்துக்கான வழிகாட்டும் நெறிமுறைகளை உருவாக்கு வதற்காக அமைக்கப்பட்டது. இரண்டு குழுக்களிலும் மத்திய, மாநில அதிகாரிகள் இடம்பெற்றிருந்தனர்.

மத்திய அரசால் நியமிக்கப்பட்ட இந்த இரு குழுக்களும் உடனடியாகத் தமது பணிகளைத் தொடங்கின. சல்தானா குழு அடுத்தடுத்து ஆறு முறை சந்தித்துப் பேசியது. ஆனால் சாகுபடி முறை, சாதாரண மழை ஆண்டு, பற்றாக்குறை மழை ஆண்டு, பற்றாக்குறை ஆண்டில் நீர்ப்பகிர்வு விகிதாச்சாரம் உள்ளிட்ட அடிப்படை விஷயங்களில்கூட குழு உறுப்பினர்கள் ஒத்தக் கருத்துக்கு வரமுடியவில்லை. விளைவு, எவ்வித பரிந்துரை அல்லது அறிக்கையும் சல்தானா குழுவிடமிருந்து வரவில்லை. செயலாளர்கள் குழுவும் எவ்வித அறிக்கையையும் வெளியிடவில்லை.

1976 அக்டோபர் தொடங்கி 1977 செப்டெம்பர் வரை பேச்சு வார்த்தைகள் நடந்தபோதும் எவ்வித முடிவும் எட்டப்படவில்லை. நிலைமையைத் தங்களுக்குச் சாதகமாகப் பயன்படுத்திக்கொள்ள விரும்பிய கர்நாடக அரசு, காவிரிப் படுகையில் செயல்படுத்த ஏதுவாகப் புதிய பெருந்திட்டம் ஒன்றை உருவாக்கியது.

புகழ்பெற்ற பொறியியல் வல்லுநர் என்.டி. குலாத்தியின் சிந்தனையில் உருவான இந்தத் திட்டத்தைச் செயல்படுத்தினால் கர்நாடகாவுக்குக் கிடைக்கும் பலன்கள் அதிகம். தமிழகத்துக்கான இழப்புகள் மிக அதிகம். என்ன செய்யப் போகிறது தமிழக அரசு என்ற கேள்வி எழுந்த நிலையில், தமிழ்நாட்டில் ஆட்சி மாற்றம் ஏற்பட்டது. புதிய முதல்வராகப் பதவியேற்றார் எம்.ஜி.ஆர்.

{ 9 }

மன்னார்குடி ரங்கநாதன் வழக்கு

தமிழ்நாட்டில் மட்டும் ஆட்சிமாற்றம் ஏற்பட வில்லை. மத்திய அரசிலும் ஆட்சி மாற்றம் வந்திருந்தது. சுதந்தரம் அடைந்த காலம் தொடங்கி காங்கிரஸ் அல்லது இந்திரா காங்கிரஸ் வசமே இருந்த மத்திய ஆட்சி இப்போது முதன்முறையாக காங்கிரஸ் அல்லாத கட்சியின் வசம் வந்தது. பிரதமர் பொறுப்புக்கு மொரார்ஜி தேசாய் வந்திருந்தார். ஆக, மத்தியிலும் மாநிலத்தில் ஆட்சிமாற்றம் ஏற்பட்டிருப்பதால், காவிரி விவகாரத்திலும் அணுகுமுறை மாற்றம் இருக்குமா என்ற எதிர்பார்ப்பு எழுந்தது.

தமிழக முதல்வராகப் பதவியேற்ற எம்.ஜி.ஆரிடம் காவிரி ஒப்பந்த வரைவு 1974ன் அம்சங்கள் விவரிக்கப்பட்டன. நிபுணர்கள், அதிகாரிகளுடன் நடத்திய விரிவான ஆய்வுக்குப்பின் மத்திய அரசின் ஒப்பந்த வரைவை ஏற்கமுடியாது என்று சொன்ன முதலமைச்சர் எம்.ஜி.ஆர், அதனை ஒரு கடிதமாக எழுதி மத்திய அரசுக்கு அனுப்பினார். ஆக, 1924 ஒப்பந்தம் மறுஆய்வு செய்யப்படாத நிலையில், அதன் அடிப்படையில் காவிரி நீரைப் பகிர்ந்து கொள்வது எப்படி என்ற கேள்வி எழுந்தது.

அந்தக் கேள்விக்கு விடை தேடும் வகையில் மத்திய நீர்ப்பாசனத்துறை அமைச்சர் முன்னிலையில்

மாநில முதலமைச்சர் அளவிலான பேச்சுவார்த்தைகள் திரும்பத் திரும்ப நடந்தன. 5 ஆகஸ்டு 1978 அன்று முதல்முறையாகவும், 3 செப்டெம்பர் 1978 அன்று இரண்டாவது முறையாகவும், 9 அக்டோபர் 1978 அன்று மூன்றாம் முறையாகவும் பேச்சுவார்த்தைகள் நடந்தன. அவற்றில் எல்லாம் தமிழக முதலமைச்சர் எம்.ஜி.ஆரும் கர்நாடக முதலமைச்சர் தேவராஜ் அர்ஸூம் பங்கேற்றனர்.

இடைப்பட்ட காலத்தில் காவிரி நதிநீர்ப் பங்கீடு குறித்து தமிழ்நாடும் கர்நாடகமும் அறிக்கைகளைப் பரிமாற்றம் செய்துகொண்டன. அந்த இரண்டு அறிக்கைகளும் மத்திய அரசுக்கும் அனுப்பிவைக்கப்பட்டன.

மத்திய நீர்ப்பாசன ஆணைய அறிக்கையின்படி (1972) கர்நாடகக் காவிரிப் பகுதியில் 5.29 மில்லியன் ஏக்கர் நிலம் வறட்சியால் பாதிக்கப்பட்டுள்ளது என்றும் தமிழகத்தின் காவிரிப்பகுதியில் 3.16 மில்லியன் ஏக்கர் நிலம் மட்டுமே வறட்சியால் பாதிக்கப்பட்டுள்ளது என்றது கர்நாடகத்தின் அறிக்கை.

1971 மக்கள் தொகைக் கணக்கெடுப்பின்படி கர்நாடகாவின் மக்கள் தொகை 29.3 மில்லியன். அதற்கான நீர்வளம் 3350 டிஎம்சி. ஆனால் தமிழ்நாட்டின் மக்கள் தொகை 41 மில்லியன். அதற்கான நீர்வளம் 1300 டிஎம்சி மட்டுமே என்றது தமிழ்நாட்டின் அறிக்கை.

கர்நாடகத்தின் அறிக்கையில் இருந்த பெரும்பாலான அம்சங்கள் முழுக்க முழுக்கத் தமிழகத்தை விமரிக்கும் வகையிலேயே இருந்தன. ஆனால் தமிழகத்தின் அறிக்கை மத்திய அரசின் அலட்சியப் போக்கைக் கண்டிக்கும் வகையில் இருந்தது.

இதற்கிடையே மத்தியில் ஆட்சி மாற்றம் நடந்தது. மொரார்ஜி, சரண் சிங் அரசுகள் அடுத்தடுத்து கவிழ்ந்ததைத் தொடர்ந்து நடந்த தேர்தலில் வெற்றிபெற்று மீண்டும் பிரதமர் பதவிக்கு வந்திருந்தார் இந்திரா காந்தி. சற்றேறக்குறைய ஈராண்டுகளுக்குப் பிறகு காவிரியை முன்வைத்து மீண்டும் பேச்சுவார்த்தைகள் தொடங்கின.

18 செப்டெம்பர் 1980, 27 டிசம்பர் 1980 ஆகிய தேதிகளில் இரண்டு கட்டப் பேச்சுவார்த்தைகள் நடந்தன. மத்திய நீர்ப்பாசனத்துறை அமைச்சர் ராவ் பீரேந்திர சிங் முன்னிலையில் நடந்த அந்தப் பேச்சுவார்த்தையில் தமிழக முதல்வர் எம்.ஜி.ஆர், கர்நாடக முதல்வர் குண்டுராவ் உள்ளிட்டோர் பங்கேற்றனர். ஆனால் அந்தப் பேச்சு வார்த்தையில் பலனேதும் கிட்டவில்லை.

அப்போது காவிரி பிரச்னையைத் தீர்க்க பத்து அம்சத் திட்டம் ஒன்றைப் பரிந்துரை செய்தார் கர்நாடக முதலமைச்சர் குண்டுராவ். அவற்றில் ஐந்து அம்சங்கள் முக்கியமானவை.

1. ஒவ்வொரு மாநிலமும் தங்களுக்குத் தேவையான நீரை நியாயமான முறையில், சமமாகப் பகிர்ந்துகொள்ளவேண்டும்.

2. நீர்ப்பங்கீட்டு விகிதத்தைத் தீர்மானிக்க குறைந்த பட்சம் அறுபது ஆண்டுகளுக்கான சராசரி மழைப்பொழிவைக் கணக்கில் எடுத்துக் கொள்ளவேண்டும்.

3. ஒவ்வொரு மாநிலமும் குடிநீர் மற்றும் தொழிற்சாலைத் தேவைகள் முழுவதையும் தங்களுக்கு ஒதுக்கீடு செய்யப்படும் நீரைக்கொண்டே நிறைவேற்றிக்கொள்ளவேண்டும்.

4. தங்கள் பகுதியில் நீர்ச்சக்தியை உருவாக்கிக்கொள்ளும் உரிமை சம்பந்தப்பட்ட மாநிலத்துக்கு உண்டு.

5. நீர்ப்பகிர்வு தொடர்பான விகிதாச்சாரங்கள் அனைத்தும் பரஸ்பரம் ஒப்புக்கொள்ளப்பட்ட தரவுகளின் அடிப்படையி லேயே இருக்க வேண்டும்.

முழுக்க முழுக்க கர்நாடகத்தின் தேவையை ஒட்டியும், நதிநீர்ப் பகிர்வில் கீழ்ப்பயன்பாட்டு உரிமை கொண்ட மாநிலங்களின் தேவைகளை உதாசீனம் செய்யும் வகையிலும் அமைந்த இந்த பத்து அம்சத் திட்டத்தைத் தமிழகம் உள்ளிட்ட மாநிலங்கள் ஏற்கவில்லை. அதுபற்றி விவாதிக்க முதலமைச்சர்கள் அளவிலான கூட்டத்துக்கு ஐந்து முறை அழைப்புகள் விடுக்கப்பட்டன.

ஆனால் ஒவ்வொரு முறையும் ஒன்று அல்லது இரண்டு முதலமைச்சர்கள் 'பங்கேற்க இயலவில்லை' என்ற ஒரே காரணத்தைச் சொல்லி விலகிக் கொள்வார்கள். உடனே கூட்டம் ரத்து செய்யப்படும். விளைவு, குண்டுராவ் திட்டம் மேற்கொண்டு விவாதிக்கப்படவே இல்லை.

என்றாலும், 13 ஆகஸ்டு 1981 அன்று மத்திய நீர்ப்பாசனத்துறை அமைச்சர் முன்னிலையில் தமிழக முதல்வர் எம்.ஜி.ஆரும் கர்நாடக முதல்வர் குண்டுராவும் சந்தித்துப் பேசினர். அந்த முயற்சியும் வெற்றி பெறாத நிலையில், இரு மாநில முதல்வர்கள் மட்டும் பேசிப்பார்ப்பது என்று முடிவானது.

அதற்கு முன்னதாக அனைத்துக் கட்சிக் கூட்டத்துக்கு அழைப்பு விடுத்தார் முதலமைச்சர் எம்.ஜி.ஆர். அப்போது 1924 ஒப்பந்தத்தைப் புதுப்பிப்பது குறித்த எவ்வித அழுத்தத்தையும் கொடுக்கவேண்டாம். அதற்குப் பதிலாக, நடப்பில் இருக்கும் தமிழக ஆயக்கட்டுக்கு எவ்வித ஆபத்தும் நேர்ந்துவிடாமலிருக்கத் தேவையான பாதுகாப்பை உறுதிசெய்யும் வகையில் பேச்சுவார்தை இருக்கட்டும் என்று ஆலோசனை தரப்பட்டது.

அதனைத் தொடர்ந்து எம்.ஜி.ஆர் - குண்டுராவ் இடையிலான பேச்சுவார்த்தை 14 அக்டோபர் 1981 அன்று தொடங்கி இரு தினங்களுக்கு நடந்தது. பெரிய எதிர்பார்ப்புடன் நடந்த அந்தப் பேச்சுவார்த்தையும் தோல்வியில் முடிந்தது. என்றாலும், அடுத்த பேச்சுவார்த்தையைச் சென்னையில் வைத்து நடத்துவதென முடிவானது. ஆனால் முதலமைச்சர் எம்.ஜி.ஆரோ, 'காவிரி விவகாரத்தில் கர்நாடகத்தின் செயல்பாடுகள் ஆக்கபூர்வமான வகையில் இல்லை. தேசிய ஒருமைப்பாட்டுக்கு எதிராகவும் இருக்கிறது' என்று விமரிசித்தார். விளைவு, திட்டமிட்டபடி பேச்சு வார்த்தைகள் எதுவும் நடைபெறவில்லை.

போதாக்குறைக்கு, 1982 ஜனவரியில் கர்நாடகாவிலிருந்து புதிய பிரச்னை எழுந்தது. அதன் பெயர், மேகேதாட்டு அணை. அந்தத்திட்டம் செயல்படுத்தப்பட்டால், அது தமிழ்நாட்டுக்குப் பெருஞ்சேதத்தை ஏற்படுத்தும், நீர்வரத்தைப் பாதிக்கும் என்று தமிழகத்திலிருந்து எதிர்க் குரல்கள் எழுந்தன. ஆனால் அந்தக் குற்றச்சாட்டை 'புரிந்து கொள்ள முடியாத புகார்' என்று நிராகரித்தார் கர்நாடக முதல்வர் குண்டுராவ்.

உண்மையில், மேகேதாட்டு அணைத் திட்டம் தொடர்பான எண்ணம் கர்நாடக அரசுக்கு உருவானதற்குத் தமிழகமும் ஒரு காரணம். ஆம், அறுபதுகளின் தொடக்கத்தில் மேகேதாட்டுவுக்கும் மேட்டூருக்கும் இடையே ஒகேனெக்கல் மின்திட்டத்தைச் செயல்படுத்த முயற்சி எடுத்தது தமிழ்நாடு அரசு. திட்டத்தை நிறைவேற்ற கர்நாடகத்துக்குச் சொந்தமான இடம் கொஞ்சம் தேவைப்பட்டது. ஆகவே, திட்டத்துக்குக் கர்நாடகத்தின் ஒத்துழைப்பும் உதவியும் தேவைப்பட்டன.

அதுதொடர்பான பேச்சுவார்த்தைகள் நடைபெற்றபோதுதான் கர்நாடகம் மேகேதாட்டு அணைத் திட்டத்தை வகுத்தது. ஆனால் அதனை முதல்வர் எம்.ஜி.ஆர் தீவிரமாக எதிர்த்தார். விளைவு, இரு மாநிலங்களிடையே கருத்துவேறுபாடுகள் முற்றி, பேச்சு வார்த்தைகள் நின்றுபோயின.

இதற்கிடையே கர்நாடகத்தில் ஆட்சி மாற்றம் ஏற்பட்டது. புதிய முதல்வராக ராமகிருஷ்ண ஹெக்டே பதவியேற்றார். 5 ஏப்ரல் 1983 அன்று மத்திய நீர்ப்பாசனத்துறை அமைச்சர் ராம் நிவாஸ் மிர்தா முன்னிலையில் தமிழகத்தின் சார்பில் முதல்வர் எம்.ஜி.ஆரும் கர்நாடக முதல்வர் ராமகிருஷ்ண ஹெக்டேவும் நேரில் சந்தித்துப் பேசினர்.

ஆய்வுக்குழு செல்வதும், அதிகாரிகள் ஆய்வுசெய்வதும், நிபுணர்கள் பேசுவதும், திட்ட வரைவுகள் சமர்ப்பிப்பதும், முதலமைச்சர்கள்

அளவிலான பேச்சுவார்த்தைகள் நடப்பதும் என்று காவிரிப் பிரச்னை வெறுமனே காற்றிலும் காகிதத்திலுமே நகர்ந்துகொண்டிருந்த நிலையில், இந்தப் பிரச்னைக்கெல்லாம் ஒரே தீர்வு தீர்ப்பாயம் அமைப்பதுதான் என்ற எண்ணம் தமிழக விவசாயிகளுக்கும் வந்து சேர்ந்தது.

அதன் நீட்சியாக, 26 நவம்பர் 1983 அன்று தமிழ்நாடு காவிரி நீர்ப்பாசன விளைபொருள்கள் விவசாயிகள் நலவுரிமைப் பாதுகாப்புச் சங்கத்தின் சார்பில் பொன்னுசாமி ரெட்டியார், மன்னார்குடி ரங்கநாதன் இருவரும் உச்ச நீதிமன்றத்தில் ரிட் மனு (No. 13347 of 1983) ஒன்றைத் தாக்கல் செய்தனர். மாநிலங்களுக்கு இடையிலான நதிநீர்த் தகராறு சட்டம் 1956ன்படி, காவிரி பிரச்னையைத் தீர்க்க தீர்ப்பாயம் அமைக்க வேண்டும் என்பதுதான் அவர்களுடைய கோரிக்கை.

வழக்கு தொடரப்பட்டு சில மாதங்கள் ஆகியிருந்த நிலையில் பிரதமர் இந்திரா காந்தி அவரது பாதுகாவலர்களால் கொல்லப்பட்டார். அதைத் தொடர்ந்து புதிய பிரதமராக ராஜீவ் காந்தி பதவியேற்றார். காவிரி பிரச்னை குறித்த அவருடைய அணுகுமுறை என்னவாக இருக்கப்போகிறது என்ற எதிர்பார்ப்புகள் எழுந்த நிலையில், 5 நவம்பர் 1985 அன்று அதிகாரிகள் அளவிலான பேச்சுவார்த்தை நடந்தது. அதன் நீட்சியாக 23 நவம்பர் 1985 அன்று முதல்வர்கள் எம்.ஜி.ஆரும் ராமகிருஷ்ண ஹெக்டேவும் பங்கேற்றுப் பேசினர்.

மேற்கண்ட எல்லா நடவடிக்கைகளும் தோல்வியைத் தழுவிய நிலையில், இனியும் பேசிக்கொண்டிருப்பதில் அர்த்தமில்லை என்ற முடிவுக்கு வந்த தமிழக அரசு, தீர்ப்பாயம் அமைக்கவேண்டும் என்ற கோரிக்கையை முன்வைத்தது. இந்தக் கோரிக்கையை எம்.ஜி.ஆர் தலைமையிலான அதிமுக அரசு முன்வைப்பது அதுதான் முதன்முறை. ஆம், ஆட்சிக்கு வந்து எட்டாண்டுகளுக்குப் பிறகு தீர்ப்பாய கோரிக்கையை முன்வைத்தார் எம்.ஜி.ஆர்.

எப்போதெல்லாம் தமிழக அரசு தீர்ப்பாயம் கோருகிறதோ, அப்போதெல்லாம் பேச்சுவார்த்தைகள் நடத்தக் கோரி அழுத்தம் கொடுப்பது மத்திய அரசின் வழக்கம். அதுவே இம்முறையும் நடந்தது. மீண்டும் ஒருமுறை பேசிப்பாருங்கள், நல்லதே நடக்கும் என்று உத்தரவாதம் கொடுத்தது மத்திய அரசு. ஆகட்டும் என்றார் எம்.ஜி.ஆர்.

16 ஜூன் 1986 என்று மத்திய நீர்வளத்துறை அமைச்சர் பி. சங்கரானந்த் முன்னிலையில் இருமாநில முதல்வர்கள் சந்தித்துப் பேசினர். ஒவ்வொருவரும் அவரவர் தரப்பில் உறுதியாக இருக்கவே, பேச்சு வார்த்தை தோல்வியில் முடிந்தது. ஆக, தீர்ப்பாயம் அமைப்பது

மட்டுமே காவிரிப் பிரச்னைக்கு சரியான தீர்வு என்ற நிலைப்பாட்டுக்குத் தமிழக அரசு வந்தது.

ஆம், முதலில் கருணாநிதி தலைமையிலான திமுக அரசு தீர்ப்பாயம் வேண்டுமென மத்திய அரசிடம் கோரியது. பிறகு உச்ச நீதிமன்றத்தில் வழக்கு தொடர்ந்தது. பிறகு பிரதமர் இந்திரா கொடுத்த வாக்குறுதியின் அடிப்படையில் அந்த வழக்கு திரும்பப்பெறப்பட்டது. பிறகு ஆட்சிக்கு வந்தது முதல் பல்வேறு கட்டப் பேச்சுவார்த்தைகள் நடத்தி, அத்தனையும் தோல்வியுற்ற நிலையில், மீண்டும் தீர்ப்பாயம் கோருவதென எம்.ஜி.ஆர் தலைமையிலான அதிமுக அரசு முடிவெடுத்தது.

1986 ஜூலை மாதம் மத்திய அரசுக்குக் கடிதம் எழுதிய தமிழக முதலமைச்சர் எம்.ஜி.ஆர், காவிரிப் பிரச்னைக்குப் பேச்சுவார்த்தை மூலம் தீர்வுகாணும் அனைத்து முயற்சிகளும் தோல்வி யடைந்திருக்கும் நிலையில், பிரச்னையைத் தீர்க்க தீர்ப்பாயம் அமைப்பதே சரியான வழியாக இருக்கும் என்று அதிகாரபூர்வமாகக் கோரிக்கை விடுத்தார்.

கிட்டத்தட்ட இதே சமயத்தில் மன்னார்குடி ரங்கநாதன் உள்ளிட்டோர் தொடர்ந்த வழக்கு அடுத்த கட்டத்துக்கு நகர்ந்தது. தீர்ப்பாயம் கோரிய அந்த வழக்கில் 1986 நவம்பர் மாதம் தமிழக அரசும் சேர்ந்து கொண்டது. இது காவிரி விவகாரத்தில் மிக முக்கியமான நிகழ்வு.

தீர்ப்பாயம் கோரி நீதிமன்றத்தை அணுகத் தமிழக அரசு எத்தனை முயற்சிகளை எடுத்தாலும், அதை உடனடியாகத் தடுத்து நிறுத்தி, பிரச்னையைப் பேச்சுவார்த்தை மேசைக்கு இழுத்துக்கொண்டு வருவதில்தான் மத்திய அரசு மீண்டும் மீண்டும் முனைப்பு காட்டியது. இம்முறையும் அதைத்தான் செய்தது.

1987-ல் தமிழக, கர்நாடக முதலமைச்சர்களுக்கு இடையிலான பேச்சு வார்த்தைக்கு மீண்டும் அழைப்பு விடுத்தது. ஆனால் கடந்த காலங்களில் நடந்த எந்தவொரு பேச்சுவார்த்தையும் உருப்படியான மாற்றத்தை உருவாக்காத நிலையில், மீண்டும் பேச்சுவார்த்தை நடத்துவதில் அர்த்தம் இல்லை என்று சொல்லி, அழைப்பைத் திட்ட வட்டமாக நிராகரித்து விட்டார் தமிழக முதலமைச்சர் எம்.ஜி.ஆர்.

சில மாதங்களில் முதலமைச்சர் எம்.ஜி.ஆர் மரணம் அடையவே, தமிழ்நாட்டில் பல்வேறு அரசியல் காட்சி மாற்றங்கள் நடந்தேறின. எம்.ஜி.ஆருக்குப் பதிலாக ஜானகி எம்.ஜி.ஆர் ஆட்சிக்கு வந்தார். ஆனால் அவரது அரசும் கலைக்கப்படவே, தமிழ்நாட்டில் குடியரசுத் தலைவர் ஆட்சி அமலுக்கு வந்தது. ஆளுநர் பி.சி.அலெக்சாண்டர்

தலைமையிலான ஆலோசனைக் குழுவே தமிழகத்தின் ஆட்சி நிர்வாகத்தைக் கவனித்துக்கொண்டது, காவிரி விவகாரம் உள்பட.

இந்நிலையில், 1988 செப்டெம்பரில் தமிழகமும் கர்நாடகமும் பேச்சுவார்த்தையில் ஈடுபடவேண்டும் என்று உச்ச நீதிமன்றம் உத்தரவிட்டது. இதன் பின்னணியில் மன்னார்குடி ரங்கநாதன் தொடர்ந்த வழக்கின் மீதான விசாரணை இருந்தது. இதில்தான் தமிழக அரசும் தன்னை இணைத்துக் கொண்டிருந்தது.

பேச்சுவார்த்தைகள் எல்லாம் தோல்வியுற்றதன் காரணமாகத்தான் விவகாரம் நீதிமன்றத்துக்கே வந்தது. ஆனால் உச்ச நீதிமன்றமோ மீண்டும் பேசுங்கள் என்று சொல்லிவிட்டது. அந்த உத்தரவு வந்தபோது தமிழகத்தில் குடியரசுத் தலைவர் ஆட்சி நடந்து கொண்டிருந்தது. ஆகவே, மாநில ஆளுநர் பி.சி.அலெக்சாண்டர்தான் தமிழக அரசின் சார்பில் பேச்சுவார்த்தையில் கலந்து கொண்டார். ஆனால் அதுவும் பலனளிக்காத நிலையில், தீர்ப்பாய கோரிக்கையை மீண்டும் வலியுறுத்தினார் தமிழக ஆளுநர் அலெக்சாண்டர்.

மத்திய அரசு எடுத்த முடிவின்படிதான் தமிழ்நாட்டில் ஜானகி எம்.ஜி.ஆர் அரசு கலைக்கப்பட்டது. அதே மத்திய அரசு எடுத்த முடிவின்படியே தமிழக ஆளுநராக பி.சி.அலெக்சாண்டர் செயல் பட்டுக் கொண்டிருந்தார். அவர்தான் தீர்ப்பாயம் வேண்டும் என்கிற கோரிக்கையை மத்திய அரசிடம் முன்வைத்தார். ஆனாலும், மத்தியில் ஆட்சியில் இருந்த ராஜீவ் காந்தி அரசு ஆளுநரின் கோரிக்கைக்கு செவிமடுக்கவில்லை. மாறாக, பேச்சுவார்த்தை மூலமே தீர்வுகாண வேண்டும் என்ற பழைய பல்லவியையே திரும்பத்திரும்பப் பாடியது.

ஆளுநர் ஆட்சியை முடிவுக்குக் கொண்டுவரும் வகையில், தமிழ்நாடு சட்டமன்றத்துக்குத் தேர்தல் நடைபெற்றது. அதில் திமுக வெற்றிபெற்று ஆட்சியைப் பிடித்தது. மீண்டும் கருணாநிதி முதலமைச்சரானார். அறுபதுகளின் இறுதியில் காவிரிப் பிரச்னை வெடித்தபோதும் இவர்தான் முதல்வர். இருபதாண்டுகள் கழித்து காவிரிப் பிரச்னை கொதிநிலையில் இருக்கும்போதும் இவர்தான் முதல்வர். ஆகவே, இம்முறை காவிரிப் பிரச்னைக்கான தீர்வை எட்டியே தீரவேண்டிய நெருக்கடி கருணாநிதிக்கு உருவாகியிருந்தது.

{ 10 }

தீர்ப்பாயம் அமைந்தது

சற்றேறக்குறைய பதிமூன்று ஆண்டுகளுக்குப் பிறகு ஆட்சிக்கு வந்ததும் காவிரி நதிநீர்ப் பிரச்னையைக் கையிலெடுத்தார் முதல்வர் கருணாநிதி. முதல் கட்டமாக கர்நாடக முதல்வர் எஸ்.ஆர். பொம்மையுடன் பேச்சுவார்த்தை நடத்த விரும்பினார். அதற்கான அழைப்பையும் விடுத்தார். சரியென்றார் கர்நாடக முதல்வர் எஸ்.ஆர்.பொம்மை. 1989 ஏப்ரலில் இருவரும் சந்தித்துப் பேசுவதென முடிவானது.

ஆயத்தப் பணிகள் ஆரம்பிக்கும் முன்னரே எஸ்.ஆர். பொம்மை அரசு அரசியல் காரணங்களுக்காக மத்திய அரசால் கலைக்கப்பட்டது. அங்கே குடியரசுத்தலைவர் ஆட்சி அமலுக்கு வந்தது. என்றாலும், கர்நாடக ஆளுநருடன் பேச்சுவார்த்தை நடத்தத் தயாராகவே இருந்தார் கருணாநிதி. 8 ஆகஸ்டு 1989 அன்று சந்தித்துப் பேசுவதென இருதரப்பிலும் தீர்மானிக்கப்பட்டது.

முன்னதாக 27 ஜூலை 1989 அன்று அனைத்துக் கட்சிக் கூட்டத்தைக் கூட்டி ஆலோசனை நடத்தினார் முதலமைச்சர் கருணாநிதி. புதிய அரசு பொறுப்பேற்றுள்ள நிலையில், காவிரிப் பிரச்னையை எப்படி அணுகுவது என்பதே அந்தக் கூட்டத்துக்கான நோக்கம். அப்போது, ஒருவேளை

கர்நாடக ஆளுநருடன் நடத்தவிருக்கும் பேச்சுவார்த்தை தோல்வி அடையும் பட்சத்தில் தீர்ப்பாயக் கோரிக்கையை அழுத்தமாக வலியுறுத்துவது என்று தீர்மானம் நிறைவேற்றப்பட்டது. இந்தக் கூட்டத்தில் அதிமுக (ஜெ) பிரிவு சார்பில் யாரும் பங்கேற்கவில்லை.

கர்நாடக ஆளுநர் - தமிழக முதல்வர் இடையிலான பேச்சு வார்த்தைக்கு இன்னும் சில தினங்களே இருக்கும் நிலையில், கர்நாடக ஆளுநரிடம் இருந்து கடிதம் ஒன்று தமிழக அரசுக்கு வந்தது.

மக்களின் உணர்வு சார்ந்த விஷயத்தில் மக்களால் தேர்ந்தெடுக்கப் பட்ட அரசின் சார்பில் ஒருவர் பங்கேற்றுப் பேசுவதே சரியாக இருக்கும் என்பதால், ஏற்கெனவே ஒப்புக்கொண்டபடி பேச்சு வார்த்தையில் பங்கேற்க முடியவில்லை என்று அறிவித்தார் கர்நாடக ஆளுநர்.

நினைவிருக்கிறதா, சில ஆண்டுகளுக்கு முன்னால் தமிழக ஆளுநராக இருந்த மோகன்லால் சுகாதியா எடுத்த நிலைப்பாடு. அதைத்தான் இப்போது கர்நாடக ஆளுநர் எடுத்திருந்தார்.

தமிழக அனைத்துக் கட்சிக் கூட்டத்தில் எடுத்த முடிவின்படி, தீர்ப்பாயம் அமைக்க வேண்டும் என்று வலியுறுத்தி மத்திய அரசுக்குக் கடிதம் எழுதினார் தமிழக முதல்வர் கருணாநிதி. அப்போது பிரதமராக இருந்தவர் ராஜீவ் காந்தி. ஆனால் வழக்கம்போல அவரும் தமிழகத்தின் கோரிக்கையை ஏற்கவில்லை. பேசிப்பாருங்கள் என்பதே அவரது பதில்.

பிறகு மத்தியில் ஏற்பட்ட அரசியல் மாற்றம் காரணமாக மக்களவைக்குத் தேர்தல் அறிவிக்கப்பட்டது. அதில் ஜனதா தளம் உள்ளிட்ட கட்சிகளைக் கொண்ட தேசிய முன்னணி வெற்றி பெற்று ஆட்சியமைத்தது. பாஜக, இடதுசாரிகளின் நிபந்தனையற்ற ஆதரவுடன் வி.பி.சிங் பிரதமரானார். அந்த அமைச்சரவையில் திமுகவின் சார்பில் முரசொலி மாறன் இடம்பெற்றார். ஆம், மாநிலத்தில் மட்டுமல்ல, மத்திய அரசிலும் முதன்முறையாகத் திமுக இடம்பெற்றிருந்தது.

புதிய பிரதமர் வி.பி.சிங்குக்கும் தமிழக முதல்வர் கருணாநிதிக்கும் இடையே அணுக்கமான நட்பு இருந்தது. அதனால்தான் ஒரு மக்களவைத் தொகுதியில்கூட வெற்றிபெறாத திமுகவுக்கு அமைச்சரவையில் இடம்கொடுத்திருந்தார் வி.பி.சிங். ஆகவே, காவிரி விவகாரத்தில் மத்திய அரசின் அணுகுமுறை மாறுவதற்கான வாய்ப்புகள் பிரகாசமடைந்தன.

தமிழக அரசின் சார்பில் பிரதமர் வி.பி.சிங்குக்குக் கடிதம் எழுதிய முதல்வர் கருணாநிதி, நீண்ட நெடுங்காலமாக நீடித்துக் கொண்டிருக்கும் காவிரிப் பிரச்னைக்குத் தீர்வுகாணும் வகையில் உடனடியாக தீர்ப்பாயம் அமைக்கவேண்டும் என்று வலியுறுத்தினார். அப்படியான கோரிக்கை வரும்போதெல்லாம் 'பேச்சுவார்த்தை நடத்துங்கள்' என்று சொல்வதுதான் மத்திய அரசின் பாணி. ஆனால் பிரதமர் வி.பி.சிங்கிடமிருந்து அப்படியான யோசனை வரவில்லை. அதேசமயம், தீர்ப்பாயம் அமைப்பது குறித்தும் வெளிப்படையாகச் சொல்லவில்லை.

என்ன செய்யப்போகிறது மத்திய அரசு என்று தமிழக விவசாயிகள் காத்துக்கொண்டிருந்த நிலையில், தமிழ்நாடு காவிரி நீர்ப்பாசன விளைபொருள்கள் விவசாயிகள் நலவுரிமைப் பாதுகாப்புச் சங்கத்தின் சார்பில் உச்ச நீதிமன்றத்தில் தொடரப்பட்ட வழக்கு 1990 பிப்ரவரியில் விசாரணைக்கு வந்தது.

இடைப்பட்ட காலங்களிலும் அந்த வழக்கு விசாரணைக்கு வந்து கொண்டுதான் இருந்தது. அப்போதெல்லாம், 'நாங்கள் நேரடிப் பேச்சுவார்த்தையில் ஈடுபட இருக்கிறோம்' என்று உச்ச நீதிமன்றத்தில் திரும்பத்திரும்பச் சொல்லி வழக்கை ஒத்திவைக்கும் காரியத்தில் கர்நாடகம் தொடர்ச்சியாக ஈடுபட்டன. அதற்கு மத்திய அரசின் ஒத்துழைப்பும் இருந்தது கவனிக்கத்தக்கது.

அந்த முட்டுக்கட்டைகளை எல்லாம் கணக்கில் எடுத்துக்கொண்ட உச்ச நீதிமன்றம், 24 ஏப்ரல் 1990க்குள் இருதரப்பும் பேச்சுவார்த்தை நடத்திப் பிரச்னையைத் தீர்த்துக்கொள்ளவேண்டும். தவறினால், சிக்கலின் நிறைகுறை அடிப்படையில் உச்ச நீதிமன்றமே தீர்ப்பளிக்கும் என்று கறாராகச் சொன்னது.

அதன் விளைவாக, 5 ஏப்ரல் 1990 அன்று காவிரி டெல்டா மாநில முதல்வர்களின் கூட்டத்துக்கு ஏற்பாடு செய்தார் பிரதமர் வி.பி.சிங். இதுதான் இறுதி வாய்ப்பு என்று சொல்லியே அந்தப் பேச்சு வார்த்தைக்கு அழைப்புவிடுத்தது மத்திய அரசு. அந்தக் கூட்டத்துக்கு மத்திய நீர்வளத் துறை அமைச்சர் மனுபாய் கொட்டாடியா முன்னிலை வகித்தார். அப்போது உச்ச நீதிமன்றத்தின் உத்தரவை ஏற்கும் வகையில் மீண்டும் ஒருமுறை இருமாநில முதல்வர்களும் பேசிப் பார்ப்பது என்று முடிவானது.

19 ஏப்ரல் 1990 அன்று தமிழகம், கர்நாடகம் இடையே இருதரப்புப் பேச்சுவார்த்தை நடத்தப்பட்டது. அந்தக் கூட்டத்தில் தமிழக முதல்வர் கருணாநிதியும் கர்நாடக முதல்வர் வீரேந்திர பாட்டீலும் பங்கேற்றனர். இவர்கள் இருவரும்தான் சற்றேறக்குறைய கால் நூற்றாண்டுக்கு முன்பும் பேச்சுவார்த்தை நடத்தினர். இப்போதும்

அவர்களே எதிரெதிரில் அமர்ந்தனர். சென்னையில் நடந்த முக்கியமான சந்திப்பில் எந்தவொரு முடிவும் எட்டப்படவில்லை. வழக்கம்போலவே, நீயா, நானா இழுபறியிலேயே முடிந்துபோனது பேச்சுவார்த்தை.

உடனடியாக அனைத்துக்கட்சிக் கூட்டத்துக்கு அழைப்புவிடுத்தார் தமிழக முதலமைச்சர் கருணாநிதி. அப்போது நடந்த ஆலோசனையில் காவிரி தீர்ப்பாயம் கோரி மத்திய அரசுக்குக் கடிதம் எழுதுவது என்று முடிவானது. அதன்படியே, மத்திய அரசுக்குக் கடிதம் எழுதினார் முதலமைச்சர் கருணாநிதி.

அத்தோடு, தமிழக பொதுப்பணித்துறை அமைச்சர் துரைமுருகன் தலைமையில் தமிழக அனைத்துக்கட்சிக் குழுவினர் பிரதமர் வி.பி. சிங்கைச் சந்தித்து, தீர்ப்பாயம் அமைக்கவேண்டும் என்று கோரிக்கை மனு கொடுத்தனர். அந்தக்குழுவில் முதலில் பங்கேற்பதாகச் சொன்ன அதிமுக, பிறகு தனியே சென்று பிரதமரைச் சந்தித்து, கோரிக்கை மனுவைக் கொடுத்தது.

தமிழக முதலமைச்சரின் கடிதம், தமிழகத்தைச் சேர்ந்த அனைத்துக் கட்சியினரின் கோரிக்கை மனு, அதிமுகவின் மனு ஆகியன கர்நாடக அரசியல் களத்தில் பதற்றத்தை ஏற்படுத்தியது. பேச்சுவார்த்தை வழியாக மட்டுமே சரியான தீர்வை எட்டமுடியும் என்று திரும்பத்திரும்ப வலியுறுத்தியது.

அத்தோடு, கர்நாடகத்தைச் சேர்ந்த அனைத்துக்கட்சித் தூதுக்குழு ஒன்று பிரதமர் விபி.சிங்கைச் சந்தித்துப் பேசியது. பதினைந்து பேர் இடம்பெற்ற அந்தக்குழு தீர்ப்பாயம் அமைக்கப் பரிந்துரை செய்யக் கூடாது என்று வலியுறுத்தியதோடு, கோரிக்கை மனு ஒன்றையும் கொடுத்தது. ஆனால் தமிழக அரசோ தீர்ப்பாயம் அமைத்தே தீரவேண்டும் என்பதில் அசாத்திய உறுதியைக் காட்டியது.

இதற்கிடையே உச்ச நீதிமன்றத்தில் காவிரி வழக்கு விசாரணைக்கு வந்தது. காவிரி விவகாரத்தில் என்ன மாதிரியான நடவடிக்கையை எடுக்கப்போகிறது மத்திய அரசு என்ற கேள்வியை உச்சநீதிமன்றம் எழுப்பியது. குறிப்பாக, நீதிபதி ரங்கநாத் மிஸ்ரா எழுப்பிய கேள்விகளும் முன்வைத்த கருத்துகளும் முக்கியமானவை:

> காவிரி பிரச்னை மிகவும் உணர்வுபூர்வமானது. மத்தியில் ஆட்சியில் உள்ள அரசு ஒரு கட்சியைச் சார்ந்ததாகவும், தமிழ்நாடு, கர்நாடகம் என்ற இரண்டு மாநிலங்களிலும் உள்ள அரசுகள் வெவ்வேறு கட்சிகளைச் சார்ந்தவையாகவும் இருக்கின்றன. அதனால்தான், இந்தப் பிரச்னையை தீர்ப்பாயத்தின் பொறுப்பில் விடுவதற்குத் தாமதமாகி,

அதுவே பிரச்னைக்குத் தீர்வு காண்பதை மேலும் கடினமாக்கி விட்டது. இந்தியாவின் அனைத்து மாநிலங்களின் பாதுகாவலன் என்கிற முறையில் மத்திய அரசு, இதுபோன்ற சிக்கல்கள் வரும்போது, காலம் தாழ்த்தாமல், அரசியமைப்புச் சட்ட எந்திரத்தை முடுக்கி விடவேண்டும். நல்லவேளை, இந்திய நாடாளுமன்றம் அதற்குத் தோதான சட்டத்தை இயற்றி வைத்துள்ளது. அந்தச் சட்டம் மத்திய அரசுக்குக் கொடுத்துள்ள அதிகாரத்தைப் பயன்படுத்தி, பாரபட்சமற்ற தீர்ப்பாயம் ஒன்றின் பொறுப்பில் பிரச்னையை விட்டுவிட முடியும். சட்டரீதியான உத்தரவாக மாறவிருக்கும் இந்த நடவடிக்கையை எடுக்க இனியும் தாமதம் செய்தால், மக்களின் கோப உணர்வுகளை மேலும் கிளறிவிடுவதோடு, அவர்கள் மத்தியில் கசப்புணர்வை அதிகரிக்கும். இத்தகைய சிக்கல்கள் பெரிதாவதற்கு முன்னால், சட்ட ரீதியிலான பொறியமைப்பை இயங்கச் செய்யவேண்டும். நகத்தைக் கொண்டு கிள்ளியெறிய வேண்டியதைப் பின்னாளில் கோடரி கொண்டு வெட்ட வேண்டியிருக்கும்.'

உச்சநீதிமன்றத்தின் அழுத்தமான கருத்தைத் தொடர்ந்து தமிழக முதல்வர் கருணாநிதியைத் தொடர்புகொண்டு பேசினார் பிரதமர் வி.பி.சிங். அப்போது, 'காவிரிப் பிரச்னை பற்றி இனியும் பேச்சு வார்த்தை நடத்தத் தமிழக அரசு தயாராக இல்லை என்கிற தமிழக அரசின் நிலையை உச்சநீதிமன்றத்தில் தெளிவுபடுத்திவிடுங்கள்' என்று திட்டவட்டமாகச் சொன்னார் முதல்வர் கருணாநிதி. அத்தோடு, தீர்ப்பாயம் வேண்டும் என்பதை வலியுறுத்தி தமிழ்நாடு சட்டமன்றத்தில் தீர்மானம் நிறைவேற்றி, அதனுடைய நகலை மத்திய அரசு வழக்கறிஞர் வழியே உச்சநீதிமன்றத்தின் பார்வைக்கும் கொண்டுசென்றது தமிழக அரசு.

இரண்டு மாநில அரசுகளும் உச்சநீதிமன்றத்தில் பிரமாணப் பத்திரம் தாக்கல் செய்தன. பேச்சுவார்த்தை தொடர்ந்து நடைபெற்று வருவதாகவும் அதைத் தொடரவே விரும்புவதாகவும் கர்நாடக அரசு சொன்னது. ஆனால் பேச்சுவார்த்தைகள் அனைத்தும் தொடர் தோல்விகளைச் சந்தித்துள்ள நிலையில், பிரச்னையை தீர்ப்பாயத்திடம் விட்டுவிடுவதே சரியான முடிவாக இருக்கும் என்று திட்டவட்டமாகச் சொன்னது தமிழ்நாடு அரசு.

அப்போது கர்நாடக முதல்வராக இருந்த வீரேந்திர பாட்டில் வேறொரு தீர்வைச் சொன்னார். காவிரி நதிநீர்ச் சிக்கலைத் தீர்ப்பாயத்திடம் ஒப்படைப்பதற்குப் பதிலாக மாநிலங்களுக்கு இடையிலான கவுன்சில் ஒன்றை உருவாக்கி, அதனிடம் ஒப்படைக்

கலாம் என்றார். ஆனால் தமிழக அரசின் கடுமையான எதிர்ப்பைத் தொடர்ந்து அந்த யோசனையை ஏற்க பிரதமர் வி.பி. சிங் மறுத்து விட்டார்.

நடந்த நிகழ்வுகளை எல்லாம் பரிசீலனை செய்த மத்திய அரசு, பேச்சுவார்த்தைகளால் இனி பலனில்லை என்ற முடிவுக்கு வந்திருந்தது. அதை உச்சநீதிமன்றத்திலும் பதிவுசெய்துவிட்டு, உச்சநீதிமன்றத்தின் உத்தரவுக்காகக் காத்திருந்தது. இப்படியொரு முடிவுக்கு மத்திய அரசு வருவது அதுதான் முதன்முறை. இந்திரா காந்தி, மொரார்ஜி தேசாய், ராஜீவ் காந்தி என்று எந்தப் பிரதமரும் எடுத்திராத நிலை அது. ஆகவே, பிரதமரின் முடிவுக்கு கர்நாடக அரசியல் கட்சித் தலைவர்கள் கடுமையான எதிர்வினைகளை ஆற்றிக் கொண்டிருந்தனர்.

இருதரப்புப் பிரமாணப் பத்திரங்களையும் பரிசீலனை செய்த உச்சநீதிமன்றம், 4 மே 1990 அன்று விரிவான தீர்ப்பைக் கொடுத்தது.

'சமரசப் பேச்சுவார்த்தைகளால் பிரச்னைக்குத் தீர்வு ஏற்படாது என்னும் நிலை தெளிவாகிவிட்டதாலும், மத்திய அரசும் அதே முடிவுக்கு வந்திருப்பதாலும், மாநிலங்களுக்கு இடையிலான நதிநீர்த் தகராறு சட்டத்தின் நான்காம் பிரிவின்படி (Under section 4 of the ISWD 1956) தீர்ப்பாயத்தை அமைக்கவேண்டும். அவ்வாறு அமைக்கப்பட்ட விவரத்தை ஒருமாத காலத்துக்குள் அரசிதழில் வெளியிட்டு, வழக்கைத் தீர்ப்பாயத்திடம் ஒப்படைக்கவேண்டும் என்று மத்திய அரசுக்கு உத்தரவிடுகிறோம்.'

சரித்திர முக்கியத்துவம் வாய்ந்த தீர்ப்பை வெளியிட்ட உச்சநீதிமன்ற அமர்வில் நீதிபதிகள் ரங்கநாத் மிஸ்ரா, பி.பி.சாவந்த், கே.ராமசாமி ஆகியோர் இடம்பெற்றிருந்தனர். தீர்ப்பாயத்தை அமைத்து, அது தொடர்பான அறிவிக்கையை ஒரு மாதத்துக்குள் அரசிதழில் வெளியிடவும் உத்தரவிட்டது காவிரி நதிநீர்ப் பிரச்னையில் மிகப்பெரிய திருப்புமுனை.

தீர்ப்பாயம் அமைக்கப்பட்டதற்குத் தமிழ்நாட்டில் பெரும்பாலான தரப்பில் இருந்தும் ஆதரவுக்குரல்கள் வந்தன. காலதாமதம் என்ற விமரிசனம் வெளிப்பட்ட அதேவேளையில், தீர்ப்பாயத்தின் முன்னால் தமிழக அரசு எடுத்துவைக்கவேண்டிய வாதங்கள் குறித்த அறிவுரைகளும் ஆலோசனைகளும் ஆரோக்கியமான முறையில் வந்தன. ஆனால் கர்நாடகத்திலோ முற்றிலும் மாறுபட்ட சூழல் உருவாகியிருந்தது.

உச்ச நீதிமன்றத்தின் உத்தரவுக்கு உடனடியாக எதிர்வினை ஆற்றியது கர்நாடக அரசு. 9 மே 1990 அன்று அனைத்துக் கட்சிக் கூட்டம்

அவசரமாகக் கூட்டப்பட்டது. குறுகிய அரசியல் லாபம், கருத்து வேறுபாடுகள், கொள்கை மாறுபாடுகள், தனிப்பட்ட மோதல்கள் ஆகியவற்றையெல்லாம் மறந்து, மாநில நலன் என்ற அடிப்படையில் எல்லோரும் ஒன்றுசேர்ந்து தீர்ப்பாயம் அமைக்கும் உத்தரவை எதிர்க்க வேண்டும் என்று ஒருமனதாகத் தீர்மானம் நிறைவேற்றப்பட்டது.

உச்சநீதிமன்றத்தின் தீர்ப்பை எதிர்கொள்ள ஏதுவாகச் சட்ட நிபுணர்கள், பொறியியல் வல்லுநர்கள், நீரியல் நிபுணர்கள் அடங்கிய குழு உருவாக்கப்படும் என்றும், மாநில நலனைப் பாதுகாக்கத் தேவையான மேல்முறையீட்டு மனு, மறு ஆய்வுமனு, சீராய்வு மனு, அவசரகால மனு உள்ளிட்ட அனைத்து சட்டபூர்வ நடவடிக்கை களையும் எடுக்க மாநில அரசு தயாராக இருக்கிறது என்றும் அறிவித்தார் கர்நாடக மாநில பொதுப்பணி - நீர்ப்பாசனத்துறை அமைச்சர் புட்டாசாமி கௌடா. மேலும், அந்தக்குழு மாநில எதிர்க்கட்சித் தலைவரின் ஆலோசனையுடன் அமைக்கப்படும் என்றும் அறிவித்தார்.

சொன்னபடியே, 17 மே 1990 அன்று உச்சநீதிமன்றத்தில் மறு ஆய்வு மனுவைத் தாக்கல் செய்தது கர்நாடக அரசு. தீர்ப்பாயம் அமைப்பது குறித்த உத்தரவை உச்சநீதிமன்றம் மறுஆய்வு செய்யவேண்டும் என்பதுதான் கர்நாடக அரசின் முதன்மையான கோரிக்கை. ஆனால் அந்த மனுவை உச்சநீதிமன்றம் தள்ளுபடி செய்துவிட்டது. ஆக, தீர்ப்பாயம் அமைப்பதற்கு இருந்த ஒற்றை முட்டுக்கட்டையும் தகர்ந்தது.

அதனைத் தொடர்ந்து மாநிலங்களுக்கு இடையிலான நதிநீர்த் தகராறு சட்டம் 1956-ன்படி 2 ஜூன் 1990 அன்று காவிரி நதிநீர்த் தீர்ப்பாயத்தை அமைத்தது வி.பி.சிங் தலைமையிலான மத்திய அரசு. பம்பாய் உயர்நீதிமன்ற நீதிபதி சித்ததோஷ் முகர்ஜி தலைமையில் அமைக்கப்பட்ட தீர்ப்பாயத்தில் அலகாபாத் உயர்நீதிமன்ற நீதிபதி எஸ்.டி. அகர்வால், பாட்னா உயர்நீதிமன்ற நீதிபதி என்.எஸ்.ராவ் ஆகியோர் உறுப்பினர்கள். தீர்ப்பாயத்தின் தலைமையகம் டெல்லியில் அமைக்கப்பட்டது. சோகம் என்னவென்றால், தீர்ப்பாயம் செயல்படுவதற்கான அலுவலகம் ஒதுக்கீடு செய்வதில் அலட்சியம் காட்டப்பட்டதாக விமரிசனம் எழுந்தது.

என்றாலும், காவிரி நதிநீர்ப் பிரச்னையில் தீர்வு கிடைப்பதற்கான நம்பிக்கைக்கீற்று தெரிவதாகத் தமிழக அரசு மகிழ்ச்சி அடைந்தது. ஆனால் தீர்ப்பாயத்தின் வழியே கர்நாடகாவின் மாநில உரிமைகள் மீறப்படுவதாகக் குற்றம் சாட்டியது கர்நாடக அரசு. ஆக, பிரதமர் வி.பி.சிங் எடுத்த நடவடிக்கை ஒரேசமயத்தில் வரவேற்புக்கும் கண்டனத்துக்கும் உள்ளானது.

{ 11 }

இடைக்காலத் தீர்ப்பு

இந்திரா காந்தி முதன்முறையாகப் பிரதமரான சமயத்தில் வைக்கப்பட்ட கோரிக்கை, தீர்ப்பாயம் வேண்டும் என்பது. அதன்பிறகு அவர் மூன்று முறை பிரதமரானார். ஆனால் தமிழகத்தின் கோரிக்கைக்குத் துளியும் செவிமடுக்கவில்லை. போதாக்குறைக்கு, தீர்ப்பாயம் நோக்கி நகர்வதைத் தவிர்த்து, பிரச்னையைப் பேச்சுவார்த்தை மன்றத்துக்கு இழுத்துச் செல்வதிலேயே கண்ணும் கருத்துமாக இருந்தார். குறிப்பாக, வழக்கைத் திரும்பப்பெறச் செய்வதில் வெற்றியும் கண்டார்.

இத்தனைக்கும் அவருடைய ஆட்சிக்கு அனுசரணையாக வெவ்வேறு காலகட்டங்களில் கருணாநிதியும் எம்.ஜி.ஆரும் இருந்தனர். ஆனாலும் அந்த ஆதரவை எல்லாம் அவர் பொருட் படுத்தவில்லை. ஒரே காரணம் தான். கர்நாடகத்தில் காங்கிரஸ் வலுவாக இருக்கிறது. ஆட்சி அமைக்கும் வல்லமையுடன் இருக்கிறது. தீர்ப்பாயத்துக்குத் தலையசைத்தால், அது கர்நாடகத்தில் எதிர்வினை யாற்றும். அது தேர்தல் களத்தில் சேதத்தை உருவாக்கும்.

இந்திரா காந்தியை வீழ்த்தி பிரதமர் நாற்காலியைப் பிடித்த மொரார்ஜி தேசாய்க்கும்கூட தீர்ப்பாயம் அமைப்பதில் ஆர்வம் இருந்திருக்கவில்லை.

அவருக்குப் பிறகு ஆட்சிக்கு வந்த சரண் சிங்கின் அமைச்சரவையில் எம்.ஜி.ஆர் தலைமையிலான அதிமுகவே இடம் பெற்றது. ஆனாலும் கூட, தீர்ப்பாயத்துக்கான நகர்வு துளியும் இல்லை.

பிறகு மீண்டும் ஆட்சிக்கு வந்த இந்திரா காந்தியும் தீர்ப்பாயம் வேண்டும் என்கிற கோரிக்கையைத் தொலைதூரத்துக்குத் தள்ளியே வைத்திருந்தார். தாயாரின் வழியில் தனயன் ராஜீவ் காந்தியும் பயணித்தார். தீர்ப்பாயத்தை நாடுவது பற்றி அவர் யோசிக்கவே விரும்பவில்லை போல. இவர்கள் அனைவருடைய ஆட்சியும் முடிவுக்கு வந்து, வி.பி.சிங் தலைமையில் தேசிய முன்னணி ஆட்சி அமைந்தபிறகுதான் தீர்ப்பாயம் வேண்டும் என்ற கோரிக்கை செயல்வடிவம் பெற்றது.

இதன் பின்னணியில் மன்னார்குடி ரங்கநாதன் வழக்கும் அதில் தமிழக அரசு சேர்ந்து கொண்டதும், நீதிபதி ரங்கநாத் மிஸ்ரா தலைமையிலான அமர்வு கொடுத்த வரலாற்றுச் சிறப்புமிக்கத் தீர்ப்பும் இருந்தன. அந்த வகையில், மேற்கண்ட அனைத்துத் தரப்பினரின் பங்களிப்பும் முக்கியமானது. அதிலும், காவிரி தீர்ப்பாயம் அமைக்கவே கூடாது என்று கர்நாடக அரசியல் கட்சிகளிடமிருந்து கடுமையான அரசியல் அழுத்தங்கள் வந்தபோதும், பிரச்னையின் தன்மையை உணர்ந்து செயல்பட்டிருந்தார் பிரதமர் வி.பி.சிங்.

வி.பி.சிங் தலைமையிலான மத்திய அமைச்சரவையில் இடம் பெற்றிருந்த திமுகவுக்கும் கடும் நெருக்கடி இருந்தது. காவிரி வழக்கைத் திரும்பப் பெற்ற விவகாரத்தில் தொடர்ந்து செய்யப்படும் விமரிசனங்களுக்குப் பதில் கொடுக்கும் வகையில் தீர்ப்பாயம் அமைப்பது அரசியல் ரீதியாக அவசியமான ஒன்றாக இருந்தது. ஆகவே, மத்திய அரசுக்குத் தன்னால் முடிந்த அழுத்தத்தைக் கொடுத்தது. கள யதார்த்தத்தைப் புரிந்துகொண்ட வி.பி.சிங் அரசு தமிழகத்தின் நெடுநாள் கோரிக்கையான தீர்ப்பாயத்தை நிர்மாணித்துக் கொடுத்தது.

இந்த இடத்தில் சில ஒப்பீடுகளைப் பார்த்தால், தமிழகத்தின் தீர்ப்பாயக் கோரிக்கையை இந்திய அரசு எப்படி எதிர்கொண்டது என்பதைப் புரிந்து கொள்ளலாம்.

மத்தியப் பிரதேசம், மகாராஷ்ட்ரா, குஜராத் மாநிலங்களுக்கு இடையிலான நர்மதா நதிநீர்ச் சிக்கலைத் தீர்க்க ஏதுவாகத் தீர்ப்பாயம் அமைக்க வேண்டும் என்று 1968-ல் கோரிக்கை விடுத்தது குஜராத் அரசு. கோரிக்கை வந்த அடுத்த ஆண்டே தீர்ப்பாயம் அமைத்தது இந்திரா காந்தி தலைமையிலான இந்திய அரசு. பிரச்னையை முன்னின்று அணுகியவர் காவிரி விவகாரத்தை அணுகிய அதே மத்திய அமைச்சர் கே.எல்.ராவ்தான்.

மைசூர், மகாராஷ்ட்ரா, ஆந்திரா மாநிலங்களுக்கு இடையிலான கிருஷ்ணா, கோதாவரி நதிநீர்ச் சிக்கலைத் தீர்க்கத் தீர்ப்பாயம் வேண்டுமென்ற கோரிக்கை 1962-ல் வந்தது. தொடர்ச்சியான கடிதங்கள் வழியே ஏழே ஆண்டுகளில் தீர்ப்பாயம் அமைத்துக் கொடுத்தது இந்திரா காந்தியின் அரசு.

காவிரி விவகாரத்தில் இந்திய அரசு ஓரவஞ்சனை காட்டியதற்குக் கால வரிசைப்படியான ஆதாரங்கள் இருக்கின்றன. என்றாலும், காவிரி நதிநீர் தீர்ப்பாயம் அமைத்தது கர்நாடக மக்களுக்கு வி.பி.சிங் அரசு செய்த மிகப்பெரிய துரோகம் என்று விமரிசித்தார் கர்நாடக முதல்வர் வீரேந்திர பாட்டீல். உச்சநீதிமன்றத்தில் கர்நாடக அரசு தாக்கல் செய்திருக்கும் மறு ஆய்வு மனு மீதான விசாரணை முழுமையாக முடியும் வரைகூட மத்திய அரசு பொறுமை காக்காமல், அவசரகதியில் தீர்ப்பாயம் அமைத்துவிட்டது என்றார் கர்நாடக மாநில ஜனதா தளம் தலைவர் டி.பி. சந்திர கௌடா.

காவிரி தீர்ப்பாயம் அமைக்கப்பட்டதை எதிர்த்து கர்நாடக உயர்நீதி மன்றத்தில் இரண்டு ரிட் மனுக்கள் தாக்கல் செய்யப்பட்டன. அவற்றை ஏற்றுக்கொண்ட நீதிபதிகள் எம்.பி. சந்திரகாந்த ரே அர்ஸ், ராமகிருஷ்ணா தலைமையிலான அமர்வு நான்கு மாநில அரசுகளுக்கும் மத்திய அரசுக்கும் அவசர நோட்டீஸ் அனுப்பியது.

ஹெச்.சி. ஸ்ரீகந்தையா என்பவர் தாக்கல் செய்த ரிட் மனு காவிரி நதிநீர்த் தீர்ப்பாயம் அமைக்கப்பட்டது இந்திய அரசியலமைப்புச் சட்டம் வழங்கிய அடிப்படை உரிமைகளுக்கு எதிரானது என்று அறிவிக்கக் கோரியது. இன்னும் ஒருபடி மேலே சென்று, தீர்ப்பாயத்தின் சட்ட அங்கீகாரத்தையே கேள்வி எழுப்பியது சென்னபட்டனம் வரதகௌடா என்பவரின் ரிட் மனு.

வழக்கு விசாரணைகள் ஒருபக்கம் நடந்துகொண்டிருக்க, 28 ஜூலை 1990 அன்று காவிரி நதிநீர்த் தீர்ப்பாயம் முதன்முறையாகக் கூடி, காவிரி விவகாரத்தை ஆய்வுசெய்யத் தொடங்கியது. உண்மையில், 1986 ஜூலை மாதம் தமிழக அரசு மத்திய அரசுக்கு எழுதிய கடிதத்தை அடிப்படையாகக் கொண்டே தனது விசாரணையைத் தொடங்கியது தீர்ப்பாயம். அந்தக் கடிதத்தின் முக்கியப்பகுதி மட்டும் இங்கே:

அ) கர்நாடக அரசு கபினி, ஹேமாவதி, ஹேரங்கி, ஸ்வர்ணவதி அணைகளைக் கட்டி, ஆயக்கட்டை விரிவுபடுத்துவதால்,

1. தமிழகத்துக்கு வரும் காவிரி நதிநீர் பெருமளவு குறைக்கப் படுகிறது.

2. தமிழகத்தின் பாரம்பரிய அனுபவ உரிமை பெருமளவு பாதிக்கப்படுகிறது.

3. 1892, 1924 ஒப்பந்தங்களில் வரையறுக்கப்பட்ட நிபந்தனைகள் மீறப்படுகின்றன.

ஆ) கர்நாடக அரசு காவிரி நீரைப் பயன்படுத்துவது, பகிர்ந்தளிப்பது, கட்டுப்படுத்துவது ஆகியவற்றில் தொடர்ந்து தவறு செய்கிறது.

இரு மாநிலங்களுக்கு இடையிலான பேச்சுவார்த்தைகள் தோல்வி அடைந்து விட்டன. மத்திய அரசு 1970 முதல் நடத்திய சமாதானப் பேச்சுவார்த்தைகள் அனைத்தும் தோற்றுப்போய்விட்டன. எனவே, மாநிலங்களுக்கு இடையிலான நதிநீர்ப் பிரச்னை சட்டத்தின் நான்காம் பிரிவின்படி தீர்ப்பாயம் ஒன்றின் சமாதானத் தீர்வுக்கு அனுப்பி வைக்குமாறு மத்திய அரசைக் கேட்டுக் கொள்கிறேன்.

முதலமைச்சராக இருந்த எம்.ஜி.ஆர் எழுதிய கடிதம் இது. இதன் அடிப்படையில்தான் காவிரி நதிநீர்த் தீர்பாயத்தின் விசாரணை தொடங்கியது. தீர்ப்பாயத்தின் முன்னால் தமிழக முதலமைச்சர் கருணாநிதியின் சார்பில் கோரிக்கைக் கடிதம் ஒன்று விடுக்கப்பட்டது.

'தீர்ப்பாயம் தனது விசாரணைகளை எல்லாம் விரிவாக நடத்தி முடிக்க அதிக கால அவகாசம் தேவைப்படக் கூடும் என்பதால், இடைக்கால நிவாரணம் அளிக்கும் வகையில், தமிழகத்துக்கு உடனடியாக 20 டிஎம்சி நீரைத் திறந்துவிடுமாறு கர்நாடக அரசுக்கு உத்தரவிட வேண்டும்.'

அந்தக் கோரிக்கையைக் கடிதமாக அல்லாமல், விண்ணப்பமாகத் தயார் செய்து கொடுக்குமாறு தமிழக அரசிடம் சொன்னது தீர்ப்பாயம். அதன்படி, தமிழக அரசும் புதுச்சேரி அரசும் இடைக்கால நிவாரணம் கோரி தனித்தனி விண்ணப்பங்களைத் தீர்ப்பாயத்திடம் கொடுத்தன. வெறுமனே இடைக்கால நிவாரணம் என்று கேட்காமல், அதற்கான தேவையைக் காரண காரியங்களுடன் விளக்கியிருந்தது தமிழக அரசு. குறிப்பாக, சம்பா சாகுபடியைக் காப்பாற்ற இடைக்கால நிவாரணம் அவசியம் என்பது தமிழக அரசின் நிலைப்பாடு.

மிகுந்த எதிர்பார்ப்புடன் தீர்ப்பாயத்திடம் கோரிக்கை விடுத்தது தமிழக அரசு. ஆனால் அந்தக் கோரிக்கையை மிகச்சாதாரணமான காரணத்தைச் சொல்லி நிராகரித்தது தீர்ப்பாயம். 5 ஜனவரி 1991 அன்று தீர்ப்பளித்த தீர்ப்பாயம், 'இடைக்கால நிவாரணம் அல்லது உத்தரவைப் பிறப்பிக்கும் அதிகாரம் எதுவும் தீர்ப்பாயத்துக்கு இல்லை. தீர்ப்பாயத்தை நிறுவியபோது உருவாக்கிக்கொடுத்த

ஆய்வுரிமை எல்லைக்குள் இடைக்காலத் தீர்ப்பு அளிப்பது குறித்த குறிப்புகள் எதையும் மத்திய அரசு எங்களுக்குக் கொடுக்கவில்லை.' என்று சொல்லிவிட்டது.

தீர்ப்பில் அதிருப்தியடைந்த தமிழக முதல்வர் கருணாநிதி, இடைக்காலத் தீர்ப்பு வழங்க தீர்ப்பாயத்துக்கு அதிகாரம் உண்டா, இல்லையா என்பதைத் தெளிவுபடுத்துமாறு உச்சநீதிமன்றத்திடம் முறையிட தமிழக அரசு வழக்கறிஞர்களுக்கு உத்தரவிட்டார். அதன்படி, 10 ஜனவரி 1991 அன்று உச்சநீதிமன்றத்தில் சிறப்புக் கோரிக்கை மனு (Special Leave Petition) ஒன்றைத் தாக்கல் செய்தது தமிழக அரசு. இந்திய அரசியலமைப்புச் சட்டம் 136வது பிரிவின்படி தொடரப்பட்ட இந்த வழக்கில் புதுச்சேரி அரசும் சேர்ந்துகொண்டது.

சற்றேறக்குறைய நான்கு மாதங்களுக்குப் பிறகு அந்த மனுவை விசாரணைக்கு எடுத்துக்கொண்டது உச்சநீதிமன்றம். அந்தச் சமயத்தில் தமிழகத்தில் ஆட்சியில் இருந்த கருணாநிதி தலைமையிலான திமுக அரசு 31 ஜனவரி 1991 அன்று அரசியல் காரணங்களுக்காகக் கலைக்கப்பட்டது. என்றாலும், தீர்ப்பாயத்துக்கான அதிகாரம் குறித்த விசாரணைகள் உச்சநீதிமன்றத்தில் தொடர்ச்சியாக நடந்தன. தமிழகம், கர்நாடகம் உள்ளிட்ட அனைத்துத் தரப்பினரின் வாதங்களையும் கேட்டறிந்தது உச்சநீதிமன்றம்.

அப்போது கருத்து தெரிவித்த கர்நாடக அரசு, 'காவிரி நதிநீரின் மீது தமிழகத்துக்கு மரபு ரீதியான உரிமை, அனுபவ உரிமை ஆகியவற்றின் அடிப்படையில் இடைக்கால உத்தரவைக் கொடுக்காமல், தற்போது இருக்கின்ற சிக்கல்கள், பற்றாக்குறை, தேவை ஆகியவற்றை மட்டும் கவனத்தில் கொண்டு இடைக்காலத்தீர்ப்பு வழங்கவேண்டும்' என்று கோரியது.

இந்த இடத்தில் இரண்டு அம்சங்களைக் கவனமாகக் குறித்துக் கொள்ள வேண்டும்.

1. தமிழகத்தின் பாரம்பரிய உரிமையைக் கணக்கிலெடுத்தால், தீர்ப்பு பெருமளவு தமிழகத்துக்குச் சாதகமாக வரக்கூடும் என்பது கர்நாடக அரசின் கணிப்பு.

2. இடைக்காலத் தீர்ப்பை வழங்குவதில் தீர்ப்பாயத்தின் அதிகாரத்தை கர்நாடக அரசு அங்கீகரிக்கிறது. (பின்னால் மாற்றிப் பேசப்போவதை அடுத்தடுத்த அத்தியாயங்களில் பார்க்கலாம்)

25 ஏப்ரல் 1991 அன்று தீர்ப்பளித்த உச்சநீதிமன்றம், 'தமிழக அரசு உச்சநீதிமன்றத்தின் முன்னால் வைத்துள்ள கோரிக்கையானது

மாநிலங்களுக்கு இடையிலான நதிநீர்த் தகராறு சட்டம் 1956 பிரிவு 5(1)ன்படி, பிரச்னை வரம்புக்குள் இருக்கிறது' என்று தீர்ப்பளித்தது. அத்தோடு, தம்மிடம் வைக்கப்பட்ட பிரச்னைகளை ஆய்வு செய்து மத்திய அரசுக்கு அறிக்கை தருவது தீர்ப்பாயத்தின் பணி என்பதை உறுதிசெய்த உச்சநீதிமன்றம், இந்த ஆய்வுப் பிரச்னைகளுள் 'இடைக்கால நிவாரணம்' தொடர்பான ஆய்வும் அடங்கியிருக்கிறது என்பதைத் தெளிவுபடுத்தியது.

உச்சநீதிமன்றத்தின் தெளிவான வழிகாட்டுதல் கிடைத்ததைத் தொடர்ந்து சுமார் இரண்டு மாதங்கள் கழித்து 25 ஜூன் 1991 அன்று இடைக்காலத் தீர்ப்பை (Interim Award) வெளியிட்டது காவிரி நதிநீர்த் தீர்ப்பாயம். அதற்கு முந்தைய நாள்தான் தமிழ்நாட்டின் முதலமைச்சராக ஜெயலலிதா பதவியேற்றிருந்தார். அந்தத் தீர்ப்பின் முக்கிய அம்சங்கள் இவைதான்:

1. ஆண்டொன்றுக்கு, (ஜூன் முதல் மே வரை) தமிழகத்துக்கு 205 டி.எம்.சி. நீரைக் கர்நாடகம் திறந்துவிட வேண்டும். டி.எம்.சி என்றால் ஆயிரம் மில்லியன் கன அடி என்று பொருள். ஆங்கிலத்தில், Thousand Million Cubic Feet.

2. கர்நாடகம் தன்னுடைய பாசனப் பரப்பை 11.2 லட்சம் ஏக்கருக்கு மேல் விரிவுபடுத்தக்கூடாது.

3. காவிரி நதிநீரை வார, மாத அடிப்படையில் தருவதற்கு தீர்ப்பாயம் வகுத்துக்கொடுத்த வரையறையைக் கர்நாடகம் பின்பற்ற வேண்டும்.

இந்த இடத்தில் தமிழகத்துக்கு 205 டி.எம்.சி ஒதுக்கீடு என்பதைத் தீர்ப்பாயம் தீர்மானித்தது எப்படி என்ற கேள்வி எழுகிறது அல்லவா!

கடந்த ஐம்பதாண்டுகளில் கர்நாடகத்திலிருந்து மேட்டூர் அணைக்கு சராசரியாக 361.3 டி.எம்.சி நீர் வந்துள்ளது. என்றாலும், அதிகபட்ச நீர்வரத்து, குறைந்தபட்ச நீர்வரத்து ஆகிய இரண்டையும் கழித்து விட்டு, சராசரி கணக்கிட்டால் 305 டி.எம்.சி வரும். இதுதான் தமிழகத்தின் கோரிக்கை. ஆனால் அதைவிட 100 டி.எம்.சி குறைவாகவே பரிந்துரை செய்திருந்தது. இதற்காகத் தீர்ப்பாயம் சொன்ன தர்க்கம் இதுதான்:

1980 தொடங்கி 1990 வரையிலான பத்தாண்டு கால சராசரி நீர் வரத்தைக் கணக்கில் எடுத்துக்கொண்டது தீர்ப்பாயம். அதன்படி, தமிழகத்துக்குச் சராசரியாக 229.16 டி.எம்.சி நீர் வந்துள்ளது. இவற்றில் மிக அதிகமாக நீர்வரத்து இருந்த ஆண்டு, மிகக்குறைவாக நீர்வரத்து இருந்த ஆண்டு

ஆகியவற்றைக் கழித்துவிட்டு, சராசரி கணக்கிட்டபோது 205 டிஎம்சி என்று வந்தது. அதைத்தான் தீர்ப்பாயம் தமிழகத்துக்கு ஒதுக்கீடு செய்தது. இதில் இன்னொரு சங்கதி என்னவென்றால், தமிழகத்துக்கான 205 டி.எம்.சியிலிருந்து புதுச்சேரிக்கு 6 டி.எம்.சி நீரைத் தந்துவிடவேண்டும்.

இந்த 205 டி.எம்.சி நீரை மாதவாரியாகத் தருவதற்கான தவணைப் பட்டியலையும் கொடுத்திருந்தது தீர்ப்பாயம்.

மாதம்	**டி.எம்.சி**
ஜூன்	*10.16*
ஜூலை	*42.76*
ஆகஸ்டு	*54.72*
செப்டெம்பர்	*29.36*
அக்டோபர்	*30.17*
நவம்பர்	*16.05*
டிசம்பர்	*10.37*
ஜனவரி	*02.51*
பிப்ரவரி	*02.17*
மார்ச்	*02.40*
ஏப்ரல்	*02.32*
மே	*02.01*

மாத வாரியாகத் தரவேண்டிய நீரையும் நான்காகப் பிரித்து ஒவ்வொரு வாரத்திலும் திறந்துவிடவேண்டும். ஒரு வாரத்தில் குறைவாகத் திறந்துவிடும் பட்சத்தில், பாக்கி நீரை அடுத்த வாரக் கணக்கில் சேர்த்து திறந்து விடவேண்டும் என்று அறிவுறுத்தப்பட்டிருந்தது.

தமிழகத்துக்குக் குறைந்தபட்ச நியாயமாகக் கிடைக்கவேண்டிய அளவைக் காட்டிலும் நூறு டி.எம்.சி குறைவாகத்தான் தீர்ப்பாயம் பரிந்துரை செய்திருந்தது. ஆனாலும், தீர்ப்பாயத்தின் இடைக்காலத் தீர்ப்பின் மூலம் கர்நாடக அரசு தோல்வியுற்று, தமிழக அரசு வெற்றி பெற்றது போன்ற தோற்றம் கர்நாடகத்தில் உருவாக்கப்பட்டது. அது இரு மாநிலங்களுக்கு இடையிலான பதற்றத்தைக் கிளறியது.

எதிர்வினைகள் கொழுந்துவிட்டு எரியத் தொடங்கின. வன்முறை, வெறியாட்டங்கள் தொடங்கின. அது இடைக்காலத் தீர்ப்பை அடுத்த கட்டத்துக்கு நகர்த்திச் செல்வவதில் பெரும் தடைக்கல்லாக அமைந்தது.

{ 12 }

இடைக்காலத் தீர்ப்புக்கு எதிர்வினைகள்

காவிரி நதிநீர்த் தீர்ப்பாயத்தின் இடைக்கால உத்தரவைத் தமிழக விவசாயிகள் அமைப்பைச் சேர்ந்த மன்னார்குடி ரங்கநாதன், கே.ஜி.கிருஷ்ண மூர்த்தி உள்ளிட்டோர் வரவேற்றனர். இடைக் காலத் தீர்ப்பை அமல்படுத்த மத்திய அரசு தவறும் பட்சத்தில், சட்டத்தின் மீதான நம்பிக்கை சீர்குலையும் அபாயம் ஏற்படும் என்றனர் அவர்கள். அரசியல் கட்சிகளைப் பொறுத்தவரை முழுமை யான திருப்தி இல்லை என்றாலும், பெரிய அளவிலான எதிர்ப்புகள் எதையும் வெளிப்படுத்த வில்லை.

ஆனால் கர்நாடகத்தைச் சேர்ந்த விவசாயத் தலைவர்கள் நஞ்சுண்டசாமி, நஞ்சே கவுடா உள்ளிட்டோர் இடைக்காலத் தீர்ப்பைப் புறக்கணிக்கும்படி கேட்டுக்கொண்டனர். காவிரி தீர்ப்பாயத்தின் இடைக்காலத் தீர்ப்பு கர்நாடக மக்களின் நலனுக்கு எதிரான, சட்டத்துக்கு எதிரான, நடைமுறை சாத்தியமற்ற ஒன்று என்ற சித்திரத்தை உருவாக்கும் முயற்சியில் கர்நாடக அரசியல்வாதிகள் தொடர்ந்து ஈடுபடத் தொடங்கினர்.

கர்நாடக முதல்வர் பங்காரப்பா முதலில் இயல்பாகத்தான் பேசினார்.

‘காவிரி நதிநீர்த் தீர்ப்பாயத்தின் இடைக்கால உத்தரவை முழுமையாகப் படித்து, ஆய்வு செய்வோம். அது கர்நாடகத்துக்கு எதிராக இருக்கும் பட்சத்தில், அதுகுறித்த மறுஆய்வு மனுவைத் தீர்ப்பாயத்திடம் தாக்கல் செய்வோம். ஒருவேளை, மறுஆய்வு மனுவை விசாரிக்கும் அதிகாரம் தீர்ப்பாயத்துக்கு இல்லாத பட்சத்தில், உச்சநீதிமன்றத்தை நாடுவோம்.’

ஆரம்பகட்ட எதிர்வினையைத் தொடர்ந்து ஆட்சியாளர்களும் அரசியல்வாதிகளும் ஆலோசனையில் இறங்கினர். கட்சி வேறுபாடு களைக் கடந்த கருத்துப் பரிமாற்றங்கள் நடந்தன. இடைக்கால உத்தரவின் ஒவ்வொரு அம்சங்களையும் விரிவாக ஆய்வு செய்த பிறகு, நீர்ப்பகிர்மான விகிதத்தில் ஓரவஞ்சனை அணுகுமுறை பின்பற்றப்படுகிறது என்று சொன்னதோடு, பாசனப் பரப்பை விரிவுபடுத்துவது தொடர்பாக இடைக்காலத் தீர்ப்பில் கட்டுப்பாடு விதித்திருப்பது எந்த வகையிலும் ஏற்கமுடியாது என்றனர்.

அதைவிட முக்கியமாக, இடைக்கால உத்தரவைப் பிறப்பிக்கும் அதிகாரமே காவிரி நதிநீர்த் தீர்ப்பாயத்துக்குக் கிடையாது. ஆகவே, அந்தத் தீர்ப்புக்குக் கட்டுப்பட வேண்டிய அவசியம் கர்நாடக அரசுக்கு இல்லை என்ற நிலைப்பாட்டைக் கர்நாடக அரசு எடுத்தது. ஆம், இடைக்காலத் தீர்ப்பை எப்படி வழங்கவேண்டும் என்று முன்பு கோரிக்கை விடுத்த கர்நாடக அரசு, தற்போது பேச்சைத் தலைகீழாக மாற்றிக்கொண்டது.

அத்தோடு நில்லாமல், இடைக்காலத் தீர்ப்புக்கு எதிரான மக்களின் மனநிலையைப் பதிவுசெய்யும் வகையில் கர்நாடக மாநில சட்டமன்றத்திலும் மேலவையிலும் தீர்மானங்கள் நிறைவேற்றுவது என்று முடிவானது. அதற்காக சிறப்பு மற்றும் அவசரக் கூட்டத்துக்கு ஏற்பாடு செய்யப்பட்டது. சட்டமன்ற மேலவையில் தீர்மானத்தை முன்மொழியும் பொறுப்பை கர்நாடக மேலவை எதிர்க்கட்சித் தலைவர் எம்.சி. நானையா எடுத்துக் கொண்டார். அதை கே.என். நாகேகௌடா வழிமொழிந்தார்.

6 ஜூலை 1991 அன்று கர்நாடக மாநில சட்டமன்றத்தின் இரண்டு அவைகளிலும் நிறைவேற்றப்பட்ட தீர்மானங்கள், தீர்ப்பாயத்தின் இடைக்கால உத்தரவை முற்றாக நிராகரிக்கவேண்டும் என்று கர்நாடக மாநில அரசுக்குப் பரிந்துரை செய்தன. யதார்த்த நிலைமையை உணராமலும், சட்டத்துக்குப் புறம்பாகவும் தரப்பட்டிருக்கும் இடைக்காலத் தீர்ப்பு கர்நாடக மக்களின் அடிப்படை நலனுக்கு ஆபத்தானது என்பது அந்தத் தீர்மானத்தின் சாரம்.

மேலும், காவிரி தீர்ப்பாயத்தின் அனைத்து செயல்பாடுகளையும் நிறுத்தி வைக்க வேண்டும் என்றும் மத்திய அரசு தேசிய நீர்க் கொள்கையை உருவாக்கும் பணியை உடனடியாக மேற்கொள்ள வேண்டும் என்றும் அதன்படி மாநிலங்களுக்கு இடையிலான நதிநீர்த் தகராறு சட்டம் 1956ல் சில திருத்தங்களை மேற்கொள்ள வேண்டும் என்றும் அது காவிரி நதிநீர்த் தீர்ப்பாயத்துக்கு உரிய வழிகாட்டும் நெறிமுறைகளை வகுத்தளிக்க வேண்டும் என்றும் கேட்டுக் கொண்டது கர்நாடக அரசு.

காவிரி நதிநீர்த் தீர்ப்பாயம் தமிழ்நாட்டின் விவசாய நீர்த்தேவை குறித்தும் துல்லியமான ஆய்வை மேற்கொள்ளவில்லை, கர்நாடகத்துக்கு இருக்கும் நடைமுறைச் சிக்கல்களையும் முழுமை யாகப் புரிந்துகொள்ளவில்லை. முக்கியமாக, காவிரி விவகாரத்தில் கர்நாடகத்தின் நலன் குறித்த எவ்வித கரிசனமும் காட்டப்பட வில்லை. ஆகவே, கர்நாடக சட்டமன்றத்தில் நிறைவேற்றியுள்ள தீர்மானத்தின் அடிப்படையில், காவிரி நதிநீர்த் தீர்ப்பாயம் பிறப்பித்த இடைக்காலத் தீர்ப்பைச் செயல்படுத்தவேண்டாம் என்று மத்திய அரசுக்குக் கடிதம் எழுதினார் கர்நாடக முதல்வர் பங்காரப்பா.

அரசியல் பிரச்னைகளைவிட மாநில உரிமைகள் உயர்ந்தவை. அவற்றைப் பாதுகாக்க சட்ட ரீதியான யுத்தம் ஒருபக்கம், அரசியல் யுத்தம் இன்னொரு பக்கம் என்று இருமுனை யுத்தம் நடத்த வேண்டும் என்று மாநில முதல்வர் பங்காரப்பாவைக் கேட்டுக்கொண்டார் மேலவை எதிர்க்கட்சித் தலைவர் நானையா.

தீர்ப்பாயத்தின் இடைக்கால உத்தரவை ஏற்றுக்கொள்ள கர்நாடக அரசு நிர்பந்திக்கப்பட்டால் கர்நாடக எம்.பிக்கள் அனைவரும் ராஜினாமா செய்வார்கள் என்று சொன்ன நானையா, தீர்ப்பாயத்தின் இடைக்கால உத்தரவு மாநில அரசாங்கத்தை வாயில் காப்போனாகத் (Gate Keeper) தரமிறக்கிவிட்டது என்று விமரிசித்தார்.

தேசிய நீர்க்கொள்கை வகுப்பதும், நதிநீர்த் தகராறு சட்டத்தில் தேவையான திருத்தங்களைக் கொண்டுவருவதும்தான் காவிரிப் பிரச்னையைத் தீர்க்கும் வழியே தவிர தீர்ப்பாயங்களில் சென்று மோதிக் கொள்வது அல்ல என்றார் கன்னட ராஜ்ஜிய ரைது சங்கத்தைச் சேர்ந்த மூத்த சட்டமன்ற உறுப்பினர் நஞ்சுண்டசாமி.

இரு மாநிலங்களுக்கு இடையில் ஒரு நீதிபதியின் இடத்திலிருந்து செயல்பட வேண்டிய தீர்ப்பாயம், தமிழ்நாட்டின் வழக்கறிஞராக மாறிவிட்டது என்று விமரிசித்தனர் கர்நாடகாவைச் சேர்ந்த சந்திரே கௌடா (ஜனதா தளம்), பைரே கௌடா (சமாஜ்வாதி ஜனதா),

ராமச்சந்திர கௌடா (பாரதிய ஜனதா), வாட்டள் நாகராஜ் (கன்னட சாலுவலி) உள்ளிட்ட எதிர்க்கட்சித் தலைவர்கள்.

இடைக்கால உத்தரவு அமல்படுத்தப்பட்டால், அது கர்நாடகாவின் எதிர்கால வாழ்வாதாரத்தைப் பாதித்துவிடும் என்று சொன்ன முதல்வர் பங்காரப்பா, கர்நாடகாவைச் சேர்ந்த அனைத்துக் கட்சிகளின் நாடாளுமன்ற உறுப்பினர்களையும் உள்ளடக்கிய தூதுக்குழுவோடு டெல்லி சென்று பிரதமர் நரசிம்மராவைச் சந்தித்துப் பேசினார். நடைமுறைச் சாத்தியமற்ற, நீதி நெறிகளைப் பின்பற்றாத இடைக்காலத் தீர்ப்பைச் செயல்படுத்தும் நடவடிக்கை எதையும் எடுக்கவேண்டாம் என்பதுதான் முதல்வர் தலைமையிலான தூதுக்குழுவினரின் கோரிக்கை.

இங்கே 'செயல்படுத்தும் நடவடிக்கை' என்று முதல்வர் பங்காரப்பா சுட்டிக்காட்டுவது மிகவும் கவனத்துக்குரியது. இடைக்கால உத்தரவு வெளியானதும், அதனை அரசிதழில் வெளியிடவேண்டும். அப்போதுதான் அந்தத் தீர்ப்புக்கு சட்ட அங்கீகாரம் கிடைக்கும். ஆகவேதான் அரசிதழில் வெளியிடுவதற்கு முன்னால் பிரதமரைச் சந்தித்து அழுத்தம் கொடுத்தார்.

தீர்ப்பாயத்தின் இடைக்கால உத்தரவை அரசிதழில் வெளியிடும் அதிகாரம் மத்திய அரசுக்கு இல்லை என்று சொன்ன கர்நாடக முதல்வர் பங்காரப்பா, காவிரி நதிநீர்ச் சிக்கல் என்பது சட்டத்தின் வழியே தீர்க்கக்கூடிய விஷயமல்ல, மாநில முதல்வர்கள் இடையிலான பேச்சு வார்த்தையின் வழியாகவே தீர்க்கமுடியும் என்றவர், ஏனைய மூன்று மாநில முதலமைச்சர்களையும் பேச்சுவார்த்தைக்கு வருமாறு பகிரங்க அழைப்பு விடுத்தார்.

இடைக்கால உத்தரவு விஷயத்தில் தமிழகத்தை முதலில் கைவிட்டு விட்டது தீர்ப்பாயம். அப்போது கருணாநிதி தலைமையிலான தமிழக அரசு உடனடியாக உச்சநீதிமன்றத்தை அணுகி, இடைக்கால உத்தரவுக்கு வழிவகை செய்தது. ஆனால் அந்தத் தீர்ப்பை முடக்கி வைக்கும் காரியத்தில் கர்நாடக அரசு ஈடுபடுவதையும் அதற்கு நரசிம்மராவ் தலைமையிலான மத்திய அரசு மறைமுகமாக ஊக்குவிப்பதையும் தமிழகத்து அரசியல் கட்சிகள் சுட்டிக்காட்டின.

நிலைமையை உணர்ந்துகொண்ட தமிழக முதல்வர் ஜெயலலிதா, 8 ஜூலை 1991 அன்று தமிழ்நாடு சட்டமன்றத்தைக் கூட்டினார். தீர்ப்பாயத்தின் இடைக்கால உத்தரவை அரசிதழில் வெளியிட வேண்டும், தீர்ப்பாய உத்தரவைக் கர்நாடக அரசு மதித்து நடப்பதற்கு ஏதுவான நடவடிக்கைகளை மத்திய அரசு எடுக்கவேண்டும் என்ற அம்சங்களை உள்ளடக்கிய தீர்மானம் ஒன்று தமிழ்நாடு சட்ட மன்றத்தில் ஏகமனதாக நிறைவேற்றப்பட்டது.

இப்போது கர்நாடக அரசின் தரப்பில் இன்னொருவர் களமிறங்கினார். அவர், கர்நாடக மாநில கல்வி அமைச்சர் வீரப்ப மொய்லி.

'இடைக்கால உத்தரவு பிறப்பிக்கும் அதிகாரமே தீர்ப்பாயத்துக்குக் கிடையாது. ஆகவே, அந்தத் தீர்ப்பை அமல்படுத்துவதற்கு முன்பு இந்திய அளவிலான சட்ட நிபுணர்களிடம் மட்டுமின்றி, சர்வதேச அளவிலான சட்ட நிபுணர்களிடமும் கலந்தாலோசனை செய்வது நல்லது. இல்லாவிட்டால், இரு மாநிலங்களிலும் கொந்தளிப்பான சூழல் உருவாவதைத் தடுக்க முடியாது.'

அமைச்சர் வீரப்ப மொய்லியின் கருத்தில் தீர்ப்பாயத்தின் அதிகார எல்லை குறித்த விமரிசனம் மட்டும் இருக்கவில்லை, தீர்ப்பை அமல்படுத்தினால் என்ன நடக்கும் என்பதற்கான எச்சரிக்கையும் சேர்ந்தே இருந்தது.

தமிழ்நாடும் கர்நாடகமும் மாறிமாறி தங்கள் நிலையை வெளிப்படுத்திக் கொண்டிக்க, பிரதமர் நரசிம்மராவிடமிருந்து எவ்வித சமிக்ஞையும் இல்லை. அந்த மௌனத்துக்கு எதிர்வினை ஆற்றிய தமிழக முதல்வர் ஜெயலலிதா, 'தீர்ப்பாயத்தின் இடைக்கால உத்தரவை மதிக்கவேண்டும் என்று கர்நாடக முதல்வர் பங்காரப்பாவைக் கேட்டுக் கொள்ளாத பிரதமர் நரசிம்மராவின் செயல் கண்டனத்துக்குரியது' என்றார்.

அத்தோடு நில்லாமல், 22 ஜூலை 1991 அன்று சென்னை தலைமைச் செயலகத்தில் அனைத்துக் கட்சிக் கூட்டத்தைக் கூட்டினார் முதலமைச்சர் ஜெயலலிதா. காவிரி தீர்ப்பாய இடைக்காலத்தீர்ப்பை அமல்படுத்தத் தேவையான நடவடிக்கைகளை மத்திய அரசும் கர்நாடக அரசும் எடுக்காததைக் கண்டித்து 26 ஜூலை 1991 அன்று காலை 6 மணி முதல் மாலை 6 மணி வரை தமிழகம் தழுவிய மறியல் போராட்டம் நடத்துவது என்று அந்தக் கூட்டத்தில் தீர்மானிக்கப் பட்டது. அதற்குத் தமிழகத்தின் பல கட்சிகளும் ஆதரவளித்தன.

இடைக்கால உத்தரவை அமல்படுத்துவதில் மத்திய அரசு உரிய நடவடிக்கைகளை எடுக்கவில்லை என்பதை வருத்தத்தோடு பதிவு செய்ததோடு, இடைக்கால உத்தரவை அரசிதழில் வெளியிடாமல் இருப்பதற்குத் தனது அதிருப்தியைப் பதிவுசெய்து, தமிழக மக்களுக்கு நீதி கிடைக்கத் தேவையான நடவடிக்கைகளை எடுக்க வேண்டுமென மத்திய அரசைக் கேட்டுக்கொள்ளும் தீர்மானம் அனைத்துக் கட்சிக் கூட்டத்தில் நிறைவேற்றப்பட்டது. அந்தக் கூட்டத்தில் அதிமுக, திமுக, காங்கிரஸ், பாமக, சிபிஎம், சிபிஐ, ஜனதா, சமாஜ்வாதி ஜனதா தளம், எம்.ஜி.ஆர் அதிமுக, ஃபார்வர்ட் ப்ளாக், குடியரசுக் கட்சி உள்ளிட்டவை பங்கேற்றன.

அரசியல் அழுத்தம் கொடுப்பதன் அடுத்த முயற்சியாக, அதிமுக நாடாளுமன்ற உறுப்பினர்கள் ஜி.விசுவநாதன், பி.ஜி.நாராயணன் உள்ளிட்டோரைக் கொண்ட குழு ஒன்று பிரதமர் நரசிம்மராவை டெல்லியில் சென்று சந்தித்துப் பேசியது. இடைக்கால உத்தரவை உடனடியாக அரசிதழில் வெளியிடவில்லை என்றால், நரசிம்மராவ் அரசுக்கு அளித்துவரும் ஆதரவைத் திரும்பப்பெறுவேன் என்று அவர்கள் கொடுத்த மனுவில் எச்சரித்திருந்தார் தமிழக முதல்வரும் அதிமுக பொதுச் செயலாளருமான ஜெயலலிதா. ஆம், அப்போது நரசிம்மராவின் சிறுபான்மை அரசுக்கு அதிமுக வெளியிலிருந்து ஆதரவளித்தது.

25 ஜூலை 1991 அன்று பிரதமர் நரசிம்மராவைத் தொலைபேசியில் தொடர்புகொண்டு பேசினார் தமிழக முதல்வர் ஜெயலலிதா. அப்போது இடைக்கால உத்தரவை அரசிதழில் வெளியிட வேண்டியதன் அவசியத்தையும் அவசரத்தையும் விரிவாக விளக்கிச் சொன்னார்.

அனைத்துக் கட்சிக் கூட்டத்தில் எடுக்கப்பட்ட முடிவின்படி 26 ஜூலை 1991 அன்று தமிழகம் தழுவிய அளவில் மறியல் போராட்டம் நடந்தது. ஆளும் அதிமுக உள்ளிட்ட பெரும்பாலான அரசியல் கட்சிகள் அந்தப் போராட்டத்தில் பங்கேற்றன. அத்தோடு, மத்திய அரசுக்கு அழுத்தம் கொடுக்கும் வகையில், இடைக்காலத் தீர்ப்பை அரசிதழில் வெளியிடாததைக் கண்டித்து அதிமுக எம்.பிக்கள் ராஜினாமா செய்யவும் தயார் என்றனர் அதிமுக நாடாளுமன்ற உறுப்பினர்கள். அந்த மனுவில் கடம்பூர் ஜனார்த்தனம், திண்டுக்கல் சீனிவாசன், ராஜா ரவிவர்மா, சுந்தரம், முருகேசன், ஸ்ரீதரன், ரங்க கோவிந்தராஜுலு, ராமசாமி, ராஜேந்திர குமார் உள்ளிட்டோர் கையெழுத்திட்டிருந்தனர்.

அரும்பாடுபட்டு கொண்டுவரப்பட்டது தீர்ப்பாயம். சட்டரீதியான போராட்டத்தின் வழியே இடைக்கால உத்தரவு பெறப்பட்டிருக்கிறது. இந்நிலையில், உத்தரவைச் செயல்படுத்த கர்நாடக அரசு முட்டுக்கட்டை போடுவதும், அதற்கு மத்திய அரசு மறைமுகமாக ஒத்துழைப்பு தருவதும் அரசியல் உள்நோக்கம் கொண்டது. ஆகவே, தமிழக விவசாயிகளின் எதிர்காலத்தையும் இந்திய அரசியலமைப்புச் சட்டத்தையும் இந்திய ஒருமைப்பாட்டையும் மனத்தில் கொண்டு உரிய உத்தரவுகளைப் பிறப்பிக்கவேண்டும் என்று மத்திய அரசை வலியுறுத்தியது திமுக.

மத்திய அமைச்சர் ரங்கராஜன் குமாரமங்கலம், தமிழகத்தைச் சேர்ந்த காங்கிரஸ் தலைவர்கள் துளசி அய்யா வாண்டையார், பழனியாண்டி உள்ளிட்டோர் பிரதமர் நரசிம்மராவை நேரில் சந்தித்து, தீர்ப்பாயத்தின்

இடைக்கால உத்தரவைச் செயல்படுத்த கர்நாடக அரசைக் கேட்டுக் கொள்ள வேண்டுமென கோரிக்கை விடுத்தனர்.

இன்னொரு பக்கம் இரா. அன்பரசு உள்ளிட்ட காங்கிரஸ் நாடாளுமன்ற உறுப்பினர்கள் பிரதமர் நரசிம்மராவைச் சந்தித்து, இடைக்கால உத்தரவை அமல்படுத்த கர்நாடக அரசுக்கு உரிய அதிகார அழுத்தம் தரவேண்டும் என்று மனு கொடுத்தனர். தவறினால், இருமாநில உறவுகள் மட்டுமல்ல, மத்திய மாநில உறவும் சீர்கெடும் என்று எச்சரிக்கவும் செய்தனர்.

பெரிய கட்சிகள் மட்டுமல்ல, புதிதாக உருவான அரசியல் கட்சிகள், சிறுகட்சிகள் மற்றும் தேர்தல் அரசியலுக்கே வராத தமிழ் அமைப்புகள் உள்ளிட்ட பல்வேறு அமைப்பினரும் மத்திய அரசின் மௌனத்துக்குக் கண்டனக்குரல் எழுப்பிக்கொண்டே இருந்தனர். ஆனால் மத்திய அரசோ மௌன மொழியைக் கெட்டியாகப் பிடித்துக் கொண்டிருந்தது.

{ 13 }

அரசிதழில் இடைக்காலத் தீர்ப்பு

தமிழகம் தனது போராட்டத்தை அரசியல்ரீதியாகத் தீவிரப்படுத்திக் கொண்டிருக்க, கர்நாடகம் இருவேறு நடவடிக்கைகளில் இறங்கியிருந்தது. ஒன்று, அரசியல் நடவடிக்கை. மற்றொன்று, சட்ட நடவடிக்கை.

இடைக்காலத் தீர்ப்புக்கு எதிராக கர்நாடக மாநில அரசியல் கட்சிகள், வாட்டள் நாகராஜின் கன்னட சாலுவலிகா போன்ற மொழிவெறி அமைப்புகள் எல்லாம் களத்தில் இறங்கிப் போராடிக் கொண்டிருந்தன. உச்சநீதிமன்றத்தின் துணையுடன் மத்திய அரசும் தமிழ்நாடு அரசும் இணைந்து கர்நாடகத்துக்குத் துரோகமிழைத்துவிட்டதாகக் குற்றம்சாட்டி மக்களைத் திரட்டும் நடவடிக்கையில் ஈடுபட்டன.

குறிப்பாக, தீர்ப்பாயம் பிறப்பித்த இடைக்கால உத்தரவுக்கு எதிராக மாநிலம் தழுவிய மறியல் நடத்துவதென்று கர்நாடக அரசியல் கட்சிகள் முடிவுசெய்தன. அத்தோடு, காவிரி நடவடிக்கைக் குழு என்ற பெயரில் போராட்டக் குழுவை உருவாக்கி, 'காவிரியின் உரிமை கன்னடர்களின் உரிமை' என்று முழங்கத் தொடங்கினர் கர்நாடக எதிர்க்கட்சியினர். ஆம், நதிநீர்ப் பிரச்னையை

மொழிப்பிரச்னையாக, இனப்பிரச்னையாக மாற்றும் முயற்சியில் தீவிரமாக ஈடுபட்டிருந்தனர்.

கர்நாடக அரசோ வேறொரு பாதையில் முன்னேறிக்கொண்டிருந்தது. கர்நாடக சட்டமன்றத்தின் அவசர காலக் கூட்டத்தொடருக்கு ஏற்பாடு செய்யப்பட்டது. இந்திய அரசியலமைப்புச் சட்டம் 213(1)ன்படி கர்நாடகா காவிரி பள்ளத்தாக்கு பாதுகாப்பு மசோதா 1991 என்ற பெயரில் புதிய மசோதா ஒன்றை கர்நாடக ஆளுநர் குர்ஷித் ஆலம் கானின் உதவியுடன் கொண்டுவந்தது கர்நாடக அரசு. (இவருடைய மகன்தான் பின்னாளில் மன்மோகன் சிங் அமைச்சரவையில் வெளியுறவுத்துறை அமைச்சராக இருந்த சல்மான் குர்ஷித்).

மொத்தமுள்ள 8,49,700 ஹெக்டேர் நீர்ப்பாசனப் பரப்பைப் பாதுகாப்பது மட்டுமே மசோதாவின் நோக்கம் என்று சொல்லப் பட்டாலும், காவிரி நதிநீர்த் தீர்ப்பாயத்தின் இடைக்கால உத்தரவைச் செயலிழக்கம் செய்வதே மசோதாவின் முதன்மையான நோக்கம். இந்தச்சட்டம் ஒட்டுமொத்த கர்நாடக மாநிலத்துக்கும் பொருந்தும் வகையில் அதன் அம்சங்கள் கவனமாக வடிவமைக்கப்பட்டன.

அரும்பாடுபட்டு வாங்கிய இடைக்காலத் தீர்ப்பை முடக்கும் காரியத்தில் கர்நாடக அரசு ஈடுபவதற்குத் தமிழக அரசியல் கட்சிகள் கடும் கண்டனத்தைப் பதிவுசெய்தன.

இந்திய அரசியலமைப்புச் சட்டத்தில் இருக்கும் மாநிலங்களுக்கு இடையிலான நதிநீர்த் தகராறு சட்டம் 1956-ன்படி அமைக்கப்பட்டது காவிரி நதிநீர்த் தீர்ப்பாயம். அத்தகைய தீர்ப்பாயம் உச்சநீதிமன்றத்தின் வழிகாட்டுதலோடு வழங்கிய தீர்ப்பு இடைக்காலத் தீர்ப்பு. ஆனால் அந்தத் தீர்ப்பையே செயலிழக்கம் செய்யும் வகையில் கர்நாடக அரசு மசோதா கொண்டுவருவது இந்திய அரசியல் அமைப்புக்கே எதிரானது என்பதைச் சுட்டிக்காட்டி, மத்திய அரசு விரைந்து நடவடிக்கை எடுக்கவேண்டுமென முதலமைச்சர் ஜெயலலிதா கோரிக்கை விடுத்தார்.

இடைக்கால உத்தரவை முடக்கும் வகையில் சட்டம் இயற்றும் கர்நாடக அரசின் முயற்சி நீதிமன்ற அவமதிப்புக்கு ஒப்பானது என்பதால், உச்சநீதிமன்றமும் மத்திய அரசும் நீதியை நிலைநாட்டத் தேவையான நடவடிக்கைகளை எடுக்கவேண்டுமென கேட்டுக் கொண்டது திமுக. மத்திய அரசு தனது மௌனத்தைக் கலைத்து, இடைக்காலத் தீர்ப்பை முடக்கும் கர்நாடக அரசுக்குக் கடிவாளம் போட வேண்டும் என்று தமிழகத்தில் இருந்து மதிமுக, பாமக உள்ளிட்ட பெரும்பாலான கட்சிகள் கோரிக்கை விடுத்தன.

அதனைத் தொடர்ந்து 27 ஜூலை 1991 அன்று அரசியல் விவகாரங்களுக்கான மத்திய அமைச்சரவைக் குழு பிரதமர் நரசிம்மராவ் தலைமையில் கூடி விவாதித்தது. காவிரி தொடர்பாக ஏற்பட்டிருக்கும் சட்டச் சிக்கல்தான் அன்றைய பேசுபொருள். பிறகு குடியரசுத் தலைவர் ஆர்.வெங்கடராமனைச் சந்தித்துப் பேசினார் பிரதமர் நரசிம்மராவ்.

அதன் நீட்சியாக, கர்நாடக அரசு கொண்டுவந்திருக்கும் புதிய சட்ட மசோதாவின் சட்ட வரையறை குறித்து தெளிவுபடுத்துமாறு இந்திய அரசியலமைப்புச் சட்டம் பிரிவு 143-ன்படி உச்சநீதிமன்றத்தைக் கேட்டுக்கொண்டார் இந்தியக் குடியரசுத் தலைவர் ஆர்.வெங்கடராமன். அப்போது அவர் நான்கு கேள்விகளை எழுப்பியிருந்தார்.

1. கர்நாடக சட்டமன்றம் கொண்டுவந்திருக்கும் கர்நாடக காவிரி விவசாயப் பாசனப் பாதுகாப்புச் சட்டமும் அதன் உள்ளம்சங்களும் இந்திய அரசியலமைப்புச் சட்டத்துக்கு உட்பட்டவைதானா?

2. (அ) மாநிலங்களுக்கு இடையிலான நதிநீர்த் தகராறு சட்டம் 1956-ன்படி, காவிரி தீர்ப்பாயம் 25 ஜூன் 1991 அன்று வழங்கிய உத்தரவு ஓர் அறிக்கையாகவும், தீர்ப்பாகவும் அமைந்துள்ளதா?

   (ஆ) காவிரி தீர்ப்பாய உத்தரவு செயல்வடிவம் பெற மத்திய அரசு அதனை அரசிதழில் வெளியிடவேண்டுமா?

3. இந்திய மாநிலங்களுக்கு இடையிலான நதிநீர்த் தகராறு சட்டம் 1956-ன்படி காவிரி நதிநீர்த் தீர்ப்பாயத்துக்கு இடைக்கால உத்தரவை வழங்க அதிகாரம் உள்ளதா?

மத்திய அரசின் பரிந்துரையின் காரணமாக இந்த விளக்கத்தைக் கேட்டிருந்தார் குடியரசுத் தலைவர் ஆர்.வெங்கடராமன். ஆனால் இது இடைக்கால உத்தரவை அமல்படுத்துவதில் பெரும் காலதாமதத்தை ஏற்படுத்தும் என்றார் தமிழக முதலமைச்சர் ஜெயலலிதா.

இது மத்திய அரசின் பரிந்துரையின் பேரில் நடந்த காரியம். அதனைத் துளியும் ஏற்காத தமிழகத்தின் மூத்த காங்கிரஸ் தலைவரும் மத்திய அமைச்சருமான வாழப்பாடி ராமமூர்த்தி, மத்திய அரசின் முடிவுக்கு எதிர்ப்பு தெரிவித்து தனது பதவியை ராஜினாமா செய்தார்.

இடைக்கால உத்தரவைச் செயல்படுத்துமாறு கர்நாடக அரசுக்கு உத்தரவிடும் வகையில் ஒரு செயலாக்க உத்தரவை மத்திய அரசு பிறப்பிக்க வேண்டும் என்றார் காங்கிரஸ் முன்னணித் தலைவரும் நாடாளுமன்ற உறுப்பினருமான ஜெயந்தி நடராஜன். நரசிம்மராவ்

அரசின் நிலைப்பாட்டைக் கண்டிக்கும் வகையில், மத்திய அமைச்சர் அருணாச்சலம் பங்கேற்கும் நிகழ்ச்சிகளைப் புறக்கணிக்க வேண்டும் என்று ஆளும் அதிமுக பகிரங்கக் கோரிக்கை விடுத்தது.

இதற்கிடையே, 28 ஜூலை 1991 அன்று காவிரி விவகாரம் தொடர்பாக குடியரசுத் தலைவர் எழுப்பிய கேள்விகள் தொடர்பான விசாரணையைத் தொடங்கியது உச்சநீதிமன்ற அரசியலமைப்புச் சட்ட அமர்வு. அந்த அமர்வில் உச்சநீதிமன்ற தலைமை நீதிபதி ரெங்கநாத் மிஸ்ரா மற்றும் நீதிபதிகள் கே.என்.சிங், ஏ.எம்.அகமதி, குல்தீப் சிங், பி.பி.சாவந்த் ஆகியோர் இடம்பெற்றிருந்தனர்.

விசாரணையின்போது, தமிழ்நாடு, கர்நாடகம் சார்பில் ஆஜரான வழக்கறிஞர்களிடம் பேசிய உச்சநீதிமன்ற நீதிபதிகள், இரண்டு மாநிலங்களின் குறைந்தபட்ச தேவையை நிறைவேற்றும் வகையில் காவிரி நதிநீரைப் பெற்றுக்கொள்வது தொடர்பான ஆலோசனை களைப் பெற்றுவருமாறு கேட்டுக்கொண்டனர்.

இதுமாதிரியான விவாதங்கள் அறுபதுகள் தொடங்கி இன்றுவரை பல்வேறு கட்டங்களாக நடந்துள்ளன. அவை எதுவும் எந்தவிதமான பலனையும் கொடுக்கவில்லை. என்றாலும், குடியரசுத் தலைவர் கோரிய கேள்விகளுக்கு அப்பால் தாங்கள் இந்த ஆலோசனையை முன்வைப்பதாக உச்சநீதிமன்ற நீதிபதிகள் கூறினர்.

பேச்சுவார்த்தை என்றதும் உடனடியாக வரவேற்கும் கர்நாடக அரசு, உச்சநீதிமன்றத்தின் ஆலோசனையை வெகுவாக வரவேற்றது. உச்சநீதி மன்றத்தின் கருத்துக்கு மதிப்பளிக்கும் வகையில் பேச்சு வார்த்தைக்குத் தயார் என்று அறிவித்தார் கர்நாடக முதல்வர். ஆனால் பேச்சுவார்த்தை நடத்துவதால் எந்தப் பலனும் இல்லை என்று சொல்லி, தனது நிலையில் உறுதியாக இருந்தார் தமிழக முதலமைச்சர் ஜெயலலிதா.

உச்சநீதிமன்றம் தங்களுக்குச் சாதகமாக இருக்கிறதோ என்று நினைத்த கர்நாடக அரசு, உடனடியாக ஓர் அதிரடி நடவடிக்கையை எடுத்தது. காவிரி நீர்ப்பாசன மசோதா 1991 என்ற பெயரில் கொண்டுவந்ததை மாற்றி, காவிரி விவசாயப் பாசனப் பாதுகாப்புச் சட்டம் 1991 என்ற பெயரில் புதிய சட்டத்தைச் சட்டமன்றத்தில் கொண்டுவந்து, அதனை ஏகமனதாக நிறைவேற்றியது.

கர்நாடக அரசு புதிய மசோதாவைக் கொண்டு வந்திருப்பது சரியா, தவறா என்ற கேள்விக்கு உச்சநீதிமன்றம் பதில் கொடுத்திராத நிலையில், தாங்கள் செய்த காரியத்துக்குக் கூடுதல் அழுத்தம் கொடுக்கும் நடவடிக்கையில் கர்நாடக அரசு ஈடுபட்டது பெரும் விமரிசனத்தைக் கிளப்பியது. கர்நாடக அரசின் இந்த முயற்சியையும்

கருத்தில் எடுத்துக் கொண்ட உச்சநீதிமன்றம், குடியரசுத் தலைவரின் நான்கு கேள்விகள் குறித்தும் 22 நவம்பர் 1991 அன்று தனது கருத்துகளை வெளியிட்டது.

1. கர்நாடக விவசாயப் பாசனப் பாதுகாப்பு அவசரச் சட்டம் 1991 என்ற சட்டம் இந்திய அரசியலமைப்புச் சட்டத்துக்குப் புறம்பானது. மாநில அரசின் சட்டமியற்றும் வரம்பை மீறியது. இந்திய அரசியலமைப்புச்சட்டம் பிரிவு 262-ன்படி இயற்றப்பட்ட மாநிலங்களுக்கு இடையிலான நதிநீர்த் தகராறு சட்டம் 1956-ன்படி நியமிக்கப்பட்ட தீர்ப்பாய அதிகார எல்லைகளைப் பாதிப்பதால், பிறகு சட்டமன்றம் மூலம் சட்டமாக்கப்பட்ட இந்திய அவசரச் சட்டம் அரசியலமைப்புச் சட்டத்துக்கு விரோதமானது.

2. அ) 26 ஜூன் 1991 தேதியிட்ட காவிரி நதிநீர்த் தீர்ப்பாயத்தின் இடைக்கால உத்தரவு ஓர் அறிக்கையாகவும், தீர்ப்பாகவும் (Report and Decision) அமைந்துள்ளது.

   ஆ) தீர்ப்பாயத்தின் இடைக்கால உத்தரவை அதிகாரபூர்வ அரசாணையாக அரசிதழில் வெளியிடவேண்டியது மத்திய அரசின் கடமை.

3. கர்நாடக அரசு இயற்றிய அவசரச் சட்டத்தின் வெளிப்படையான நோக்கங்கள், தீர்ப்பாயத்துக்கு இடைக்காலத் தீர்ப்பு வழங்க அதிகாரம் உண்டா, இல்லையா என்று தீர்மானிப்பதிலும், தீர்ப்பாயத்தின் இடைக்காலத் தீர்ப்பு கர்நாடகத்தைக் கட்டுப்படுத்துமா, இல்லையா என்பதைத் தீர்மானிப்பதிலும், தன்னிசையாகவும் தமக்கே அதிகாரம் வழங்கிக்கொள்ளும் தான்தோன்றித்தனமாகவும் கர்நாடக அரசு செயல்பட்டுள்ளது. காவிரி ஆற்றின் கீழ்ப்படுகை மாநிலங்களுக்கு ஏற்படப்போகும் பாதிப்புகளைப் பற்றிக் கவலையோ, அக்கறையோ இல்லாமல், காவிரி நதிநீரை முழுமையாகத் தாமே பயன்படுத்திக்கொள்ள அதிகாரம் இருப்பதாகக் கருதிக்கொண்டுள்ளது.

   கர்நாடக அரசு கொண்டுவந்த அவசரச் சட்டம் 25 ஜூன் 1991 அன்று வெளியான காவிரி தீர்ப்பாயத் தீர்ப்பை நேரடியாகவே செல்லாத ஒன்றாக மாற்றியது. மேலும், காவிரி பிரச்னை தொடர்பாக 26 ஏப்ரல் 1991 அன்று உச்சநீதிமன்றம் வெளியிட்ட தீர்ப்பையும் சவாலுக்கு உள்ளாக்கியது.

   சட்டப்படி நிறுவப்பட்ட தீர்ப்பாயத்திடம், மத்திய அரசு ஆலோசனை கோரும்போது, இந்தப் பிரச்னையில்

சம்பந்தப்பட்ட கட்சிக்காரர்களுக்கு இடைக்கால நிவாரணம் வழங்க அதிகாரம் உள்ளது.

உச்சநீதிமன்றத்தின் உறுதியான அறிவிப்பைத் தொடர்ந்து 25 நவம்பர் 1991 அன்று நாடாளுமன்றத்தில் பேசிய மத்திய நீர்ப்பாசனத்துறை அமைச்சர் வித்யா சரண் சுக்லா, 'காவிரி பிரச்னையில் உச்சநீதிமன்றம் சொல்லியிருக்கும் கருத்துகளை மத்திய அரசு ஏற்றுக்கொண்டிருக் கிறது. அடுத்து செய்யவேண்டிய காரியங்களை மத்திய அரசு விரைந்து செய்யும்' என்று அறிவித்தார்.

அன்றைய தினமே காவிரி தீர்ப்பாயத்தைத் தொடர்புகொண்ட கர்நாடக அரசு, இடைக்காலத் தீர்ப்பு தொடர்பாக மறு பரிசீலனை மனு ஒன்றைத் தாக்கல் செய்தது. தமிழகத்துக்கு 205 டிஎம்சி நீரை வழங்க வேண்டும் என்ற உத்தரவில் மாற்றம் செய்யவேண்டும் என்பது முதன்மையான கோரிக்கை. அதற்கு இரண்டு காரணங்களை முன்வைத்தது கர்நாடகம்.

1. காவிரியில் உள்ள நீரின் அளவோடு தொடர்பற்ற வகையில் நீர்ப்பங்கீட்டு விகிதாச்சாரம் முடிவுசெய்யப்பட்டுள்ளது.

2. இடைக்கால உத்தரவு மாநிலங்களுக்கு இடையிலான சமத்துவ மின்மையை உருவாக்குகிறது.

இப்படி, இடைக்காலத் தீர்ப்புக்கு எதிரான எல்லா நடவடிக்கை களையும் கர்நாடக அரசு எடுத்துக்கொண்டிருக்க, உடனடியாக அந்தத் தீர்ப்பை அரசிதழில் வெளியிடவேண்டும் என்று தமிழக அரசு மத்திய அரசுக்கு அழுத்தம் கொடுத்துக்கொண்டே இருந்தது.

3 டிசம்பர் 1991 அன்று தமிழக முதல்வர் ஜெயலலிதா தலைமையில் அனைத்துக் கட்சிப் பிரதிநிதிகள், நாடாளுமன்ற உறுப்பினர்கள் நேரில் சென்று பிரதமர் நரசிம்மராவைச் சந்தித்துப் பேசினர். இந்தக் குழுவில் மத்திய அமைச்சரவையில் இடம்பெற்ற ப.சிதம்பரம், பி.ரங்கராஜன் குமாரமங்கலம், எம்.அருணாச்சலம் ஆகியோரும் இடம்பெற்றனர். காவிரி தீர்ப்பாயத்தின் இடைக்கால உத்தரவை உடனடியாக அரசிதழில் வெளியிடவேண்டும் என்று வலியுறுத்தப் பட்டது.

அரசிதழில் வெளியிடுவது தொடர்பாகவே தமிழக முதல்வர் தலைமையிலான குழு பிரதமரைச் சந்தித்தது என்று தெரிந்ததும், கர்நாடக மாநில சட்டமன்றத்தின் இரண்டு அவைகளும் அவசரமாகக் கூட்டப்பட்டன. கர்நாடக விவசாயிகளின் வாழ்வாதாரத்தைப் பாதிக்கும் என்பதாலும், நடைமுறை சாத்தியமற்ற உத்தரவுகளை தீர்ப்பாயம் பிறப்பித்திருப்பதாலும், அந்தத் தீர்ப்பை மத்திய அரசு

அரசிதழில் வெளியிடக்கூடாது என்று வலியுறுத்தி இரண்டு அவைகளிலும் ஒருமனதாகத் தீர்மானம் நிறைவேற்றப்பட்டது.

அத்தோடு நிறுத்தாமல், 4 டிசம்பர் 1991 அன்று கர்நாடகத்தைச் சேர்ந்த நாடாளுமன்ற உறுப்பினர்கள் குழு ஒன்று பிரதமர் நரசிம்மராவை நேரில் சந்தித்துப் பேசியது. மறுநாள் கர்நாடக முதல்வர் பங்காரப்பா தலைமையில் அனைத்துக் கட்சித் தூதுக்குழு பிரதமரைச் சந்தித்து, இடைக்காலத் தீர்ப்பை அரசிதழில் வெளியிடக்கூடாது என்று வலியுறுத்தியது.

இருதரப்பில் இருந்தும் அரசியல் அழுத்தங்கள் அடுத்தடுத்து தரப்பட்ட போதிலும், உச்சநீதிமன்றத்தின் வழிகாட்டுதலின்படி, 10 டிசம்பர் 1991 அன்று இடைக்காலத் தீர்ப்பை மத்திய அரசு அரசிதழில் வெளியிட்டது. அந்த நொடியில் தமிழகத்துக்கும் கர்நாடகத்துக்கும் இடையே மிகப்பெரிய பதற்றம் வெடித்தது!

{ 14 }

தமிழர்களுக்கு எதிரான கலவரம்

காவிரி நதிநீர்த் தீர்ப்பாயத்தின் இடைக்கால உத்தரவு அரசிதழில் வெளியானது தமிழக விவசாயிகளின் மனங்களில் நம்பிக்கைக்கீற்றை உருவாக்கியது. இனி காவிரி நதிநீர் தடையின்றிக் கிடைக்கும் என்ற எண்ணம் அவர்களுக்குள் உருவானது. ஆனால் கர்நாடக அரசியல் கட்சிகளோ கொதிநிலையின் உச்சத்தில் இருந்தன. அவர்களுடைய கோபம் கர்நாடக அரசின் மீதும் திரும்பியது.

இடைக்காலத் தீர்ப்பை அரசிதழில் வெளியிடுவதைத் தடுக்காததன் மூலம் முதல்வர் பங்காரப்பா செயலிழந்துவிட்டார் என்றும் கர்நாடக மக்களுக்குத் துரோகமிழைத்துவிட்டார் என்றும் விமரிசனங்கள் எழுந்தன.

இடைக்காலத் தீர்ப்பை அரசிதழில் வெளியிட்ட மத்திய அரசுக்கு எதிர்ப்பு தெரிவித்து, ராமகிருஷ்ண ஹெக்டே, சந்திரே கௌடா, பி.ஜி.ஆர். சிந்தியா ஆகிய மூன்று சட்டமன்ற உறுப்பினர்களும் தங்கள் பதவிகளை ராஜினாமா செய்ததோடு, அதற்கான கடிதங்களை கர்நாடக சட்டமன்ற சபாநாயகர் எஸ்.எம்.கிருஷ்ணாவிடம் ஒப்படைக்குமாறு கர்நாடக ஜனதா தளம் தலைவர் ஜே.ஹெச்.பட்டேலுக்கு அனுப்பி வைத்தனர்.

காவிரி விவகாரத்தில் காங்கிரஸ் கட்சி மத்தியிலும் மாநிலத்திலும் செய்திருக்கும் துரோகங்களை அம்பலப்படுத்தும் வகையில் ஜனதா தளம் எம்.எல்.ஏக்கள் 23 பேரையும் ராஜினாமா செய்யச் சொல்லி கட்சித் தலைமை கட்டளை இட்டிருப்பதாகச் சொன்னார் ஜே.ஹெச். பட்டேல்.

இடைக்காலத் தீர்ப்பு அரசிதழில் வெளியான நொடியில் இருந்தே கலவரத்துக்கான தயாரிப்புகள் தொடங்கிவிட்டன. முதலில் களத்தில் இறங்கியவர்கள் நடிகர் ராஜ்குமாரின் ரசிகர்கள். மாநிலம் முழுக்க விரிந்திருக்கும் ரசிகர் மன்றக் கிளைகளின் சார்பில் ஆர்ப்பாட்டங் களும் மறியல்களும் நடந்தேறின. ரசிகர்கள் காட்டிய துடிப்பு கன்னட மொழிவெறி அமைப்புகளை உந்தித்தள்ளியது. விளைவு, கர்நாடக வாழ் தமிழர்கள் குறிவைத்துத் தாக்கப்பட்டனர்.

13 டிசம்பர் 1991 அன்று கர்நாடகத்தில் மாநிலம் தழுவிய மறியல் நடந்தது. சாலைமறியல், கடையடைப்பு, பேருந்து தாக்குதல் என எல்லாம் நடந்தன. பள்ளி, கல்லூரிகளுக்கு பத்து நாள்கள் கட்டாய விடுமுறை கொடுத்தது கர்நாடக அரசு. கர்நாடக வாழ் தமிழர்கள் பலத்த தாக்குதலுக்கு ஆளாகினர். சற்றேறக்குறைய பதினைந்தாயிரம் தமிழர்கள் அங்கிருந்து அகதிகளாக வெளியேற வேண்டிய நிர்பந்தம் உருவாக்கப்பட்டது.

பெங்களூரு மற்றும் அதைச் சுற்றியுள்ள பகுதிகளில், குறிப்பாக, குடிசைப் பகுதிகளில் அதிகம் வசித்த தமிழர்களுக்குக் கடுமையான நெருக்கடிகள் தரப்பட்டன. பத்துக்கும் மேற்பட்ட தமிழர்கள் படுகொலை செய்யப்பட்டதாக வந்த செய்தி கர்நாடகத்தில் பெரும் பதற்றத்தை உருவாக்கியதோடு, தமிழகத்தில் கொந்தளிப்பை ஏற்படுத்தியது. அதுவொரு கருப்பு வெள்ளி என்கின்றனர் கர்நாடகம் வாழ் தமிழர்கள்.

தாக்கப்பட்ட தமிழர்களில் கணிசமானோர் தமிழகத்திலிருந்து வேலைதேடி கர்நாடகம் சென்றவர்கள். அவர்களை அங்கிருந்து வெளியேறச் சொல்லி கர்நாடக வன்முறையாளர்கள் மிரட்டினர். விளைவு, பலரும் நடந்தே தர்மபுரி மாவட்டம் ஓசூருக்குத் தப்பி வந்தனர். ஆயிரக்கணக்கானோர் ரயில் மார்க்கமாக காட்பாடிக்கும் வேலூருக்கும் இன்னபிற பகுதிகளுக்கும் வந்தனர். 18 டிசம்பர் 1991 வரை ஒருவார காலத்துக்கு இத்தகைய இடம்பெயர்ச்சியை வலியுறுத்தினர் கன்னட வெறியர்கள்.

அகதிகளாக வந்தவர்களில் ஒருபிரிவினர் பணி நிமித்தமாக மீண்டும் கர்நாடகம் திரும்ப விரும்பினர். வேறு சிலர், கர்நாடக அரசு எடுக்கும்

பாதுகாப்பு நடவடிக்கைகளைப் பொறுத்தே கர்நாடகம் திரும்புவது பற்றி யோசிக்கும் நிலையில் இருந்தனர். பிறகு மெல்ல மெல்ல கலவரம் அடங்கியது போலத் தெரிந்தது. திடீரென 24 டிசம்பர் 1991 அன்று மீண்டும் கலவரம் வெடித்தது.

குறிப்பாக, கர்நாடக மாநிலம் மைசூரின் சில மாவட்டங்கள் மற்றும் மாண்டியா மாவட்டங்களில் தமிழர்களுக்கு எதிரான கலவரம் வெடித்தது. தமிழர்களுக்குச் சொந்தமான வீடுகள், கட்டடங்கள், பண்ணைகள் பலவும் தேடித்தேடி அழித்தொழிக்கப்பட்டன. ஏராளமான சொத்துகள் தீ வைத்துக் கொளுத்தப்பட்டன. நிலம் வைத்திருப்போரும் விவசாயத் தொழிலாளர்களும் வலுக்கட்டாய மாக வெளியேற்றப்பட்டனர்.

கர்நாடக அரசின் கணக்குப்படியே 17 தமிழர்கள் கொல்லப் பட்டிருந்தனர். ஆனால் அதைப் போல மும்மடங்கு தமிழர்கள் கொல்லப்பட்டிருக்கலாம் என்றன ஊடகங்கள். நூற்றுக்கணக்கான தமிழர்கள் படுகாயமடைந்தனர். மூன்று நாள்களுக்கு நீடித்த இந்தக் கலவரம் கர்நாடகத்தில் மட்டுமல்ல, தமிழகத்திலும் பதற்றத்தைக் கிளப்பியது.

கர்நாடகத்தில் தமிழர்கள் தாக்கப்படுவதற்கு எதிர்ப்பு தெரிவிக்கும் வகையில் 27 டிசம்பர் 1991 அன்று மறியல் நடத்த அழைப்பு விடுத்தது தமிழ்நாடு அரசு. கன்னடர்கள் செய்த காரியத்துக்குப் பழிவாங்கும் வகையில் தமிழகத்தின் எல்லைப்புற மாவட்டங்களில் வசித்த கன்னடர்கள் தாக்குதலுக்கு உள்ளாகினர்.

கன்னடர்களுக்குச் சொந்தமான தொழில் நிறுவனங்கள் தாக்கப் பட்டன. குறிப்பாக, நீலகிரி மாவட்டம் கூடலூரில் வசித்த கன்னடர்கள் வலுக்கட்டாயமாக வெளியேற்றப்பட்டனர். கர்நாடக மாநிலப் பதிவெண் கொண்ட வாகனங்கள் தாக்கப்பட்டன. தீவைத்துக் கொளுத்தப்பட்டன. விளைவு, இரு மாநிலங்களுக்கும் இடையே அமைதி சீர்குலைந்தது. அத்தியாவசியமான பணிகள் பெரும் பாதிப்புக்கு உள்ளாகின.

மொத்தமாகக் கணக்கிட்டுப் பார்த்தபோது சுமார் ஒரு லட்சம் தமிழர்கள் கர்நாடகத்திலிருந்து தமிழகத்துக்கு வெளியேற்றப் பட்டிருந்தனர். சுமார் 17 கோடி ரூபாய் மதிப்பிலான சொத்துகள் அழிக்கப்பட்டிருந்தன. சேதத்துக்கான இழப்பீட்டை இரு மாநில அரசுகளும் கொடுத்தாலும், அவரை போதுமானவையல்ல என்ற விமரிசனம் பாதிக்கப்பட்டோர் தரப்பில் இருந்து எழுந்தன.

தமிழர்கள் மீது நடத்தப்பட்ட திட்டமிட்ட, வெறித்தனமான தாக்குதல் குறித்து விசாரிக்க உயர்நீதிமன்ற நீதிபதி என்.டி.வெங்கடேஷ் தலைமையில் விசாரணை ஆணையம் ஒன்றை நியமித்தது கர்நாடக அரசு. பெரிதும் எதிர்பார்க்கப்பட்ட அந்த ஆணையம் கலவரத்துக்குக் காரணம் என்று எதையும் சொல்லாமல், 'நிர்வாகத்தவறு' என்று யாருக்கும் பாதகமில்லாத ஒரு காரணத்தைச் சொன்னது. அதேசமயம், 'கர்நாடகத்தில் வாழும் வேற்று இனத்தவர் செலுத்துகின்ற செல்வாக்கும் ஆதிக்கமுமே கன்னடர்களிடம் வெறுப்புணர்வைத் தூண்டி, கலவரத்தை உருவாக்கியது' என்ற ஆணைய அறிக்கையின் வரிகள் முக்கியமானவை.

கர்நாடகாவில் வாழும் தமிழர்கள் வேலைவாய்ப்பு தொடங்கி நிர்வாகக் கட்டமைப்பு வரை பல்வேறு இடங்களில் செல்வாக்குடன் விளங்குவது கன்னடர்களுக்கு உள்ளூற வெறுப்பையும் அதிருப்தியை யும் மெல்ல மெல்ல உருவாக்கிவந்துள்ளது. அதனை வெளிப்படுத்தச் சரியான சந்தர்ப்பத்துக்காகக் காத்திருந்த தருணத்தில், இடைக்காலத் தீர்ப்பு அரசிதழில் வெளியாகவே, பழைய கோபங்களை எல்லாம் கொத்தாக வெளிப்படுத்திவிட்டனர் என்பதுதான் 'வேற்று இனத்தவரின் ஆதிக்கம்' என்ற சொல்லாடலின் வழியே நாம் புரிந்துகொள்ளவேண்டிய செய்தி. அந்த ஆணையத்தின் முத்தாய்ப் பான அம்சம் என்ன தெரியுமா? பாதிக்கப்பட்டவர்களுக்கு எவ்வித இழப்பீடும் பரிந்துரைக்கப்படவில்லை. பிறகு பாதிக்கப்பட்டவர்கள் சார்பில் உச்சநீதிமன்றம் சென்றே இழப்பீடு பெறவேண்டிய நிலை.

உண்மையில், காவிரி தீர்ப்பாயத்தின் இடைக்கால உத்தரவைத் தொடர்ந்து ஒரு சொட்டுத் தண்ணீர்கூட தமிழகத்துக்கு வரவில்லை. இடைக்காலத் தீர்ப்பு அரசிதழில் வெளியாகியிருந்தது, அவ்வளவு தான். அதற்கே கர்நாடக அரசியல்வாதிகளின் ஆசியோடு தமிழர்களுக்கு எதிரான வன்முறை வெறியாட்டம் மிகப்பெரிய அளவில் நடந்தேறியிருந்தது.

{ 15 }

அரசியல் அழுத்தம், அசையாத பிரதமர்

1992-ன் தொடக்கத்தில் கர்நாடக அரசு பிரதமர் நரசிம்மராவுக்கு நெருக்கடி கொடுக்கத் தொடங்கியது. தமிழ்நாடு, கர்நாடகம் இடையே சமாதான நடவடிக்கைகளை எடுக்குமாறு கோரியது. ஆம், தீர்ப்பாயத்தின் இடைக்கால உத்தரவைத் தாண்டி, அரசியல் ரீதியான தீர்வையே கர்நாடக அரசு தொடர்ச்சியாக வலியுறுத்தியது.

இன்னொரு பக்கம், தமிழக அரசு உயர்மட்டத் தொழில்நுட்பக்குழு ஒன்றை உருவாக்கியது. காவிரி பிரச்னை தொடர்பாக அடுத்தடுத்து எழும் சட்ட, தொழில்நுட்பச் சிக்கல்களை எதிர்கொள்வதற்குத் தேவையான ஆலோசனைகளை வழங்க வேண்டும் என்பதுதான் இந்தக் குழு அமைக்கப் பட்டதன் நோக்கம்.

குழுவின் தலைவராக முன்னாள் பொதுப் பணித்துறை செயலாளர் திருமலை ஐ.ஏ.எஸ் நியமிக்கப்பட்டார். பொதுப்பணித்துறை செயலாளர் செல்லப்பன் ஐ.ஏ.எஸ் தொழில்நுட்பக் குழுவின் உறுப்பினர் மற்றும் ஒருங்கிணைப் பாளராக நியமிக்கப்பட்டார். காவிரி தொழில் நுட்பப் பிரிவின் தலைவர் ஏ.மோகனகிருஷ்ணன்,

கோயம்புத்தூர் விவசாயப் பல்கலைக்கழகத் துணைவேந்தர் எஸ்.ஜெயராஜ், ஓய்வுபெற்ற தலைமைப் பொறியாளர் எஸ்.ராமச்சந்திரன் ஆகியோர் குழுவின் உறுப்பினர்களாக நியமிக்கப்பட்டனர்.

தமிழக அரசின் நடவடிக்கைகளைத் தொடர்ந்து கர்நாடக காவிரி டெல்டா பகுதி நாடாளுமன்ற உறுப்பினர்கள் பிரதமர் நரசிம்மராவைச் சந்தித்தனர். அப்போது, இருதரப்புப் பேச்சு வார்த்தைக்கு ஏற்பாடு செய்யாத பட்சத்தில், தங்கள் பதவிகளை ராஜினாமா செய்வோம் என்று அவர்கள் எச்சரித்தனர். அது அரசியல் ரீதியிலான சிக்கலை உருவாக்கும் என்பதால் உடனடியாக இரு மாநில முதல்வர்கள் சந்திப்புக்கு அழைப்புவிடுத்தார் பிரதமர் நரசிம்மராவ்.

அந்த அழைப்பை எப்படி அணுகுவது என்பது குறித்து விவாதிக்க அனைத்துக் கட்சிக் கூட்டத்துக்கு அழைப்புவிடுத்தார் தமிழக முதல்வர் ஜெயலலிதா. ஆனால் அந்த அழைப்பை நிராகரித்த திமுக, அரசியல் கட்சிகளிடம் கலந்துபேசாமலேயே முதலமைச்சர்கள் சந்திப்பில் பங்கேற்பது என்று முடிவுசெய்துவிட்டு, வெறும் கண்துடைப்புக்காக அனைத்துக் கட்சிக் கூட்டத்தைக் கூட்டுகிறார் முதல்வர் ஜெயலலிதா என்று விமரிசித்தது.

என்றாலும், பிரதமரின் அழைப்பை நாகரிகம், மரியாதை கருதி ஏற்றுக்கொண்டு பேச்சுவார்த்தையில் பங்கேற்பதாக அறிவித்தார் தமிழக முதல்வர் ஜெயலலிதா. கிட்டத்தட்ட அதே சமயத்தில், விரைவில் நாடாளுமன்றம் கூடவுள்ள நிலையில், காவிரி பிரச்னையில் நல்ல தீர்வுக்கு வழிவகை செய்யாவிட்டால், கர்நாடக எம்.பிக்கள் ராஜினாமா செய்வார்கள் என்ற மிரட்டல் கர்நாடகத்தில் இருந்து வந்தது.

இது நரசிம்மராவின் ஆட்சியையே கவிழ்த்துவிடும் அபாயம் இருப்பதால், அந்த ஆட்சியைக் காப்பாற்றும் நோக்கத்துடனேயே முதலமைச்சர்கள் கூட்டத்தில் பங்கேற்க முதலமைச்சர் ஜெயலலிதா சம்மதித்தார் என்று விமரிசித்தது திமுக. என்றாலும், 17 பிப்ரவரி 1992 அன்று பிரதமர் நரசிம்மராவ் முன்னிலையில் தமிழக, கர்நாடக முதல்வர்கள் சந்தித்துப் பேசினர். ஆனால் அது எவ்வித பலனையும் தராமல் தோல்வியடைந்தது.

தீர்ப்பாயத்தின் இடைக்கால உத்தரவு அரசிதழில் வெளியானபிறகும் கூட எதிர்ப்பு நெருப்பு அணையாமல் இருக்கும் வகையில், அந்தத் தீர்ப்பை விமரிசிக்கும் காரியத்தில் கர்நாடக அரசியல் தலைவர்கள் தொடர்ச்சியாக ஈடுபட்டனர். அவர்களுள் முக்கியமானவர் கர்நாடக மாநில முன்னாள் முதல்வரும் ஜனதாதளம் தலைவருமான ராமகிருஷ்ண ஹெக்டே.

தமிழகத்துக்கு நீர்ப்பற்றாக்குறை ஏற்படும் சமயங்களில் எல்லாம், குறிப்பாக, கருணாநிதியும் எம்.ஜி.ஆரும் தமிழக முதலமைச்சர் பொறுப்பில் வெவ்வேறு காலகட்டங்களில் இருந்தபோது, 4000 மில்லியன் கன அடி முதல் 10000 மில்லியன் கன அடி வரை நீர்திறந்து விட்டவர் அன்றைய கர்நாடக முதலமைச்சர் ராமகிருஷ்ண ஹெக்டே. இவை அனைத்துமே இருதரப்புப் பேச்சுவார்த்தை வழியாக நடந்தவை. ஆனால் அந்தச் செயல்பாடுகள் கர்நாடகத்துக்கு எவ்விதத்திலும் பாதிக்கக்கூடாது என்பதில் கண்ணும் கருத்துமாக இருந்தவர் ஹெக்டே.

அந்த வகையில் காவிரி தீர்ப்பாய விவகாரத்தில் கர்நாடகம் தனது தரப்பு வாதத்தைச் சரியாக எடுத்துவைக்கவில்லை என்பது ஹெக்டேவின் கருத்து. இருதரப்புப் பேச்சுவார்த்தைகள், விட்டுக் கொடுத்தல் மூலமே காவிரி பிரச்னையைத் தீர்க்கமுடியும் என்பது அவரது நம்பிக்கை. காவிரி தீர்ப்பாயத்தின் கண்டுபிடிப்புகளும் தீர்வுகளும் நடைமுறை ரீதியாக அமல்படுத்த முடியாதவை என்ற விமரிசித்த ஹெக்டே, தமது தேவைக்கே தண்ணீர் இல்லாத நிலையில் கர்நாடகம் எப்படி தமிழகத்துக்கு நீரைக் கொடுக்கமுடியும் என்று கேள்வி எழுப்பினார். அதேசமயம், இடைக்காலத் தீர்ப்பைத் தொடர்ந்து நடந்த தமிழர்கள் மீதான தாக்குதல்கள் தவிர்த்திருக்கப்பட வேண்டியவை, அதற்கு கர்நாடக முதல்வர் பங்காரப்பாவே பொறுப்பு என்பதையும் அவர் பதிவுசெய்தார்.

தீர்ப்பாயத்தின் இடைக்கால உத்தரவின்மீது சர்ச்சைகளும் சந்தேகங்களும் கர்நாடகத் தரப்பால் எழுப்பப்பட்ட நிலையில், 3 ஏப்ரல் 1992 அன்று தீர்ப்பாயம் விளக்க உத்தரவு ஒன்றை வெளியிட்டது. அதில் இடைக்கால உத்தரவு எந்தவகையிலும் கர்நாடக நலனுக்கு எதிரானது அல்ல என்று சொன்னதோடு, நாளை சூழல் மாறும்போது, இடைக்கால உத்தரவில் தேவையான மாற்றங் களை அல்லது திருத்தங்களைச் செய்வதற்கு சம்பந்தப்பட்ட மாநில அரசுகள் தீர்ப்பாயத்தை நாடலாம் என்றும் தெளிவுபடுத்தியது.

அதனைத் தொடர்ந்து தீர்ப்பாயத்தின் இடைக்கால உத்தரவை அமல்படுத்தும் வகையில் காவிரி நீரைத் திறந்துவிட கர்நாடக அரசுக்கு உத்தரவிடுமாறு மத்திய அரசை வலியுறுத்தினார் தமிழக முதல்வர் ஜெயலலிதா. அந்தக் கோரிக்கையை வலியுறுத்தி உச்சநீதிமன்றத்தை அணுகவும் தமிழக அரசு தயாரானது.

இடைக்கால உத்தரவின்படி 1992 ஜூன் முதல் வாரத்தில் நீர் திறந்துவிட வேண்டும். ஆனால் அதற்குச் சாதகமாக மத்திய அரசு எவ்வித நடவடிக்கையும் எடுத்துவிடக்கூடாது என்று கர்நாடக அரசு

பலத்த நெருக்கடி கொடுக்கத் தொடங்கியது. பேச்சுவார்த்தை மூலம் தீர்வுக்கு வரலாம் என்று மீண்டும் ஓர் அறிக்கை கொடுத்தார் கர்நாடக முதல்வர் பங்காரப்பா. ஆனால் இடைக்கால உத்தரவின்மீது எவ்வித சமரசத்துக்கும் இடமில்லை, பேச்சுவார்த்தைக்கும் வாய்ப்பில்லை என்ற நிலையில் உறுதிகாட்டினார் தமிழக முதல்வர் ஜெயலலிதா.

இதற்கிடையே ஒரு முக்கியத் திருப்பமாக, கர்நாடக அரசு 1991 நவம்பர் மாதம் காவிரி தீர்ப்பாயத்தில் தாக்கல் செய்த மறு ஆய்வு மனு தள்ளுபடி செய்யப்பட்டது. தமிழகத்துக்கு 205 டிஎம்சி நீரை வழங்க வேண்டியது கர்நாடகத்தின் கடமை. ஒருவேளை, ஏதேனும் ஒரு குறிப்பிட்ட ஆண்டில் நெருக்கடி ஏற்பட்டால் மட்டும், அந்தச் சூழலுக்கு ஏற்ற முடிவுக்காக தீர்ப்பாயத்தைச் சம்பந்தப்பட்ட மாநிலங்கள் நாடலாம். ஆகவே, இடைக்காலத் தீர்ப்பில் எந்தவிதமான மாற்றத்தையும் செய்யவேண்டிய தேவை எழவில்லை என்று தீர்ப்பாயம் திட்டவட்டமாகத் தெரிவித்தது.

21 ஜூலை 1992 அன்று தமிழக எம்.பிக்கள் பிரதமர் நரசிம்மராவை நேரில் சென்று சந்தித்து, தமிழகத்துக்கு உரிய நீரை உடனடியாகத் திறக்க கர்நாடகத்துக்கு உத்தரவிடவேண்டும் என்று கேட்டுக் கொள்ளப் போவதாக அறிவித்தது தமிழ்நாடு காங்கிரஸ் கமிட்டி. அதேபோல, 31 ஜூலை 1992க்குள் தமிழகத்துக்கு உரிய நீரைத் திறந்துவிட மத்திய அரசு உத்தரவிடாத பட்சத்தில், மத்திய அரசுக்கு எதிராகப் போராட்டம் நடத்தப்படும் என்று தமிழ்நாடு விவசாயிகள் சங்கம் அறிவித்தது.

அதற்குப் போட்டியாக கர்நாடக எதிர்க்கட்சிகள் ஒன்று திரண்டு, இடைக்கால உத்தரவுக்கு எதிரான நிலைப்பாட்டை எடுத்து, அதனைக் கடுமையாக விமரிசித்ததோடு, தீர்ப்பாயத்தின் உத்தரவை அடியோடு நிராகரிக்குமாறு கர்நாடக மாநில அரசைக் கேட்டுக்கொண்டது.

அப்படி கர்நாடக அரசை நேரில் சந்தித்துக் கோரிக்கை விடுக்கும் போது, கர்நாடகத்தின் காவிரிப் படுகைப் பகுதியைச் சேர்ந்த அனைத்துக் கட்சி சட்டமன்ற, நாடாளுமன்ற உறுப்பினர்களும் பங்கேற்றனர். முக்கியமாக, கர்நாடகத்தின் முன்னாள் முதல்வர் களான எஸ்.நிஜலிங்கப்பா, பி.டி. ஜாட்டி, ராமகிருஷ்ண ஹெக்டே, குண்டு ராவ் ஆகியோரும் கலந்து கொண்டனர்.

அகில இந்திய அளவில் புகழ்பெற்ற அரசியல் தலைவர்கள் எல்லாம் பிராந்திய உணர்வோடு களத்தில் இறங்கிய நிலையில் அடுத்து என்ன செய்யப்போகிறது தமிழ்நாடு அரசு என்ற கேள்வி எழுந்தது.

{ 16 }

ஜெயலலிதா உண்ணாவிரதம்

ஆகப்பெரிய தலைவர்கள் எல்லாம் அடுத்தடுத்து களமிறங்கிவிட்ட நிலையில் 1 ஜூலை 1993 அன்று கர்நாடக முதல்வர் வீரப்ப மொய்லிக்குக் கோரிக்கை விடுத்தார் தமிழக முதல்வர் ஜெயலலிதா. லட்சக்கணக்கான தமிழக விவசாயிகளின் வாழ்வாதாரம் பாதிக்கப்பட்டிருக்கும் மோசமான சூழலைக் கருத்தில்கொண்டு, தீர்ப்பாயத்தின் இடைக்கால உத்தரவில் உள்ளபடி நீரைத் திறந்து விட வேண்டும் என்பது முதல்வர் ஜெயலலிதாவின் கோரிக்கை.

ஆனால் அதற்குச் சம்மதித்தால், தீர்ப்பாயத்தின் இடைக்கால உத்தரவை ஏற்றுக்கொண்டது போலாகிவிடும் என்பதால் முதல்வர் வீரப்ப மொய்லி மௌனம் காத்தார். அந்த இடத்தில்தான் ஒரு புதிய போராட்ட உத்தியைக் கையிலெடுத்தார் முதல்வர் ஜெயலலிதா.

18 ஜூலை 1993 அன்று சென்னை கடற்கரையில் உள்ள எம்.ஜி.ஆர் நினைவிடத்துக்கு முன்னால் உண்ணாவிரதப் போராட்டத்தைத் தொடங்கினார் முதல்வர் ஜெயலலிதா. காவிரி நதிநீர்த் தீர்ப்பாய இடைக்கால உத்தரவை அமல்படுத்தக்கோரி மத்திய, மாநில அரசுகளை வலியுறுத்தும் அனைத்து முயற்சிகளும் தோல்வி அடைந்துவிட்ட

நிலையில், வேறு வழியின்றியே உண்ணாவிரதப் போராட்டத்தைத் தொடங்கி இருப்பதாகவும், குறுவைப் பயிரைக் காக்க கர்நாடகம் காவிரி நீரைத் திறந்துவிடும் வரைக்கும் போராட்டம் தொடரும் என்று அறிவித்தார் முதலமைச்சர் ஜெயலலிதா. மேலும், தனது உண்ணா விரதத்துக்கான காரணங்களையும் அவர் வரிசைப்படுத்தினார்.

'மேட்டூர் அணையில் உள்ள நீரை 25 நாள்களுக்கு மட்டுமே வழங்க முடியும். தீர்ப்பாயத்தின் இடைக்கால உத்தரவு கொடுத்திருக்கும் அட்டவணைப்படி 1993 ஜூன் மாதத்தில் காவிரியிலிருந்து நீர் வராவிட்டால், குறுவைச் சாகுபடி முற்றிலுமாக பாதிப்புக்கு உள்ளாகும். மேட்டூர் அணையிலிருந்து 30000 கன அடி நீர் வெளியேற்றப்பட வேண்டும். ஆனால் இப்போது 15000 கன அடி நீர் மட்டுமே வெளியேற்றப்படுகிறது. சுழற்சி முறை அமலில் இருக்கும் நிலையில், சம்பா சாகுபடியும் பாதிக்கப்படக்கூடும் அபாயம் உள்ளது. தவிரவும், இந்த உண்ணாவிரதப் போராட்டமும் திடீர் முடிவல்ல, இரண்டு ஆண்டுகளாக எடுத்த எல்லா முயற்சிகளும் தோல்வியடைந்த நிலையில்தான், வேறுவழியின்றி உண்ணாவிரதம் இருக்கிறேன்.'

செய்தி கசிந்த மறுநொடியில் இருந்தே அந்தப் பகுதியில் கூட்டம் கூடத் தொடங்கியது. அமைச்சர்கள், அதிகாரிகளை அழைத்துப் பேசினார் முதல்வர் ஜெயலலிதா. கோப்புகள் பார்வையிடும் பணி உண்ணாவிரதப் பந்தலிலேயே நடந்தது.

தமிழக ஆளுநர் சென்னாரெட்டி நேரில் வந்து முதல்வர் ஜெயலலிதாவிடம் பேசினார். உண்ணாவிரதத்தைக் கைவிடும்படிக் கேட்டுக்கொண்டார். ஆனால் இடைக்கால உத்தரவை அமல் படுத்தும்படி கர்நாடக அரசுக்கு பிரதமர் நரசிம்மராவ் உத்தரவு போடும்வரை உண்ணாவிரதப் போராட்டத்தை நிறுத்தமாட்டேன் என்று திட்டவட்டமாகத் தெரிவித்தார் முதல்வர் ஜெயலலிதா.

காவிரி நீரை வலியுறுத்தி முதல்வர் நடத்திய உண்ணாவிரதப் போராட்டத்துக்கு நாடு தழுவிய அளவில் ஆதரவு பெருகியது. தமிழ்நாட்டு அரசியல் கட்சிகளும் தலைவர்களும் ஜெயலலிதாவுக்கு ஆதரவு தெரிவித்தனர். அரசியல் கட்சிகளின் மூத்த தலைவர்கள் தொடங்கி முன்னணி நிர்வாகிகள் வரை பலரும் நேரில் வந்து முதலமைச்சர் ஜெயலலிதாவுக்கு ஆதரவு கொடுத்தனர். சேலம் அன்னதானப் பட்டியைச் சேர்ந்த வயலெட், பராசக்தி என்ற இரண்டு பெண்கள் உண்ணாவிரதத்துக்கு ஆதரவு தெரிவிக்கும் வகையில் தீக்குளித்தனர்.

முதல்வரின் உண்ணாவிரதச் செய்தி அறிந்த பிரதமர் நரசிம்மராவ், மத்திய நதிநீர் ஆணையத் தலைவர் எம்.எஸ்.ரெட்டியை அழைத்து

சென்னை, பெங்களூருக்குச் சென்று நிலைமையை ஆய்வுசெய்து அறிக்கை தருமாறு கேட்டுக்கொண்டார். 19 ஜூலை 1993 அன்று பெங்களூருக்கு வந்த எம்.எஸ்.ரெட்டி, கர்நாடகத்தின் நீர்நிலை விவரங்கள் குறித்து மாநில உயரதிகாரிகளுடன் ஆலோசனை நடத்தினார். அடுத்து அவர் சென்னை வந்து ஆய்வு செய்யவேண்டும். அதற்குள் அஇஅதிமுக நாடாளுமன்ற உறுப்பினர்கள் குழு பிரதமர் நரசிம்மராவை நேரில் சந்தித்துப் பேசினர்.

முதல்வர் ஜெயலலிதாவின் உண்ணாவிரதப் போராட்டம் குறித்த செய்திகளைச் சொன்னதோடு, தீர்ப்பாயத்தின் இடைக்கால உத்தரவைச் செயல்படுத்த உரிய நடவடிக்கை எடுக்கவேண்டும் என்று கேட்டுக் கொண்டனர். அப்போது, நதிநீர் ஆணையத் தலைவர் எம்.எஸ்.ரெட்டியின் அறிக்கைக்காகக் காத்திருப்பதாகவும் அது கிடைத்ததும் உரிய நடவடிக்கை எடுப்பதாகவும் உறுதியளித்தார் பிரதமர் நரசிம்மராவ்.

அதன்படியே எம்.எஸ்.ரெட்டி சென்னை வந்து தமிழகத் தலைமைச் செயலாளர் டி.வி. வெங்கட்ராமன், அரசுத் தலைமை வழக்கறிஞர் கே.சுப்ரமணியம் உள்ளிட்ட அரசு அதிகாரிகள் பலருடன் இரண்டு மணி நேரத்துக்கும் மேலாக ஆலோசனை நடத்திவிட்டு டெல்லி புறப்பட்டார். அவருடைய அறிக்கையைத் தொடர்ந்து மத்திய நீர்வளத்துறை அமைச்சர் வித்யா சரண் சுக்லா 20 ஜூலை 1993 அன்று பெங்களூர் வந்தார். மாநில அரசு அதிகாரிகளுடன் விரிவான பேச்சுவார்த்தையை நடத்தினார்.

பிறகு இடைக்கால உத்தரவைச் செயல்படுத்த ஏதுவாக கண்காணிப்புக் குழு, செயல்பாட்டுக்குழு என்ற இரண்டு குழுக்களை அமைக்கும் யோசனையை முன்வைத்தார் மத்திய அமைச்சர். ஆனால் அந்த யோசனையைத் திட்டவட்டமாக நிராகரித்தது கர்நாடக அரசு. இது எந்த வகையிலும் கர்நாடகத்துக்கு நலம் பயக்கும் காரியமல்ல என்று சொல்லிவிட்டது கர்நாடக அரசு.

பிறகு 21 ஜூலை 1993 அன்று சென்னை வந்த மத்திய அமைச்சர் வித்யா சரண் சுக்லா, உண்ணாவிரதம் மேற்கொண்டிருந்த தமிழக முதல்வர் ஜெயலலிதாவைச் சந்தித்துப் பேசினார். அந்தச் சந்திப்பில் தமிழக தலைமைச் செயலாளர் டி.வி.வெங்கட்ராமன் உள்ளிட்ட உயரதிகாரிகள் இருந்தனர். சுமார் 20 நிமிடப் பேச்சுவார்த்தைக்குப்பின் இரண்டு குழுக்களை அமைக்கும் யோசனையைத் தெரிவித்தார் வி.சி.சுக்லா.

கண்காணிப்புக் குழுவில் தமிழ்நாடு, கர்நாடகம், கேரளம், புதுச்சேரி ஆகிய நான்கு மாநிலங்களைச் சேர்ந்த தலைமைப் பொறியாளர்கள்

இடம்பெறுவர். செயல்பாட்டுக் குழுவில் நான்கு மாநிலங்களைச் சேர்ந்த தலைமைச் செயலாளர்கள் உறுப்பினர்களாக இருப்பார்கள். அந்தக் குழுவுக்கு மத்திய நீர்ப்பாசனத் துறை செயலாளர் அல்லது அமைச்சரவை செயலாளர் தலைவராக இருப்பார் என்றார் மத்திய அமைச்சர் வி.சி. சுக்லா.

மேலும், காவிரி விவகாரத்தில் ஏற்பட்டிருக்கும் பிரச்னைகள், சிக்கல்கள், குளறுபடிகளை அடையாளம் காட்டும் பணியை கண்காணிப்புக்குழு செய்யும். அவற்றைச் சரிசெய்யத் தேவையான நடவடிக்கைகளை செயல்பாட்டுக்குழு எடுக்குமென்றும் சொன்னார் மத்திய அமைச்சர் வி.சி.சுக்லா. எல்லாவற்றையும் கேட்டுக் கொண்டார் முதல்வர். பிறகு அங்கிருந்து புறப்பட்டு ஆளுநர் மாளிகைக்குச் சென்ற மத்திய அமைச்சர் சுக்லா அங்கேயிருந்த அதிகாரிகளுடன் ஆலோசனை நடத்தினார்.

இதற்கிடையே உண்ணாவிரதப் பந்தலில் முதலமைச்சர் ஜெயலலிதா தலைமையில் தமிழக அமைச்சரவைக் கூட்டம் நடைபெற்றது. மத்திய அரசின் யோசனைகளை ஏற்பது குறித்து விவாதித்ததைத் தொடர்ந்து மாநில பொதுப்பணித்துறை அமைச்சர் கண்ணப்பனும் தமிழக தலைமைச் செயலாளர் டி.வி. வெங்கடராமனும் ஆளுநர் மாளிகைக்கு நேரில் சென்று மத்திய அமைச்சர் வி.சி.சுக்லாவைச் சந்தித்துப் பேசினர். அப்போது தமிழக அரசின் நிலைப்பாட்டை விரிவாக விளக்கிக் கூறினர்.

அதனைத் தொடர்ந்து ஆளுநர் சென்னா ரெட்டியும் மத்திய அமைச்சர் வி.சி.சுக்லாவும் முதலமைச்சரைச் சந்தித்துப் பேசினார். சுமார் அரை மணி நேரத்துக்கும் மேலான ஆலோசனைக்குப் பிறகு மத்திய அரசின் வாக்குறுதிகளை ஏற்று, உண்ணாவிரதப் போராட்டத்தை முடித்துக் கொண்டார் தமிழக முதலமைச்சர் ஜெயலலிதா.

அப்போது, மத்திய அரசின் யோசனைகளைக் கர்நாடக அரசு ஏற்றுக் கொண்டதா என்ற கேள்விக்குப் பதிலளித்த முதலமைச்சர் ஜெயலலிதா, ‘அது தமிழக அரசின் பிரச்னையல்ல, அது மத்திய அரசின் பொறுப்பு’ என்றார். தொடக்கத்தில் கடுமையாக எதிர்ப்பு தெரிவித்த கர்நாடக அரசு, பிறகு தம்முடைய வலியுறுத்தல் காரணமாக ஏற்றுக்கொண்டதாகச் சொன்னார் மத்திய அமைச்சர் வி.சி. சுக்லா.

ஆனால் மத்திய அமைச்சர் வி.சி.சுக்லாவின் கருத்துக்கு கர்நாடக முதல்வர் வீரப்ப மொய்லியிடம் இருந்து உடனடியாக மறுப்பு வந்தது. காவிரி விவகாரத்தில் எந்தவொரு கண்காணிப்புக்குழுவையும் ஏற்பதில்லை என்ற நிலையில் கர்நாடக அரசு உறுதியாக உள்ளது.

ஆகவே, மத்திய அமைச்சர் சொல்லும் கண்காணிப்புக்குழுவை நாங்கள் இப்போதும் ஏற்கவில்லை, எப்போதும் ஏற்கமாட்டோம் என்று சொல்லிவிட்டார்.

அடுத்தது என்ன என்ற பதற்றம் எழுந்தபோது, அந்தப் பதற்ற நெருப்பை மழை வந்து அணைத்தது. ஆம், தமிழக, கர்நாடகப் பகுதிகளில் ஏற்பட்ட மழைப் பொழிவு காரணமாக மேட்டூர் அணையும் நிரம்பியது, கிருஷ்ணராஜ சாகர் அணையும் நிரம்பியது. ஆகவே, பிரச்னை பெரிதாகவில்லை. ஆகவே, இடைக்காலத் தீர்ப்பை அமல்படுத்துங்கள் என்று தமிழக அரசிடமிருந்து பெரிய அழுத்தங்கள் செல்லவில்லை. ஆகவே, மத்திய அரசும் பெரிதாக அலட்டிக் கொள்ளாமல், மௌனமாக இருந்துவிட்டது.

{ 17 }

அலகா கமிட்டியும் ஐ.கே. குஜ்ராலும்

காவிரி அரசியல் என்பது ஆண்டுமுழுக்க இருக்கும் விவகாரம் என்றாலும், பிரச்னை பெரிதாவது என்னவோ பருவகாலத்தில்தான். அதிலும், மழைக் குறைவு அல்லது நீர்ப்பற்றாக்குறை காலத்தில் பிரச்னை பெரிதாக வெடித்துக் கிளம்பும். 1995 ஜூன் மாதத்திலும் காவிரி நதிநீர்ப் பிரச்னை வெடித்தது. உபயம்: குறைவான மழையும் பற்றாக்குறை நீரும்.

வடகிழக்குப் பருவ மழை பொய்த்துப் போயிருந்தது. அப்போது தமிழகத்துக்கு 26.6 டி.எம்.சி நீர்ப்பற்றாக்குறை ஏற்பட்டது. காவிரி டெல்டாவில் பயிரிடப்பட்டிருக்கும் பயிர்களைக் காப்பாற்ற 30 டி.எம்.சி நீரைத் திறந்துவிடும்படி கர்நாடக அரசை உத்தரவிடக்கோரி உச்சநீதிமன்றத்தை அணுகியது தமிழக அரசு.

ஆனால் உச்சநீதிமன்றமோ டிசம்பர் மாதம் தீர்ப்பாயத்தை நாடுமாறு சொல்லிவிட்டது. அதுவரை காத்திருந்த தமிழக அரசு, டிசம்பரில் தீர்ப்பாயத்தை அணுகியது. தஞ்சாவூர், நாகப்பட்டினம், திருச்சி மாவட்டங்களில் சம்பா நெற்பயிர் நீரின்றிக் காய்ந்து சருகாகிவருவதைச்

சுட்டிக்காட்டி, 30 டிஎம்சி தண்ணீரைத் திறந்துவிட உத்தரவிட வேண்டும் என்று கோரிக்கை விடுத்தது தமிழக அரசு.

ஆனால் தீர்ப்பாயமோ, இருதரப்பு கருத்துகளையும் கேட்டுவிட்டு, 11 டி.எம்.சி நீரைத் திறந்துவிடுமாறு கர்நாடக அரசுக்கு உத்தரவிட்டது. இது தமிழகம் கேட்டதில் மூன்றில் ஒரு பங்கு மட்டுமே. ஆனால் கர்நாடகமோ அதைக்கூடத் தருவதற்கு விரும்பவில்லை. தங்களுக்கே நீர்ப்பற்றாக்குறை இருப்பதாகச் சொல்லி, 11 டிஎம்சி நீரைத் திறந்துவிட மறுத்துவிட்டது. வேண்டுமானால், பிரதமர் தன்னுடைய விருப்பத்தின்படி சுதந்தரமான ஒரு குழுவை அனுப்பி, நிலைமையைச் சோதித்துப் பார்த்துக் கொள்ளட்டும் என்றார் கர்நாடக முதலமைச்சர் தேவே கௌடா.

தங்களுடைய பயிரைப் பாதுகாக்கவேண்டும் என்றால், நீரைத் திறந்து விட்டே தீரவேண்டும் என்று தமிழக அரசு வலியுறுத்தியது. ஆனால் கர்நாடகா தனது நிலையில் கெடுபிடி காட்டியது. இனியும் அமைதி காப்பதில் அர்த்தமில்லை என்ற நிலையில் உச்சநீதிமன்றத்தை மீண்டும் அணுகியது தமிழக அரசு. தீர்ப்பாயம் பிறப்பிக்கும் உத்தரவைப் புறந்தள்ளும் கர்நாடக அரசுக்கு உரிய உத்தரவுகளைப் பிறப்பிக்குமாறு கோரிக்கை விடுத்தது.

28 டிசம்பர் 1995 அன்று தமிழகத்தின் கோரிக்கையைப் பரிசீலித்த நீதிபதி கே.ராமசாமி, நீதிபதி எஸ்.சி.அகர்வால் இருவரைக் கொண்ட உச்சநீதிமன்ற அமர்வு, பிரதமர் நரசிம்மராவ் தனக்கிருக்கும் செல்வாக்கைப் பயன்படுத்தி, இருமாநில முதல்வர்களையும் அழைத்துப் பேசி, பிரச்னையைச் சுமூகமாக முடிக்குமாறு கேட்டுக் கொண்டது.

இதில் வேதனைக்குரிய விஷயம், நீதிமன்றத் தீர்ப்பின் வழியே காவிரிப் பிரச்னைக்குத் தீர்வுகாணமுடியாது என்று உச்சநீதிமன்றமே சொன்னதுதான். மேலும், உச்சநீதிமன்றத்துக்கு இருமாநில விவசாயிகளின் நலனும் ஒன்றுதான் என்பதால், தண்ணீரைத் திறந்து விடுமாறு ஒரு மாநிலத்துக்கு உத்தரவிடுவது இன்னொரு மாநிலத்தில் அதிருப்தியை உண்டாக்கும் என்றும் கருத்து வெளியிட்டது.

நீதிமன்றத்தின் பணியே பிரச்னைக்குரிய இருவரையும் அழைத்துப் பேசி, நியாயத்தின் பக்கம் தீர்ப்பு வழங்குவதுதான். அந்தத் தீர்ப்பு ஒருவருக்குச் சாதகமாகவும் இன்னொருவருக்குப் பாதகமாகவும் அமைவது இயல்பான, தவிர்க்கமுடியாத ஒன்று. ஆனால் அதை உச்சநீதிமன்றம் வருத்தத்துடன் கூறியதுதான் விநோதம். தண்ணீரைக் கேட்டுப்பெற வேண்டிய நிலையில் இருந்த தமிழகம், இப்படியான

விநோதமான யோசனைகளை எல்லாம் கேட்டுக்கொண்டு செயல்பட வேண்டிய நிலையில் இருந்தது.

30 டிசம்பர் 1995 அன்று இருமாநில முதல்வர்களுக்கும் அழைப்பு விடுத்தார் பிரதமர் பி.வி. நரசிம்மராவ். உரிய உத்தரவைச் செயல் படுத்த மறுத்த கர்நாடக அரசைக் கண்டிக்காமல், இருதரப்பையும் சமதட்டில் அமரவைத்துப் பேச்சுவார்த்தை நடத்தவேண்டும் என்று சொன்னது தமிழ்நாட்டில் கொந்தளிப்பை ஏற்படுத்தியது.

என்றாலும், நிலைமையின் தீவிரத்தை உணர்ந்து பேச்சுவார்த்தையில் பங்கேற்கச் சம்மதித்தார் தமிழக முதல்வர் ஜெயலலிதா. அப்போது கர்நாடகத்தின் சார்பில் முதல்வர் தேவே கௌடா பங்கேற்றார். ஆனால் அந்தப் பேச்சுவார்த்தையில் எவ்வித முடிவும் எட்டப்பட வில்லை. அதேசமயம், மூன்று அம்சத் திட்டம் ஒன்றைப் பரிந்துரை செய்தார் பிரதமர் நரசிம்மராவ்.

1. ஒரு நாளுக்கு இரண்டு டி.எம்.சி வீதம் மூன்று நாள்களுக்கு ஆறு டி.எம்.சி நீரைத் தமிழகத்துக்குத் திறந்துவிடுவது.

2. மூன்று உறுப்பினர்கள் கொண்ட நிபுணர் குழு ஒன்றை அமைத்து, இரு மாநிலங்களிலும் உள்ள கள நிலவரத்தை ஆய்வு செய்வது.

3. நீர்வள ஆதாரங்கள் குழுவை 1996 பிப்ரவரியில் கூட்டி, காவிரி நீரைப் பகிர்ந்துகொள்வது தொடர்பான வழிகாட்டும் நெறி முறைகளை வகுத்து, நடப்புச் சிக்கலைத் தீர்க்க வழிகாணுவது. இந்தக் குழுவில் காவிரி தொடர்பான மாநிலங்களின் முதல்வர்களும் இடம்பெறச் செய்வது.

இங்கே பிரதமர் நரசிம்மராவ் சொன்ன நிபுணர் குழு என்பது ஜவாஹர்லால் நேரு பல்கலைக் கழகத்தின் துணைவேந்தர் டாக்டர் யோகேந்திர அலகாவின் தலைமையிலானது. இவர் தேவே கௌடாவுக்கு நெருக்கமானவர் என்ற விமரிசனம் அப்போதே எழுந்தது. அது சரியோ என்பது போல அடுத்தடுத்த அசைவுகள் அமைந்தன.

தமிழகம், கர்நாடகத்தின் பாசனப் பகுதிகளைப் பார்வையிடுவது, சேதமடைந்த, சேதமடைய வாய்ப்பிருக்கும் பயிர்களைக் கணக்கிடுவது, பயிரைக் காப்பாற்றுவதற்கான நீரின் அளவைக் கணக்கிட்டுத் தீர்மானிப்பது ஆகிய மூன்று பணிகள் நிபுணர் குழுவுக்குத் தரப்பட்டன.

உடனடியாக அனைத்துக்கட்சிக் கூட்டத்துக்கு அழைப்பு விடுத்தது கர்நாடக அரசு. 3 ஜனவரி 1996 அன்று கர்நாடக முதல்வர் தேவே

கௌடா ஒருங்கிணைத்த அந்தக் கூட்டத்தில் 6 டி.எம்.சி. நீரைத் தமிழகத்துக்குத் திறந்துவிடுவது, தேசிய நதிநீர்க் கொள்கையை வடிவமைக்கத் தேவையான வழிகாட்டும் நெறிமுறைகளை மத்திய அரசு உருவாக்கும் வரை தீர்ப்பாய நடவடிக்கைகளில் பங்கேற்பதில்லை என்பன உள்ளிட்ட நான்கு தீர்மானங்கள் நிறைவேற்றப்பட்டன. அவற்றில் நான்காவது தீர்மானம், கர்நாடக அரசின் இந்த முடிவுக்குப் பொதுமக்கள் ஒத்துழைப்பு கொடுத்து, அமைதியை நிலைநாட்டவேண்டும் என்பதுதான்.

மேலும், இருமாநில நல்லிணக்கத்துக்காகவும் பிரதமரின் உத்தரவுக்குக் கௌரவம் சேர்க்கும் நோக்கத்துடனுமேயே ஆறு டி.எம்.சி தண்ணீரைத் திறந்துவிடுவதாகச் சொன்னார் கர்நாடக முதலமைச்சர் தேவே கௌடா. ஆனால் தமிழகத்தின் நீர்த்தேவை, காவிரி ஆற்றின் கிளைகள், பிரிவுகளை ஒப்பிடும்போது இந்த ஆறு டிஎம்சி என்பது ஒரு பொருட்டே அல்ல என்பதுதான் கள யதார்த்தம்.

இதற்கிடையே தனது ஆய்வுப்பணிகளை முடித்து, 19 ஜனவரி 1996 அன்று அறிக்கை கொடுத்தது அலகா கமிட்டி. அதன்படி, தமிழகத்துக்குத் தரவேண்டிய 5 டிஎம்சி நீரில் சரிபாதியைக் கொடுத்தால் போதும் என்றது அலகா கமிட்டியின் பரிந்துரை. இது தமிழகத்துக்குப் பெரும் பின்னடைவு. இந்த இடத்தில்தான் அலகா - கௌடா நெருக்கம் விமரிசிக்கப்பட்டது.

பின்னர் இந்திய அளவில் ஏற்பட்ட அரசியல் மாற்றத்தைத் தொடர்ந்து இந்தியாவின் பிரதமராகத் தேர்ந்தெடுக்கப்பட்டார் தேவே கௌடா. ஐக்கிய முன்னணி அரசில் கர்நாடக மாநில ஆளுங்கட்சியான ஜனதா தளமும் தமிழ்நாட்டின் ஆளுங்கட்சியான திமுகவும் இடம்பெற்றன. அதன்மூலம் காவிரி நீர்ப் பிரச்னையில் நல்லதொரு திருப்புமுனை ஏற்படக்கூடும் என்ற எதிர்பார்ப்பு எழுந்தது.

காரணம், 1989ல் அமைந்த வி.பி.சிங் அமைச்சரவையில் திமுக இடம்பெற்றபோதுதான் காவிரி நதிநீர்த் தீர்ப்பாயம் அமைக்கப் பட்டது. இடைக்கால உத்தரவுக்காக வழக்கு தொடரப்பட்டதும் அப்போதுதான். ஆகவே, மத்திய கூட்டணி அரசில் திமுக இடம்பெற்றிருப்பதால் காவிரி விவகாரத்தில் முக்கியமான நகர்வுக்கு வாய்ப்பிருக்கும் என்ற எதிர்பார்ப்பு எழுந்தது. கூடவே, தமிழ்நாட்டின் இன்னொரு முக்கிய கட்சியான தமிழ் மாநில காங்கிரஸும் மத்திய அமைச்சரவையில் இடம்பெற்றிருந்தது. தீர்ப்பாயம் கோரி எண்பதுகளில் வழக்கு தொடுத்தவர்களுள் மூப்பனாரும் ஒருவர் என்பது குறிப்பிடத்தக்கது.

பல்வேறு எதிர்பார்ப்புகள் இருந்தபோதும், பிரதமர் தேவே கௌடாவின் நிலைப்பாடு கர்நாடகம், தமிழகம் இரண்டுக்கும் பொதுவானதாக இருக்காது, கர்நாடகத்துக்குச் சாதகமான வகையில் ஒருதலைப் பட்சமாகவே இருக்கும் என்ற கருத்தும் எழுந்தது. அந்தச் சமயம் பார்த்து காவிரி நதிநீர்த் தீர்ப்பாயத் தலைவர் சித்ததோஷ் முகர்ஜி 1 ஜூலை 1996 அன்று திடீரென பதவி விலகினார். இது காவிரி பிரச்னையின் அடுத்தடுத்த பரிணாமங்களை எடுத்துச் சொல்வது போல அமைந்தது.

சித்ததோஷ் முகர்ஜிக்குப் பதிலாக நீதிபதி என்.பி. சிங்கை தீர்ப்பாயத்தின் தலைவராக நியமித்தது மத்திய அரசு. பாட்னா உயர்நீதிமன்ற நீதிபதி என்.எஸ்.ராவ், பஞ்சாப் - ஹரியானா மாநில உயர்நீதிமன்ற நீதிபதி எஸ்.டி.அகர்வால் இருவரும் தீர்ப்பாயத்தின் மற்ற உறுப்பினர்களாகச் செயல்படத் தொடங்கினர்.

1996 ஜூலை மாதம் குறுவை சாகுபடிக்காக 15 டி.எம்.சி தண்ணீரைக் கோரியது தமிழ்நாடு அரசு. கூட்டணி அமைச்சரவை உருவாகியிருந்த நிலையில், பிரதமர் தேவே கௌடாவின் வேண்டுகோளுக்கு இணங்க தமிழ்நாட்டின் கோரிக்கையில் மூன்றில் ஒரு பங்கான 5 டி.எம்.சி தண்ணீரை மட்டும் கொடுத்தது கர்நாடக அரசு. ஆனால் அதுவே கர்நாடகத்தில் பெரும் பிரச்னையைக் கிளப்பியது.

எதிர்க்கட்சிகள், எம்.எல்.ஏக்கள், கர்நாடக ராஜ்ய ரைதா சங்கம் ஆகியோர் போராட்டத்தில் ஈடுபட்டனர். நிலைமையைச் சமாளிக்கவும் பிரச்னையைத் தீர்க்கவும் இருமாநில முதல்வர்கள் இடையே ஐந்து சுற்றுப் பேச்சுவார்த்தைகள் நடத்தப்பட்டன. குறிப்பாக, தமிழக முதலமைச்சர் கருணாநிதியும் கர்நாடக முதலமைச்சர் ஜே.ஹெச். பட்டேலும் அரசியல் ரீதியாக மிகுந்த நட்புணர்வோடு இருந்தவர்கள். ஆனால் காவிரி என்று வந்தபோது எதுவும் பெரிய அளவில் பலன் தரவில்லை.

நீதிமன்றத்துக்கு வெளியே, அரசியல் ரீதியிலான பேச்சுவார்த்தையின் மூலமாகவே பிரச்னையைத் தீர்க்க வேண்டும் என்பது கர்நாடக அரசின் நிலைப்பாடு. ஆனால் தீர்ப்பாய உத்தரவின் அடிப்படையில் சட்டரீதியான தீர்வையே தமிழக அரசு விரும்பியது. தேசிய நீர்க்கொள்கையை விரைவில் வடிவமைக்கிறோம் என்று திரும்பத் திரும்ப சொல்லிக் கொண்டே இருந்தது மத்திய அரசு. எல்லாம் சேர்ந்துதான் பிரச்னைக்குத் தீர்வு கிடைக்காமல் இழுத்துக் கொண்டே சென்றது.

இதற்கிடையே மத்தியில் ஏற்பட்ட அரசியல் மாற்றங்கள் காரணமாக தேவே கௌடாவுக்குப் பதிலாக இந்தர் குமார் குஜ்ரால் ஐக்கிய

முன்னணி அரசின் பிரதமராகத் தேர்ந்தெடுக்கப்பட்டார். காவிரி விவகாரத்தில் ஆர்வம் செலுத்திய அவரிடம் காவிரி நதிநீர்த் தீர்ப்பாயத்தின் இடைக்காலத் தீர்ப்பைச் செயல்படுத்தத் தேவையான நடவடிக்கைகளை எடுக்குமாறு அவருடைய அமைச்சரவையில் இடம்பெற்ற திமுக அமைச்சர்களும் தமிழக முதல்வர் கருணாநிதியும் வலியுறுத்தினர்.

கிட்டத்தட்ட இதே சமயத்தில், 1992-ல் தமிழக அரசு உச்சநீதிமன்றத்தில் தொடர்ந்திருந்த வழக்கு மீண்டும் விசாரணைக்கு வந்தது. அதில் ஆஜரான மத்திய அரசின் தலைமை வழக்கறிஞர், காவிரி நதிநீர்த் தீர்ப்பாய இடைக்காலத் தீர்ப்பைச் செயல் வடிவத்துக்குக் கொண்டுவர மத்திய அரசு சட்டரீதியான திட்டம் ஒன்றை வகுத்துவருவதாக 9 ஏப்ரல் 1997 அன்று தெரிவித்தார்.

சொன்னபடியே, மாநிலங்களுக்கு இடையிலான நதிநீர்த் தகராறு சட்டம் 1956-ன்படி காவிரி நதிநீர் ஆணையம் ஒன்றை உருவாக்க முடிவுசெய்தார் பிரதமர் குஜ்ரால். வரைவுத் திட்டத்தை உருவாக்கி தமிழகம், கர்நாடகம் உள்ளிட்ட மாநில அரசுகளுக்கு அனுப்பி, அதுதொடர்பான கருத்துரைகளைக் கோரியது மத்திய அரசு. குஜ்ரால் திட்டம் என்று சொல்லப்பட்ட அந்தத் திட்டத்தின் முக்கிய அம்சங்கள் கீழே:

1. காவிரி நதிநீர்த் தீர்ப்பாயத்தின் இடைக்கால உத்தரவைச் செயல்படுத்த காவிரி நதிநீர் ஆணையம் உருவாக்கப்படும்.

2. இடைக்கால உத்தரவில் சுட்டிக்காட்டப்பட்டுள்ள அனைத்து அம்சங்களையும் நிறைவேற்றத் தேவையான ஒழுங்காற்றுக் குழுவை ஆணையம் உருவாக்கிக்கொள்ளும்.

3. காவிரி நதிநீர் ஆணையத்தால் நியமிக்கப்பட்ட அதிகாரிகளின் அறிவுரைகளை ஏற்றுச் செயல்பட/செயல்படுத்த எந்த அரசு மறுத்தாலும், அந்த நீர்த்தேக்கத்தையே தம்வசம் எடுத்துக் கொண்டு, நீர்த்தேக்கத்தின் செயல்பாடுகளை மாநில அல்லது மத்திய அமைப்புகளின் வழியே எடுத்துச்செல்லும். இது ஆணையம் விரும்பும்வரைக்கும் தொடரும்.

இந்தக் கடைசி அம்சம்தான் மிகமுக்கியமானது. காவிரி நதிநீர் ஆணையத்துக்கு அதிகாரபூர்வ, சட்டபூர்வ அந்தஸ்தை வழங்கும் அம்சம். ஆகவே, அந்த ஆணையத்தை அமைப்பதில் தமிழக அரசு ஆர்வம் செலுத்தியது. ஆனால் அந்த அம்சம்தான் கர்நாடக அரசைக் கவலை கொள்ளச் செய்தது. தனக்கிருக்கும் அரசியல் அழுத்தத்தைப்

பயன்படுத்தி, அந்த முக்கியமான அம்சத்தை நீர்த்துப்போகச் செய்யும் நடவடிக்கையில் வீரியத்துடன் இறங்கியது.

தமிழகமா, கர்நாடகமா, அரசியல் ரீதியாக அதிக சக்திவாய்ந்தவர் யார் என்ற போட்டியில் தண்ணீரைக் கொடுக்கவேண்டிய இடத்தில் இருந்த கர்நாடகத்தின் கை ஓங்கியும், தண்ணீரைப் பெறவேண்டிய இடத்தில் இருந்த தமிழ்நாட்டின் கை தாழ்ந்தும் இருந்தது. விளைவு, ஆணையத்தின் தீர்ப்பே இறுதியானது என்ற சொல்லாடல்கள் நீக்கப்பட்டு, காவிரி நதிநீர் ஆணையத்தின் தீர்ப்பில் திருப்தி இல்லாத பட்சத்தில், மேல்முறையீடு செய்துகொள்ளலாம். அதற்கென்று ஒரு குழு அமைக்கப்படும். அந்தக் குழுவின் தலைவராக மத்திய நீர்வளத் துறை அமைச்சர் இருப்பார். குழுவின் ஏனைய உறுப்பினர்களாக சம்பந்தப்பட்ட மாநில முதல்வர்கள் இருப்பார்கள் என்று அறிவிக்கப் பட்டது.

அதன்மூலம் வரைவுத் திட்டத்தில் உத்தரவைச் செயல்படுத்தும் அதிகாரம் படைத்த ஆணையமாக இருந்த காவிரி நதிநீர் ஆணையம், மாற்றியமைக்கப்பட்ட வரைவுத் திட்டத்தில் வெறுமனே பரிந்துரை கொடுக்கும் ஆணையமாகத் தரமிறக்கப்பட்டது. ஆகவே, அந்த ஆணையத்தைத் தமிழக அரசு ஏற்கவில்லை. மாறுபட்ட கருத்துகள் எழுந்ததால், ஐ.கே.குஜ்ரால் அரசால் அந்த ஆணையத்தை அமைக்க முடியவில்லை.

இடைப்பட்ட காலங்களில் உச்சநீதிமன்றத்தில் தமிழக அரசு தொடர்ந்திருந்த வழக்கு எட்டு முறை விசாரணைக்கு வந்தது. அப்போதெல்லாம் வெறுமனே வாய்தா வாங்கியே காலங்கள் கரைந்தன. அதற்குள் மத்தியில் ஆட்சிமாற்றம் ஏற்பட்டது!

{ 18 }

வாஜ்பாய் வகுத்த திட்டம்

ஐக்கிய முன்னணி ஆட்சி கவிழ்ந்தபிறகு நடந்த மக்களவைத் தேர்தலில் தேசிய ஜனநாயகக் கூட்டணி ஆட்சியைப் பிடித்தது. பாரதிய ஜனதா கட்சியின் மூத்த தலைவர் அடல் பிஹாரி வாஜ்பாய் பிரதமரானார். முக்கியமாக, அந்த அரசின் அச்சாணியாக ஜெயலலிதா தலைமையிலான அதிமுக விளங்கியது. அந்தக்கட்சியின் சார்பில் சேடப்பட்டி முத்தையா, தம்பிதுரை, கடம்பூர் ஜனார்த்தனம், ஆர்.கே.குமார் ஆகியோர் இடம்பெற்றனர்.

அதுமட்டுமின்றி, காவிரி பிரச்னைக்காத் தன்னுடைய மத்திய அமைச்சர் பதவியையே ராஜினாமா செய்த வாழப்பாடி ராமமூர்த்தி, பாமகவைச் சேர்ந்த தலித் எழில்மலை ஆகியோர் அமைச்சர்களாகியிருந்தனர். தமிழக பாஜகவைச் சேர்ந்த ரங்கராஜன் குமாரமங்கலமும் அமைச்சரவையில் இடம்பெற்றிருந்தார். எல்லா வற்றையும்விட முக்கியமாக, அதிமுகவின் ஆதரவு இல்லையென்றால் வாஜ்பாய் பதவியில் நீடிக்க முடியாது என்ற நிலை. இது காவிரி பிரச்னையில் நல்லதொரு முன்னேற்றத்தை உருவாக்கும் என்ற எதிர்பார்ப்பு எழுந்தது.

உண்மையில், 19 மார்ச் 1998 அன்று வாஜ்பாய் பிரதமராகப் பதவியேற்றார். அதற்கு முந்தைய நாள் 35 அம்சங்கள் கொண்ட தேசிய செயல் திட்டம் ஒன்றை பாஜக வெளியிட்டது. அதில், மாநிலங் களுக்கு இடையிலான நதிநீர்ச் சிக்கல்களைக் களைவதற்கு தேசிய நதிநீர்க் கொள்கை உருவாக்கப்படும் என்ற அம்சமும் இடம் பெற்றிருந்தது. கர்நாடக அரசின் கோரிக்கையும் அதுவே என்ற வகையில், மத்திய அரசு கர்நாடகா பக்கம் சாய்கிறதோ என்ற சந்தேகம் எழுந்தது. உடனடியாகத் தன்னுடைய அதிருப்தியைப் பதிவுசெய்தார் முதல்வர் கருணாநிதி.

16 ஜூலை 1998 அன்று தீர்ப்பாயத்தின் இடைக்கால உத்தரவைச் செயல்படுத்தத் தேவையான திட்டத்தை வெளியிடுமாறு கடிதம் வழியே பிரதமர் வாஜ்பாயை வலியுறுத்தினார் தமிழக முதலமைச்சர் கருணாநிதி. அதேபோல, இதுவிஷயத்தில் திடமான முடிவை எடுக்குமாறு அதிமுகவும் பிரதமரிடம் கோரிக்கை விடுத்தது. அதுவும் இயல்பான மொழியில் அல்ல, சற்றே காட்டமான மொழியில்.

'காவிரி தீர்ப்பாயத்தின் இடைக்காலத் தீர்ப்பைச் செயல்படுத்தத் தேவையான திட்டத்தை 21 ஜூலை 1998க்குள் அறிவிக்கவில்லை என்றால், கடும் விளைவுகளை மத்திய அரசு சந்திக்க நேரிடும்.'

அதனைத் தொடர்ந்து 19 மற்றும் 20 ஜூலை 1998 இரண்டு தினங்களும் நாடாளுமன்றத்தின் இரு அவைகளிலும் காவிரி விவகாரம் அனலைக் கிளப்பியது. இடைக்காலத் தீர்ப்பை அமல்படுத்தும் துணிச்சல் வாஜ்பாய் அரசுக்கு இல்லை என்றும், திட்டம் குறித்த அறிவிக்கையை வெளியிடாததன் மூலம் தமிழக மக்களுக்கு வாஜ்பாய் அரசு துரோகம் இழைத்துவிட்டதாகவும் அதிமுக நாடாளுமன்ற உறுப்பினர்கள் விமரிசனம் செய்தனர். இதே வாஜ்பாய் அமைச்சரவையில்தான் அதிமுகவும் இடம்பெற்றிருந்தது கவனிக்கத்தக்கது.

கர்நாடக அரசோ காவிரி நதிநீர் ஆணையம் அமைக்கும் யோசனையை அடியோடு நிராகரித்தது. மேலும், தமிழக அரசின் கோரிக்கைக்குச் செவி சாய்த்துவிடவேண்டாம் என்றும் கர்நாடகாவைச் சேர்ந்த அரசியல் கட்சித் தலைவர்கள் பலரும் பிரதமர் வாஜ்பாயிடம் நேரில் வந்து கோரிக்கை விடுத்தனர். விளைவு, இரு தரப்பிலிருந்தும் கடுமையான அரசியல் நெருக்கடியை எதிர்கொண்டார் பிரதமர் வாஜ்பாய்.

இதற்கிடையே தீர்ப்பாயத்தின் இடைக்கால உத்தரவைச் செயல் படுத்தத் தேவையான திட்டம் பற்றிய கருத்தை எதிர்பார்த்திருந்த வழக்கு 21 ஜூலை 1998லிருந்து 12 ஆகஸ்டு 1998க்குத் தள்ளிப் போனது. அப்போது உச்சநீதிமன்றத்தில் கருத்து தெரிவித்த மத்திய அரசின்

தலைமை வழக்கறிஞர் சோலி சொராப்ஜி, தீர்ப்பாயத்தின் இடைக்கால உத்தரவைச் செயல்படுத்த ஏதுவான திட்டத்தை வகுப்பதிலிருந்து மத்திய அரசு பின்வாங்கவில்லை. இரு மாநிலங்களுக்கும் இடையே நிலவும் கருத்து வேறுபாடுகளைக் களைவதற்கான முயற்சிகளை மத்திய அரசு எடுக்கத் தயாராக இருப்பதாகத் தெரிவித்தார்.

இதற்கிடையே, 22 ஜூலை 1998 அன்று மத்திய அரசுக்குக் கோரிக்கை விடுத்த அதிமுக பொதுச்செயலாளர் ஜெயலலிதா, 'நீதிமன்றம் விதித்த கெடு தேதியான 12 ஆகஸ்டு 1998 வரைக்கும் காத்திராமல், உடனடியாகத் திட்டத்தை அரசிதழில் வெளியிடவேண்டும்' என்றார்.

ஆனால் அப்படியான நடவடிக்கை எதையும் மத்திய அரசு எடுத்துவிடக் கூடாது என்று கர்நாடகத்தைச் சேர்ந்த நாடாளுமன்ற உறுப்பினர்கள் பிரதமர் வாஜ்பாயிடம் அழுத்தம்கொடுத்தனர். கர்நாடக அனைத்துக் கட்சித் தூதுக்குழு ஒன்றும் பிரதமரைச் சந்தித்து மகஜர் ஒன்றைக் கொடுத்தது. சம்பந்தப்பட்ட மாநில முதல்வர்களின் கூட்டத்தைக் கூட்டி, பிரச்னையைப் பேசித் தீர்க்கலாம் என்று ஆலோசனை கொடுத்தது.

மேலும், தேசிய நீர்க்கொள்கையை உருவாக்கி, அதன் வழியே பாசனப் பகுதிகளுக்கு உரிய நீரைப் பகிர்ந்துகொள்வதற்கான வழிகாட்டும் நெறிமுறைகளை வகுத்துக்கொள்ளலாம் என்ற தனது பழைய நிலைப்பாட்டில் தொடர்ந்து உறுதி காட்டியது கர்நாடகம்.

12 ஆகஸ்டு 1998 அன்று உச்சநீதிமன்றத்தில் வழக்கு விசாரணைக்கு வரவிருந்த நிலையில், 6 ஆகஸ்டு 1998 மற்றும் 7 ஆகஸ்டு 1998 ஆகிய இரு தேதிகளில் சம்பந்தப்பட்ட மாநில முதலமைச்சர்களின் ஆலோசனைக் கூட்டத்துக்கு அழைப்பு விடுத்தார் பிரதமர் வாஜ்பாய். அப்போது இரண்டே வாய்ப்புகள் இருப்பதாகச் சொன்னார் வாஜ்பாய்.

ஒன்று, இது விஷயத்தில் அனைத்து மாநிலங்களும் ஒப்புக்கொள்ளக் கூடிய ஒரு திட்டத்தை உச்சநீதிமன்றத்திடம் சொல்வது. இரண்டு, பேச்சு வார்த்தைகள் பலனளிக்காத நிலையில், இதுவிஷயத்தில் முடிவெடுக்கும் பொறுப்பை உச்சநீதிமன்றத்திடமே ஒப்படைத்து விடுவது. அதனைத் தொடர்ந்து காவிரி நதிநீர் ஆணையத்தை அமைக்க சம்பந்தப்பட்ட மாநில அரசுகள் சம்மதம் தெரிவித்தன.

மாநில அரசுகளின் சம்மதத்துடன் காவிரி நதிநீர் ஆணையத்தை அமைத்தது வாஜ்பாய் தலைமையிலான மத்திய அரசு. பிரதமர் தலைமையிலான அந்த ஆணையத்தில் தமிழ்நாடு, கர்நாடகா, கேரளா, புதுச்சேரி மாநில முதல்வர்கள் உறுப்பினர்களாக

இடம்பெற்றனர். மத்திய நீர்வளத்துறையின் பொறுப்பு செயலாளர் காவிரி நதிநீர் ஆணையச் செயலாளராகப் பணியாற்றுவார் என்று அறிவிக்கப்பட்டது.

காவிரி நதிநீர் ஆணையத்தின்கீழ் கண்காணிப்புக்குழு ஒன்றும் உருவாக்கப்பட்டது. மாநில தலைமைச் செயலாளர்கள், மத்திய நதிநீர் ஆணையத் தலைவர், மத்திய நதிநீர் ஆணையத்தின் தலைமைப் பொறியாளர் உள்ளிட்ட அதிகாரிகள் அடங்கிய குழுவாக கண்காணிப்புக் குழு அமைந்தது. காவிரி தீர்ப்பாயத்தின் இடைக்காலத் தீர்ப்பை அமல்படுத்த காவிரி நதிநீர் ஆணையத்துக்குத் தேவையான உதவிகளைச் செய்துகொடுப்பதே கண்காணிப்புக் குழுவின் பணி.

25 ஜூன் 1991 அன்று காவிரி நதிநீர்த் தீர்ப்பாயம் கொடுத்த இடைக்கால உத்தரவு மற்றும் அதையொட்டி வெளியான உத்தரவுகளை நிறைவேற்றும் காரியத்தை காவிரி நதிநீர் ஆணையம் செய்யும். அதற்குத் தேவையான விதிமுறைகளையும் ஒழுங்குமுறைகளையும் நதிநீர் ஆணையமே வடிவமைத்துக்கொள்ளும். தேவையான சமயங்களில் கூட்டங்களை நடத்தி ஆலோசனை நடத்தும்.

காவிரி நதிநீர் ஆணையத்தின்கீழ் இயங்கும் கண்காணிப்புக் குழுவுக்கு மத்திய நீர்வளத்துறை பொறுப்பு செயலாளர் தலைமை வகிப்பார். தமிழ்நாடு, கர்நாடகா, கேரளா, புதுச்சேரி மாநிலங்களின் தலைமைச் செயலாளர்கள், தேசிய நதிநீர் ஆணையத்தின் தலைவர், ஒவ்வொரு மாநிலத்திலிருந்தும் தலைமைப் பொறியாளர் தகுதிக்குக் குறையாத தலா ஓர் அதிகாரி, தேசிய நதிநீர் ஆணையத்தின் தலைமைப் பொறியாளர் ஆகியோர் உறுப்பினர்களாகச் செயல்படுவர் என்று அறிவிக்கப்பட்டது.

காவிரி நதிநீர் ஆணையம் அமைக்கப்பட்டதற்கு தமிழக, கர்நாடக அரசுகள் திருப்தி வெளியிட்டன. தமிழக, கர்நாடக விவசாயிகளுக்கும் மக்களுக்கும் கிடைத்த வெற்றியே நதிநீர் ஆணையம். சிக்கலான பிரச்னைக்கு நல்லதொரு இடைக்காலத் தீர்வு என்றார் தமிழக முதல்வர் கருணாநிதி. இதுவே இறுதித் தீர்வல்ல என்றாலும், தீர்வுக்கான பாதை தெளிவடைந்துள்ளது. இது யாருக்கும் தோல்வி தராத தீர்வு என்றார் கர்நாடக முதல்வர் ஜே.ஹெச்.பட்டேல். இவர் ஜனதாதளத்தைச் சார்ந்தவர்.

இரு மாநில முதல்வர்களும் ஏறக்குறைய காவிரி நதிநீர் ஆணையத்தை ஏற்றுக்கொண்டுவிட்ட நிலையில் இருமாநிலங்களிலும் இருந்த பெரும்பாலான எதிர்க்கட்சிகள் அதிருப்தி வெளியிட்டன. குறிப்பாக, தமிழ்நாட்டில் பிரதான எதிர்க்கட்சியான அதிமுக காவிரி நதிநீர் ஆணையத்தைக் கடுமையாக எதிர்த்தது. பல்லில்லாத ஆணையம்

என்று விமரிசித்தார் அதிமுக பொதுச்செயலாளர் ஜெயலலிதா. அதிமுகவின் கூட்டணிக் கட்சிகளும் அதே நிலைப்பாட்டை எடுத்தன.

காவிரி நதிநீர் ஆணையம் தமிழகத்தின் நலனுக்கு எதிரானது, காவிரி விவகாரத்தில் தமிழக விவசாயிகளுக்கு மிகப்பெரிய அநீதி இழைக்கப் பட்டுள்ளது. அதை சரிசெய்யும் வகையில், புதிய திட்டத்தை நீக்கிவிட்டு, பழைய திட்டத்தையே அரசிதழில் வெளியிடவேண்டும் என்று மத்திய அரசிடம் வலியுறுத்தியது அதிமுக.

ஆனால் திமுக, மூப்பனார் தலைமையிலான தமிழ் மாநில காங்கிரஸ், மார்க்சிஸ்ட் கம்யூனிஸ்ட் கட்சி ஆகிய கட்சிகள் காவிரி நதிநீர் ஆணையம் அமைக்கப்பட்டதை வரவேற்றன.

தமிழகத்தைப் போலவே கர்நாடகத்திலும் எதிர்க்கட்சிகள் ஆளுங்கட்சிக்கு எதிரான நிலைப்பாட்டையே எடுத்திருந்தன. காவிரி விவகாரத்தில் அதிர்ச்சியூட்டக்கூடிய நடவடிக்கை எடுக்கப் பட்டுள்ளதாகக் கருத்து தெரிவித்தது பிரதான எதிர்க்கட்சியான காங்கிரஸ்.

கர்நாடக மாநில காங்கிரஸ் கமிட்டி தலைவர் தரம் சிங், கர்நாடக சட்டமன்ற காங்கிரஸ் குழுவின் தலைவர் ஹெச்.கே. பாட்டீல் இருவரும், 'காவிரி தீர்ப்பாயத்தின் இடைக்காலத் தீர்ப்பே ஏற்றுக் கொள்ளப்படாத நிலையில், அந்தத் தீர்ப்பை அமல்படுத்த ஆணையம் அமைத்திருக்கும் மத்திய அரசின் முடிவு கண்டிக்கத்தக்கது' என்று அறிக்கை வெளியிட்டனர். நதிநீர் ஆணையம் ஒரு தீர்வே அல்ல, மாறாக, பேச்சுவார்த்தையின் வழியாகவே பிரச்னையைத் தீர்க்க முடியும் என்றன கர்நாடக எதிர்க்கட்சிகள்.

விவகாரம் தீர்வின்றி நகர்ந்துகொண்டிருந்த தருணத்தில் வெவ்வேறு அரசியல் காரணங்களுக்காக திடீரென மத்திய அரசுக்கு அளித்துவந்த ஆதரவை அதிமுக திரும்பப்பெற்றது. விளைவு, 14 ஏப்ரல் 1999 அன்று வாஜ்பாய் தலைமையிலான தேசிய ஜனநாயகக் கூட்டணி அரசு கவிழ்ந்தது. அதிமுகவின் ஆதரவோடு ஆட்சி நடைபெற்றதால் காவிரி பிரச்னையில் நல்லதொரு தீர்வு ஏற்படும் என்ற எதிர்பார்ப்பு பொய்த்துப் போனது.

பிறகு நடந்த தேர்தலில் மீண்டும் தேசிய ஜனநாயகக் கூட்டணி அரசே வெற்றிபெற்றது. மீண்டும் வாஜ்பாயே பிரதமரானார்!

{ 19 }

நதிநீர் ஆணையம் அமைந்தது

கடந்த வாஜ்பாய் அரசில் அதிமுக இருந்த இடத்துக்கு திமுக வந்திருந்தது. திமுகவின் முரசொலி மாறன், டி.ஆர்.பாலு, ஆ.ராசா, தமிழக பாஜகவின் ரங்கராஜன் குமாரமங்கலம், மதிமுகவின் கண்ணப்பன், செஞ்சி ராமச்சந்திரன், பாமகவின் என்.டி.சண்முகம், பொன்னுசாமி ஆகியோர் இடம்பெற்றனர்.

ஆக, மத்திய அமைச்சரவையில் பலம் வாய்ந்த பல துறைகளை நிர்வகிக்கும் அமைச்சர்கள் இடம் பெற்றது இதுதான் முதன்முறை. முக்கியமாக, மத்தியிலும் மாநிலத்திலும் ஒத்திசைவுகொண்ட அரசுகள் அமைந்திருந்தன. அது காவிரி பிரச்னையில் எந்த மாதிரியான மாற்றத்தை ஏற்படுத்தப்போகிறது என்ற எதிர்பார்ப்பு எழுந்திருந்த நிலையில் தமிழகத்தில் காவிரி நதிநீர்ச் சிக்கல் கிளம்பியது.

1999 செப்டெம்பரில் தீர்ப்பாய இடைக்கால உத்தரவின்படி தமிழகத்துக்குத் தரவேண்டிய நீரைத் திறந்துவிடுமாறு கர்நாடக அரசிடம் கோரினார் தமிழக முதல்வர் கருணாநிதி. அப்போது தமிழகத்துக்கு 95.34 டிஎம்சி நீரையே கர்நாடகம் திறந்துவிட்டிருந்தது. எஞ்சிய 20 டிஎம்சியைத்

திறந்துவிடவேண்டும் என்பதுதான் தமிழகத்தின் கோரிக்கை. குறித்த நேரத்தில் நீரைத் திறந்துவிடாத பட்சத்தில் தமிழக காவிரி டெல்டா பகுதிகளில் குறுவை சாகுபடி பாதிக்கப்படும் என்றார் முதல்வர் கருணாநிதி. ஆனால் அந்தக் கோரிக்கைக்குக் கர்நாடக அரசிடமிருந்து எவ்வித சலனமும் இல்லை.

பிரச்னையைத் தீர்க்க காவிரி நதிநீர் ஆணையத்தின் தலைவர் என்ற முறையில் பிரதமர் வாஜ்பாய் தலையிடவேண்டும் என்று கோரிக்கை விடுத்தார் மாநில பொதுப்பணித்துறை அமைச்சர் துரைமுருகன். அதை ஏற்று கர்நாடக முதல்வர் ஜே.ஹெச். பட்டேலிடம் பேசினார் பிரதமர் வாஜ்பாய். ஆனால் பற்றாக்குறையைக் காரணம் காட்டி மறுதலித்தார் முதல்வர் பட்டேல்.

பிரச்னையின் தீவிரம் கருதி 24 செப்டெம்பர் 1999 அன்று காவிரி நதிநீர் கண்காணிப்புக்குழு அவசரமாகக் கூடியது. கர்நாடக அரசு செப்டெம்பர் மாதத்துக்குள் 3 டி.எம்.சி, அக்டோபரில் 6 டி.எம்.சி நீரைத் தமிழகத்துக்குத் தரவேண்டுமென பரிந்துரை செய்தது. ஆனால் மழைக்குறைவைக் காரணம் காட்டி, நீரைத் திறந்துவிட மறுத்தது கர்நாடக அரசு.

பிரச்னையைத் தீர்க்கும் நோக்கத்துடன், மத்திய நீர்வளத்துறை செயலாளர் ஹாஸன், மொஹைல், கோச்சி ஆகியோர் அடங்கிய நிபுணர் குழு சென்று கர்நாடகம், தமிழ்நாட்டின் நீர் இருப்பு மற்றும் தேவை குறித்து ஆய்வு செய்து அறிக்கை ஒன்றை 29 செப்டெம்பர் 1999 அன்று பிரதமர் வாஜ்பாயிடம் கொடுத்தனர். அந்தக் கமிட்டி காவிரி கண்காணிப்புக் குழுவின் பரிந்துரையை உறுதிசெய்தது. ஆம், 9 டி.எம்.சி நீரைத் தமிழகத்துக்குக் கர்நாடகம் தரவேண்டும் என்றது.

அறிக்கை கிடைத்த கையோடு காவிரி நதிநீர் ஆணையத்தைக் கூட்டினார் பிரதமர் வாஜ்பாய். தமிழகத்துக்கு உடனடியாக உதவிசெய்யவேண்டும் என்ற நோக்கத்துடன் கூட்டப்பட்டாலும்கூட, உடல்நிலை சரியில்லாத காரணத்தால், ஆணையக் கூட்டத்தில் தன்னால் பங்கேற்க முடியாது என்று சொல்லிவிட்டார் கர்நாடக முதல்வர் ஜே.ஹெச். பட்டேல். மீண்டும் புதிய தேதி அறிவிப்பதற்குள் இரு மாநிலங்களிலும் நல்ல மழை பெய்து விட்டதால், காவிரி விவகாரம் அப்போதைக்கு அடங்கிப்போனது.

பிறகு 2001-ல் தமிழகத்தில் ஆட்சிமாற்றம் ஏற்பட்டது. மீண்டும் ஜெயலலிதா முதலமைச்சரானார். பதவியேற்ற சில மாதங்களிலேயே காவிரி பிரச்னை வந்தது. வேறென்ன, நியாயமாகத் திறந்துவிட வேண்டிய நீரைத் தேக்கிவைத்துக்கொண்டு திறந்துவிடுவதற்குத்

தயக்கம் காட்டியது கர்நாடக அரசு. உடனடியாக பிரதமர் வாஜ்பாய்க்குக் கடிதம் எழுதிய தமிழக முதல்வர் ஜெயலலிதா, காவிரி கண்காணிப்புக் குழுவைக் கூட்டுமாறு கோரினார்.

ஆனால் தமிழகம் கோரியவுடன் கூட்டத்தைக் கூட்டாமல், நிறுத்தி நிதானமாகக் கூட்டியது மத்திய அரசு. அந்தக் கூட்டத்தில் பலனேதும் கிட்டாததைத் தொடர்ந்து காவிரி நதிநீர் ஆணையக் கூட்டத்தைக் கூட்ட வேண்டுமென கோரினார் முதல்வர் ஜெயலலிதா. ஆம், பல்லில்லாத ஆணையம் என்று அவரால் விமரிசிக்கப்பட்ட ஆணையம்தான். என்றாலும், அதுதான் அடுத்த வாய்ப்பு என்பதால் அதைக் கூட்ட வேண்டுமென்றார். நீண்ட தாமதத்துக்குப் பிறகுதான் காவிரி ஆணையத்தைக் கூட்டினார் பிரதமர் வாஜ்பாய். அப்போதும் கூட தமிழகத்துக்குப் பெரிய அளவில் பலன் கிடைக்கவில்லை.

பிறகு 2002-ன் கோடைக்காலத்தில் மீண்டும் காவிரி நதிநீர்ச் சிக்கல் எழுந்தது. பற்றாக்குறை மழையும் வறட்சியும் சேர்ந்து இரு மாநிலங்களையும் பிரச்னைக்குள் கொண்டுவந்தன. தீர்ப்பாயத்தின் இடைக்கால உத்தரவின்படி தமிழகத்துக்குத் தரவேண்டிய நீரைத் தரவேண்டுமென கர்நாடக அரசைக் கோரியது தமிழக அரசு. ஆனால் கர்நாடகத்தின் நீர்த்தேவையைப் பூர்த்திசெய்வதே சிரமம் என்ற நிலையில், தமிழகத்துக்கு நீரைத் திறந்துவிடுவது சாத்தியமில்லை என்று திட்டவட்டமாகச் சொல்லிவிட்டது.

இந்த இடத்தில் ஒரு முக்கியமான அம்சத்தைப் பார்க்கவேண்டும். கர்நாடகத்தின் மொத்த நீர்த்தேவையையும் பூர்த்திசெய்துவிட்டு, எஞ்சிய நீரைத் தமிழகத்துக்குத் தரவேண்டும் என்பது தீர்ப்பாயத்தின் இடைக்கால உத்தரவல்ல. கடந்த கால ஒப்பந்தங்களும் அப்படிச் சொல்லவில்லை. இருக்கின்ற மொத்த நீரைக் குறிப்பிட்ட விகிதாச்சாரத்தில் பகிர்ந்து கொள்வதுதான் ஒப்பந்தங்கள் சொல்லும் செய்தி. தீர்ப்பாயத்தின் இடைக்கால உத்தரவும் அப்படித்தான் சொல்கிறது. ஆனால் எப்போது பார்த்தாலும் கர்நாடகத்துக்கே நீர் இல்லை, அதனால் தமிழகத்துக்கு நீர் இல்லை என்றே திரும்பத்திரும்பச் சொன்னது கர்நாடக அரசு.

கர்நாடகத்தின் பிடிவாதத்தைத் தொடர்ந்து காவிரி நதிநீர் ஆணையத்தைக் கூட்டுமாறு கடிதம் எழுதிய தமிழக முதல்வர் ஜெயலலிதா, பிரதமர் வாஜ்பாயை நேரில் சந்தித்தும் வலியுறுத்தினார். அதனை ஏற்று 27 ஆகஸ்டு 2002 அன்று காவிரி நதிநீர் ஆணையக் கூட்டத்தைக் கூட்டினார் பிரதமர் வாஜ்பாய். அதில் தமிழக, கேரள, கர்நாடக, புதுச்சேரி முதல்வர்கள் பங்கேற்றனர்.

பிரச்னை ஏற்பட்டிருக்கும் பகுதிகளில் எந்த அளவுக்கு நீர் தேவைப் படுகிறது, நீர் இருப்பு எவ்வளவு, அதை எப்படிப் பகிர்ந்து கொள்வது என்பது பற்றி ஆய்வு செய்து அறிக்கை கொடுக்கும் பணி கண்காணிப்புக்குழுவின் வசம் ஒப்படைக்கப்பட்டது. ஆனால் அந்த முடிவில் கர்நாடக முதல்வருக்கு விருப்பமில்லை. ஆகவே, அவர் அந்தக் கூட்டத்தில் இருந்து வெளிநடப்பு செய்துவிட்டதாகச் செய்திகள் வந்தன.

எந்த வழியில் சென்றாலும் காலதாமதமே தட்டுப்படுகிறது என்பதைப் புரிந்துகொண்ட தமிழக அரசு, பிரச்னையின் தீவிரம் கருதி, உடனடியாக உச்சநீதிமன்றத்தின் உதவியை நாடியது. தமிழகத்தின் கோரிக்கையைப் பரிசீலித்த உச்சநீதிமன்றம், 7 செப்டெம்பர் 2002 வரை நாளொன்றுக்கு 1.25 பில்லியன் கன அடி நீரைத் தமிழகத்துக்குத் திறந்துவிட வேண்டுமென கர்நாடக அரசுக்கு உத்தரவிட்டது. இதுவும் கூட காவிரி நதிநீர் ஆணையம் விரும்பும்வரைதான் என்ற இடை நிபந்தனை ஒன்றையும் போட்டது.

இதையே சாக்காக எடுத்துக்கொண்டு காவிரி நீரைத் திறந்துவிடாமல், உடனடியாக காவிரி நதிநீர் ஆணையத்தைக் கூட்ட வேண்டுமென கோரிக்கை விடுத்தது கர்நாடக அரசு. அப்படிக் கோரியதில் ஒரு முக்கியமான காரணம் இருக்கிறது. காவிரி நதிநீர் ஆணையம் கூடி, அதில் ஒரு முடிவை எடுத்துவிட்டால், உச்சநீதிமன்றத் தீர்ப்பை அமல்படுத்தவேண்டிய தேவையில்லை. ஆக, உச்சநீதிமன்றத் தீர்ப்பைப் பின்பற்றாமலிருக்க உடனடியாக ஆணையத்தைக் கூட்ட வேண்டுமென பிரதமர் வாஜ்பாய்க்கு நெருக்கடி கொடுத்தது கர்நாடகம்.

6 செப்டெம்பர் 2002 அன்று பிரதமர் வாஜ்பாயை நேரில் சந்தித்துப் பேசிய கர்நாடக முதல்வர் எஸ்.எம்.கிருஷ்ணா, உடனடியாகக் காவிரி நதிநீர் ஆணையத்தைக் கூட்டுமாறு கோரினார். இரண்டு தினங்களில் வெளிநாடு சுற்றுப்பயணம் செல்லவிருந்தார் பிரதமர் வாஜ்பாய். ஆகவே, சுற்றுப்பயணம் முடிந்து வந்தபிறகு ஆணையத்தைக் கூட்டலாம் என்றார் தமிழக முதல்வர் ஜெயலலிதா. ஆனால் உடனடியாகக் கூட்டியே தீரவேண்டும் என்றார் கர்நாடக முதல்வர் எஸ்.எம். கிருஷ்ணா.

தமிழகத்தைச் சேர்ந்த நாடாளுமன்ற உறுப்பினர்கள் பிரதமர் வாஜ்பாயைச் சந்தித்து, 'உச்சநீதிமன்றத் தீர்ப்பின்படி இப்போதுதான் தமிழகத்துக்கு நீர்வரத்து தொடங்கியுள்ளது. ஆகவே, நீங்கள் வெளிநாடு சுற்றுப்பயணம் சென்றுவாருங்கள். அதற்குள் தமிழகத்துக்கு ஓரளவுக்கேனும் நீர் வந்துவிடும். நீங்கள்

சுற்றுப்பயணம் முடிந்து நாடு திரும்பியதும் காவிரி நதிநீர் ஆணையத்தைக் கூட்டி, அடுத்தகட்டம் பற்றி விவாதித்து முடிவெடுக்கலாம்' என்றனர்.

உடனடியாக பிரதமர் வாஜ்பாயைச் சந்தித்துப் பேசிய கர்நாடகத்தைச் சேர்ந்த நாடாளுமன்ற உறுப்பினர்கள் மற்றும் அரசியல் கட்சித் தலைவர்கள், உடனடியாகக் காவிரி நதிநீர் ஆணையத்தைக் கூட்டியே தீரவேண்டும் என்று வலியுறுத்தினர். தமிழகம் கோரியபோதெல்லாம் போதுமான கால அவகாசம் எடுத்து, யோசித்து முடிவெடுத்த பிரதமர் வாஜ்பாய், தற்போது கர்நாடகத்தில் இருந்து கோரிக்கை வந்ததும் உடனடியாக காவிரி நதிநீர் ஆணையத்தைக் கூட்டினார். காரணம், வாஜ்பாயின் அமைச்சரவையில் இடம்பெற்ற கர்நாடகத்தைச் சேர்ந்தவர்கள் கொடுத்த கடுமையான அழுத்தங்கள்.

8 செப்டெம்பர் 2002 அன்று நதிநீர் ஆணையம் கூட்டப்பட்டது. பிரதமர் வாஜ்பாய் தலைமையில் நடந்த அந்தக் கூட்டத்தில் கர்நாடக முதல்வர் எஸ்.எம்.கிருஷ்ணா, கேரள முதல்வர் ஏ.கே. அந்தோணி, புதுச்சேரி முதல்வர் என்.ரங்கசாமி ஆகியோர் பங்கேற்றனர். ஆனால் அழைப்பை உரிய நேரத்தில் அனுப்பாமல், அவசர கதியில் அனுப்பிய மத்திய அரசின் செயலைக் கண்டித்து தமிழக முதல்வர் ஜெயலலிதா அந்தக் கூட்டத்தில் பங்கேற்கவில்லை.

மாறாக, தமிழக அரசின் சார்பில் மூத்த அமைச்சர்களுள் ஒருவரான சி.பொன்னையன் பங்கேற்றார். அந்தக் கூட்டத்தின் முடிவில், முன்பு நிர்ணயிக்கப்பட்டிருந்த 1.25 பில்லியன் கன அடி என்பது 0.8 பில்லியன் கன அடியாகக் குறைத்து உத்தரவிட்டார் பிரதமர் வாஜ்பாய்.

அந்த முடிவை ஏற்க தமிழக அமைச்சர் பொன்னையன் மறுத்தார். அவருக்கு ஆதரவான நிலைப்பாட்டை புதுச்சேரி முதல்வர் ரங்கசாமி எடுத்தார். கேரள முதல்வர் நடுநிலை வகித்தார். ஆக, பிரதமரின் முடிவுக்குக் கர்நாடகம் மட்டுமே ஆதரவு. பெரும்பான்மை ஆதரவு தமிழகத்தின் பக்கம். என்றாலும், தனது முடிவை உறுதிசெய்தார் பிரதமர் வாஜ்பாய்.

இங்கே முரண் என்னவென்றால், அந்த உத்தரவைக்கூட கர்நாடக அரசு ஏற்க மறுத்துவிட்டதுதான். எங்களுக்கான தேவையையே பூர்த்தி செய்து கொள்ள முடியாத நிலையில், எத்தனை முறைதான் உச்சநீதிமன்ற உத்தரவுக்கும் அரசியல் அழுத்தங்களுக்கும் ஆட்பட்டு நீரைத் திறந்து விடுவது என்று சொல்லி, விடாப்பிடியாக மறுத்து விட்டது.

ஆக, ஒருபக்கம் உச்சநீதிமன்ற உத்தரவைச் செயலிழக்கம் செய்யும் நோக்கத்துடன் காவிரி நதிநீர் ஆணையத்தைக் கூட்டச்செய்துவிட்டு,

நீரின் அளவைக் குறைக்கும் காரியம் முடிந்ததும், இன்னொரு பக்கம் காவிரி ஆணைய உத்தரவையும் ஏற்றுக்கொள்ள மறுத்துச் சண்டித்தனம் செய்தது கர்நாடக அரசு.

நிலைமை கைமீறிப்போகும்போதெல்லாம் உச்சநீதிமன்றத்தை அணுகுவதுதான் தமிழக அரசுக்கு இருந்த ஒரே வழி. இம்முறையும் அதைத்தான் செய்தது. காவிரி நதிநீர் ஆணைய உத்தரவை மதிக்காத கர்நாடக அரசின் மீது நீதிமன்ற அவமதிப்பு வழக்கு தொடர்ந்தது தமிழக அரசு.

அந்த வழக்கை விசாரித்த உச்சநீதிமன்ற தலைமை நீதிபதி பி.என்.கிருபால், நீதிபதி கே.ஜி. பாலகிருஷ்ணன், நீதிபதி அருஜித் பசாயத் ஆகியோர் கொண்ட அமர்வு, கர்நாடக அரசின் அலட்சியப் போக்கைக் கடுமையாகக் கண்டித்தது. அத்தோடு, கர்நாடக முதல்வர் எஸ்.எம். கிருஷ்ணா, கர்நாடக நீர்வளத்துறை அமைச்சர் ஹெச்.கே. பாட்டீல் உள்ளிட்ட நால்வருக்கு நீதிமன்ற அவமதிப்பு நோட்டீஸை அனுப்பியது.

உச்சநீதிமன்றத்தின் கண்டனத்திலிருந்தும் தொடர் நடவடிகையில் இருந்தும் தப்பிக்க சில தினங்களுக்கு மட்டும் நீரைத் திறந்துவிட்ட கர்நாடக அரசு, திடீரென அதையும் நிறுத்திவிட்டது. கர்நாடகத்தைச் சேர்ந்த விவசாயி ஒருவர் அணைக்கட்டில் பாய்ந்து தற்கொலை செய்துகொண்டதைக் காரணமாகச் சொன்னது கர்நாடக அரசு.

இதனைத் தொடர்ந்து தமிழக, கர்நாடகத்தில் உள்ள நீர் இருப்பு குறித்து ஆய்வு செய்ய குழுவை அனுப்பியது காவிரி நதிநீர் ஆணையம். ஆனால் அதற்கு எதிர்ப்பு தெரிவித்த தமிழக அரசு, அதிகாரிகள் பார்வையிட அனுமதி மறுத்தது. அதற்கு ஒரு காரணம் இருந்தது. தமிழக விவசாயிகளின் நிலை, நீர் இருப்பு உள்ளிட்ட கள நிலவரங்களை எல்லாம் விரிவாக எடுத்துச் சொல்லியே வழக்கு தாக்கல் செய்யப்பட்டது. அதை ஒட்டியே வாதங்களும் அமைந்தன.

ஆனாலும், தமிழகத்தின் கோரிக்கையைச் சந்தேகப்படுவதுபோல குழுவை அனுப்புவது ஏற்கத்தக்கதல்ல என்பது தமிழக அரசின் நிலைப்பாடு. நடப்பதை எல்லாம் பார்த்துக்கொண்டிருந்த உச்சநீதி மன்றம், காவிரி நதிநீர் ஆணையத்துக்கு உரிய ஒத்துழைப்பைக் கொடுக்க வேண்டுமென தமிழக அரசை அறிவுறுத்தியது.

காவிரி நீரைத் திறந்துவிடுவதில்லை என்ற முடிவில் உறுதியாக இருந்த காங்கிரஸ் தலைமையிலான அரசுக்கு அந்த மாநிலத்து அனைத்து எதிர்க்கட்சிகளும் ஆதரவளித்தன. அதேபோல, மத்திய அரசுக்கு அழுத்தம் கொடுக்கும் வகையில் தமிழக அரசுக்கு ஆதரவான

நிலைப்பாட்டைத் தமிழக எதிர்க்கட்சிகளும் எடுத்திருந்தன. விளைவு, இரு மாநிலங்களிலும் பதற்றம் பற்றத் தொடங்கியது.

தமிழகம், கர்நாடகம் என்று இருதரப்பில் இருந்தும் காரசாரமான வார்த்தைகளுடன் கூடிய அறிக்கை யுத்தம் ஆரம்பித்தது. அது கர்நாடக மாநிலம் மாண்டியாவில் வன்முறையாக வெடிக்கும் அளவுக்குச் சென்றது.

நிலைமையை உணர்ந்துகொண்ட உச்சநீதிமன்றம், பதற்றத்தைத் தணிக்கும் வகையில், காவிரி நதிநீர் ஆணைய உத்தரவுக்குக் கட்டுப்பட்டு, உரிய நீரைத் தமிழகத்துக்குத் திறந்து விடவேண்டுமென கர்நாடக அரசுக்கு உத்தரவிட்டது.

ஆனால் அதற்கும் கர்நாடக அரசு சம்மதிக்கவில்லை. விளைவு, கர்நாடக அரசுக்கு எதிராக நீதிமன்ற அவமதிப்பு வழக்கு ஒன்றைத் தொடர்ந்தது தமிழக அரசு. இது இரு மாநிலங்களிலும் மீண்டும் பதற்றத்தை ஏற்படுத்தியது. அரசியல் கட்சிகளும் அமைப்புகளும் சாலையில் இறங்கிப் போராட்டத்தில் ஈடுபட்டனர். தமிழகத்திலிருந்து கர்நாடகம் சென்ற பேருந்துகள் தடுத்து நிறுத்தப்பட்டன. வாகனங்கள் தாக்கப்பட்டன.

ஏற்கெனவே இருமாநிலங்களிலும் பதற்ற நெருப்பு பற்றியெரிந்து கொண்டிருக்க, இரு மாநிலங்களையும் சேர்ந்த திரைப்படக் கலைஞர்கள் வேறு போராட்டக் களத்துக்கு வந்தனர். கர்நாடகத்தில் தமிழ்த் தொலைக் காட்சிகள் ஓடுவது நிறுத்தப்பட்டன. தமிழ்த் திரைப்படங்கள் திரையிடப்படுவதும் தடுத்து நிறுத்தப்பட்டன. தமிழர்களுக்கு எதிரான அலை திட்டமிட்டு உருவாக்கப்பட்டது.

கர்நாடகாவின் செயல்களுக்கு எதிர்வினையாற்றும் வகையில் நெய்வேலி நிலக்கரி நிறுவனத்தில் உற்பத்தியாகும் மின்சாரத்தைக் கர்நாடகாவுக்குத் தரக்கூடாது என்று தமிழகத்தில் போராட்டம் வெடித்தது. அந்தக் கோரிக்கையை வலியுறுத்தித் தமிழ்த் திரைப்படக் கலைஞர்கள் நெய்வேலி சென்று போராட்டத்தில் ஈடுபட்டனர். கர்நாடகத்தில் பிறந்த நடிகர் ரஜினிகாந்த்துக்கு இதில் சங்கடம் ஏற்பட்டது. சக திரைக் கலைஞர்களுடன் இணைந்து போராடாமல், சென்னையில் தனியே ஒருநாள் அடையாள உண்ணாவிரதம் இருந்தார்.

இரு மாநிலங்களிலும் நிலவிய பதற்றத்தைத் தணிக்கும் வகையில், கர்நாடகத்தின் பெங்களூரிலிருந்து மாண்டியா நோக்கிப் பாத யாத்திரை மேற்கொண்டார் கர்நாடக முதல்வர் எஸ்.எம். கிருஷ்ணா. பிரபல கன்னட எழுத்தாளர் யூ.ஆர்.அனந்தமூர்த்தியும் இந்தப் பாதை

யாத்திரையில் பங்கேற்றார். அதன்பிறகும் கலவரங்கள் நின்றபாடில்லை. கலவரத்துக்கு மறைமுகமாக ஊக்கம் கொடுத்து விட்டு, பாதயாத்திரை போவது ஏமாற்று வேலை என்ற விமரிசனங்கள் தமிழகத்திலிருந்து எழுந்தன.

அணையாத நெருப்பாக நீடித்துக்கொண்டிருந்த காவிரி விவகாரம் மெல்ல மெல்ல அணைந்தது. அதற்குக் காரணம், மத்திய, மாநில அரசுகள் எடுத்த நடவடிக்கைகள் அல்ல. இனி இவர்களை நம்பிப் போராடிக்கொண்டே இருப்பதால் பலனில்லை என்ற விரக்தி தோய்ந்த மனநிலைக்கு மக்களும் விவசாயிகளும் வந்ததுதான்.

2003 முதல் 2006 வரை எவ்வித மழைப் பற்றாக்குறையும் இல்லாததால், இரு மாநிலங்களிடையே காவிரி நீரை முன்வைத்து பிரச்னை பெரிதாக எழவில்லை. ஆனாலும், காவிரி நதிநீர்த் தீர்ப்பாயத்தின் இறுதி உத்தரவு வெளியாகவில்லை. ஆகவே, தமிழக விவசாயிகள் தொடர்ந்து காத்திருப்புப்பட்டியலிலேயே வைக்கப்பட்டிருந்தனர்.

இதற்கிடையே மத்தியில் மீண்டும் ஓர் ஆட்சி மாற்றம் ஏற்பட்டது. பாஜக தலைமையிலான தேசிய ஜனநாயகக் கூட்டணியை வீழ்த்தி காங்கிரஸ் தலைமையிலான ஐக்கிய முற்போக்குக் கூட்டணி ஆட்சியமைத்தது. மன்மோகன் சிங் பிரதமரானார். அந்தக் கூட்டணி அரசில் தமிழகத்தைச் சேர்ந்த திமுக, பாமக உள்ளிட்ட கட்சிகள் இடம்பெற்றன. தமிழக அரசியல் கட்சிகளுடன் ஆட்சி நடத்த வேண்டியிருந்ததால், காவிரி விவகாரத்தில் நல்லதொரு முன்னேற்றம் ஏற்படும் என்ற எதிர்பார்ப்பு எழுந்தது.

தொடக்கத்தில், காவிரி தீர்ப்பாயத்தின் ஆயுட்காலம் ஆகஸ்டு 2005 வரை என்றுதான் வரையறை செய்யப்பட்டிருந்தது. ஆனாலும், இறுதித் தீர்ப்புக்கான ஆய்வுப்பணிகள் முடிவடையாததால், தமது ஆயுட்காலத்தை நீட்டிக்கக்கோரி உச்சநீதிமன்றத்திடம் கோரியது தீர்ப்பாயம். அதை ஏற்று செப்டெம்பர் 2006 வரை தீர்ப்பாய ஆயுட்காலம் நீட்டிக்கப்பட்டது.

இதற்கிடையே 2006 தொடக்கத்தில் மதிப்பீட்டாளர்களின் அறிக்கை ஒன்று ஊடகங்களில் ரகசியமாகக் கசிந்தது சர்ச்சையைக் கிளப்பியது. அந்த சர்ச்சை ஓய்வதற்குள் அடுத்த சர்ச்சை வெடித்தது. ஆம், தீர்ப்பாயத்தின் இறுதித் தீர்ப்பு வெளியாவதற்கு இரண்டு மாதங்களுக்கு முன் தீர்ப்பாயம் இன்னொரு நிபுணர் குழுவை அமைத்து கள நிலவரத்தை ஆய்வு செய்ய இருப்பதாக செய்தி கசியவே, அது சர்ச்சையைக் கிளப்பியது.

அப்படியொரு நிபுணர் குழு அமைக்கப்பட்டால், இறுதித்தீர்ப்பு வருவது மேலும் தள்ளிப்போகும். ஏற்கெனவே, தீர்ப்பாயம் நிர்மாணித்து 16 ஆண்டுகள் ஆகிவிட்ட நிலையில், அதன் இறுதித் தீர்ப்பு வருவது மேலும் தாமதமாவதை ஏற்கமுடியாது என்று நான்கு மாநில அரசுகளுமே தெரிவித்தன. மீண்டும் ஒரு நிபுணர் குழுவை அமைப்பதில் தீர்ப்பாய தலைமை நீதிபதிக்கும் மற்ற நீதிபதிகளுக்கும் இடையே கருத்து வேறுபாடுகள் முளைத்தன.

நிபுணர் குழுவை அமைப்பதற்கு தலைமை நீதிபதி எதிர்ப்பு தெரிவித்தார். ஆனால் மற்ற நீதிபதிகள் அவருடைய முடிவுக்கு எதிர் நிலைப்பாட்டை எடுத்தனர். மூடிய அறைக்குள் இரு தரப்புக்கும் இடையே கடுமையான வாதப்பிரதிவாதங்கள் நடந்தன. காவிரி பிரச்னையைத் தீர்ப்பதைவிட தீர்ப்பாய நீதிபதிகளுக்கு இடையிலான பிரச்னையைத் தீர்ப்பது பெரும்பாடாகிவிட்டது. இத்தகைய மோதல்கள் காவிரி நதிநீர்த் தீர்ப்பாயத்தின் இறுதி உத்தரவை மேன்மேலும் தாமதப்படுத்துவதாக அதிருப்தியையும் ஆதங்கத்தையும் வெளிப்படுத்தின தமிழக ஊடகங்கள்.

இதற்கிடையே மீண்டும் ஒரு நிபுணர் குழு அமைக்கப்பட்டு, அது தனது ஆய்வுப்பணிகளைத் தொடங்கியது. விளைவு, தீர்ப்பாய இறுதித் தீர்ப்பு வெளியாவது மீண்டும் தாமதமானது. தீர்ப்பாய ஆயுட்காலம் முடிந்ததால், மீண்டும் கால நீட்டிப்பு செய்யப்பட்டது. எப்போது வரும் இறுதித்தீர்ப்பு என்ற எதிர்பார்ப்பு நீடித்துக்கொண்டே போனது!

{ 20 }

தீர்ப்பாய இறுதித் தீர்ப்பு

5 பிப்ரவரி 2007. காவிரி நீர்ப் பிரச்னை வரலாற்றில் மிக முக்கியமான நாள். ஆம், நீண்ட நெடிய கள, அரசியல், நிர்வாக, சட்டப் போராட்டங்களுக்குப் பிறகு காவிரி நதிநீர்த் தீர்ப்பாயம் தனது இறுதித் தீர்ப்பை வெளியிட்டது. அந்தத் தீர்ப்பின் சாரம் என்று பார்த்தால், தமிழகம் 419 டிஎம்சி, கர்நாடகம் 270 டிஎம்சி, கேரளா 30 டிஎம்சி, புதுச்சேரி 7 டிஎம்சி என்ற அளவில் காவிரி நீரைப் பகிர்ந்துகொள்ள வேண்டும். ஆனால் அந்தத் தீர்ப்பின் உள்ளடக்கம் பல நுட்பமான அம்சங்களைக் கொண்டிருந்தது.

'காவிரி நதிநீர்த் தீர்ப்பாயத்தின் முடிவு அரசிதழில் வெளியாகிற நாளன்று இந்த ஆணை அமலுக்கு வருகிறது' என்ற கவனமாகக் கையாளப்பட்ட வார்த்தைகளுடன் தொடங்கியது இறுதித் தீர்ப்பு. குறிப்பிட்ட கால அவகாசத்தை வரையறுத்து, இந்த தேதிக்குள் அரசிதழில் வெளியாகிவிட வேண்டும் என்றெல்லாம் அழுத்தந்திருத்தமாகச் சொல்லாமல் விட்டதே முதல் கோணல்.

இறுதித் தீர்ப்பை அரசிதழில் வெளியிடுவதற்கு மத்திய அரசு எடுத்துக் கொண்ட கால அவகாசத்தைக் கணக்கிட்டுப் பார்த்தால், மேற்கண்ட வார்த்தைகளின் மெய்யான அர்த்தத்தைப் புரிந்து கொள்ளலாம். இனி ஒவ்வொரு அம்சமாகப் பார்க்கலாம்.

அன்றைய சென்னை ராஜதானி, மைசூர் சமஸ்தானம் இடையே ஏற்பட்ட 1892 ஒப்பந்தம், சென்னை மாகாணம், மைசூர் சமஸ்தானம் இடையே கையெழுத்தான 1924 ஒப்பந்தம் என்ற இரண்டையும் தீர்ப்பாயத்தின் இறுதித் தீர்ப்பு ரத்து செய்தது.

கீழ்க்கொள்ளிட அணைக்கட்டுப் பகுதியில் பயன்படக்கூடிய காவிரி நீரின் அளவு, ஐம்பது சதவிகித நம்பகத்தன்மையின் அடிப்படையில், 740 டிஎம்சி என்று தீர்ப்பாயம் தீர்மானித்தது. இங்கே காவிரி நதி என்பது காவிரி ஆற்றின் துணை ஆறுகள், முக்கிய நீரோடைகள், காவிரிக்கு நேரடியாகவோ, மறைமுகவோ நீரைக் கொண்டுவந்து சேர்க்கும் கிளை ஆறுகள் ஆகிய அனைத்தையும் உள்ளடக்கியது. அந்த நீரின் மொத்த அளவுதான் 740 டிஎம்சி என்று தீர்ப்பாயம் உத்தேச வரையறை செய்தது.

நீர்ப்பகிர்வைப் பொறுத்தவரை சாதாரண ஆண்டு என்பது காவிரிப் படுகையின் நீர்வரத்து 740 டிஎம்சி-ஆக இருக்கும் ஆண்டைக் குறிக்கிறது. அதைவிடக் குறைவான, மிகக்குறைவான நீர்வரத்து இருந்தால், அது பற்றாக்குறை ஆண்டு. இங்கே நீர் ஆண்டு என்பது ஜூன் முதல் தேதி தொடங்கி அடுத்த ஆண்டின் மே 31 வரையிலான காலத்தைக் குறிக்கும்.

மொத்த நீரிலிருந்து கேரளாவுக்கு 30 டிஎம்சி, கர்நாடகத்துக்கு 270 டிஎம்சி, தமிழ்நாட்டுக்கு 419 டிஎம்சி, புதுச்சேரிக்கு 7 டிஎம்சி என்ற அளவில் காவிரி நீர் பகிர்ந்தளிக்கப்பட வேண்டும் என்று தீர்ப்பாயம் தீர்மானித்தது. சுற்றுச்சூழல் பாதுகாப்பு, தவிர்க்கமுடியாத வகையில் கடலுக்குள் சென்று கலத்தல், ஆவியாதல் ஆகியவற்றுக்கு 14 டிஎம்சி. ஆகமொத்தம், 740 டிஎம்சி.

இங்கே தமிழகத்துக்கான 419 டிஎம்சி நீரில் கர்நாடகம் தரவேண்டிய நீர் என்பது வெறும் 192 டிஎம்சி மட்டுமே. இதுவும்கூட புதுச்சேரிக்கான 7 டிஎம்சியையும் உள்ளடக்கியது. ஆனால் ஆங்கில ஊடகங்கள் மட்டுமின்றி தமிழ்நாட்டுப் பத்திரிகைகள் பெரும் பாலானவை தமிழகத்துக்கான ஒதுக்கீடு 419 டிஎம்சி என்றே செய்தி வெளியிட்டன.

கேரள மாநிலத்துக்கு ஒதுக்கப்பட்ட 30 டிஎம்சியானது கபினி உப படுகையில் இருந்து 21 டிஎம்சி, பவானி உப படுகையிலிருந்து 6 டிஎம்சி, பாம்பாறு உப படுகையிலிருந்து 3 டிஎம்சி என்ற அளவில் ஒதுக்கீடு செய்யப்பட்டது.

மாநிலங்களுக்கு இடையிலான நீர்ப்பகிர்வைக் கண்காணிப்பதற்கு ஏதுவாக சந்திப்புப் புள்ளிகளை அடையாளம் கண்டு, அவற்றையும் பதிவு செய்திருக்கிறது தீர்ப்பாயத்தின் இறுதித் தீர்ப்பு.

1. தமிழ்நாட்டுக்கும் கர்நாடகாவுக்கும் இடையே பில்லிகுண்டுலு அல்லது இருமாநிலத்துக்கும் பொதுவான எல்லையில் உள்ள வேறொரு இடம் சந்திப்புப்புள்ளியாக எடுத்துக்கொள்ளப்படும்.

2. தமிழ்நாட்டுக்கும் புதுச்சேரிக்கும் இடையிலான சந்திப்புப் புள்ளியாக ஏற்கெனவே புழக்கத்தில் இருக்கும் ஏழு சந்திப்புப் புள்ளிகளில் ஒன்று எடுத்துக்கொள்ளப்படும்.

3. தமிழகத்துக்கும் கேரளாவுக்குமான சந்திப்புப்புள்ளிகள் இரண்டு. பவானி உபபடுகைக்காக சாவடியூர் பகுதி. பாம்பாறு உப படுகைக்காக அமராவதி நீர்த்தேக்கப் பகுதி.

4. கேரளாவுக்கும் கர்நாடகவுக்குமான சந்திப்புப்புள்ளியாக கபினி நீர்த்தேக்கப் பகுதி எடுத்துக்கொள்ளப்படும்.

தமிழகத்துக்கான 192 டிஎம்சி நீரைத் தருவதற்கான மாதாந்திரத் தவணை வரிசையையும் தீர்ப்பாய இறுதித் தீர்ப்பு வரையறுத்திருந்தது.

மாதம்	**டிஎம்சி**
ஜூன்	10
ஜூலை	34
ஆகஸ்டு	50
செப்டெம்பர்	40
அக்டோபர்	22
நவம்பர்	15
டிசம்பர்	08
ஜனவரி	03
பிப்ரவரி	2.5
மார்ச்	2.5
ஏப்ரல்	2.5
மே	2.5

ஆக மொத்தம், 192 டி.எம்.சி. ஒவ்வொரு மாதத் தவணையையும் பத்து தினசரி இடைவெளிகளாகப் பகிர்ந்துகொடுக்க இறுதித்தீர்ப்பு வழிவகை செய்திருந்தது. இதைச் செய்யும் பொறுப்பு காவிரி ஒழுங்காற்றுக் குழுவுடையது. (இந்தக்குழுவைப் பற்றியும் காவிரி மேலாண்மை வாரியம் பற்றியும் அடுத்த அத்தியாயத்தில் விரிவாகப் பார்க்கலாம்).

மேற்கண்ட நடைமுறையைத் தொடர்ந்து ஐந்தாண்டுகளுக்குக் காவிரி ஒழுங்காற்றுக் குழு கண்காணிக்கும். அதன்பிறகு ஏதேனும் மாற்றமோ, திருத்தமோ தேவைப்பட்டால், அதை சம்பந்தப்பட்ட மாநிலங்கள் மற்றும் தேசிய நதிநீர் ஆணையம் ஆகியவற்றோடு கலந்துபேசி, ஆண்டு ஒதுக்கீட்டில் எந்த மாற்றத்தையும் செய்து விடாமல், அட்டவணையில், அதாவது தவணையில் மாற்றங்களைச் செய்துகொள்ளலாம்.

வறட்சி ஏற்பட்டு, காவிரிப் படுகையில் நீர்வரத்து குறையும் பட்சத்தில், தமிழ்நாடு, கர்நாடகா, கேரளா, புதுச்சேரி மாநிலங்களுக்கு ஒதுக்கப் பட்ட நீரின் பங்கு வரையறுக்கப்பட்ட விகிதாச்சாரப்படி குறைக்கப்படும். அதைச் செய்யும் பொறுப்பு காவிரி ஒழுங்காற்றுக் குழுவுடையது.

கீழ்ப்படுகை மாநிலங்களுக்காகத் திட்டமிடப்பட்டிருக்கும் நீர் வழங்குதலுக்குப் பாதிப்பு ஏற்படுத்தும் வகையில், மேல்படுகை மாநிலம் எந்தவொரு நடவடிக்கையையும் மேற்கொள்ளக்கூடாது. அதேசமயம், ஒழுங்காற்றுக்குழுவின் ஆலோசனையுடன், சம்பந்தப் பட்ட மாநிலங்கள் தங்களுக்குள் செய்துகொள்ளும் ஒப்பந்தங்கள் வழியே நீர் வழங்கும் முறையில் ஏதேனும் திருத்தங்களைக் கொண்டுவரலாம்.

காவிரிக்குத் தொடர்புடைய நான்கு மாநிலங்களும் நிலத்தடி நீரைப் பயன்படுத்திக் கொள்வதை, காவிரி நீரைப் பயன்படுத்துவதாகக் கருதவோ, கணக்கில் எடுத்துக்கொள்ளவோ கூடாது. அதேசமயம், இந்த அம்சம், எந்தவொரு தனிப்பட்ட நபர்கள், அமைப்புகள், அதிகாரிகளுக்கு தற்போது அமலில் இருக்கும் சட்டத்தின்கீழ் வழங்கப்பட்டிருக்கும் எந்தவொரு உரிமையையும் எந்தவிதத்திலும் பாதிக்காது.

தமிழ்நாடும் கர்நாடகமும் தங்களுக்கிடையே உத்தேசித்திருக்கும் சில நீர்மின் திட்டங்கள் தொடர்பாக தேசிய நீர்மின் கழகத்துடன் நடத்தியிருக்கும் பேச்சுவார்த்தைகள் குறித்து தீர்ப்பாயத்துக்குத் தகவல் கொடுக்கவேண்டும். எப்போதெல்லாம் இத்தகைய நீர்மின்சக்தித் திட்டங்கள் நிர்மாணிக்கப்பட்டு, காவிரி நீரானது நீர்த்தேக்கங்களில் சேமிக்கப்படுகிறதோ, அப்போதெல்லாம், கீழ்நோக்கிய நீர்வெளியேற்று முறையானது, நீர்ப்பாசனத் தேவைகள் பாதிக்கப்படாத அளவுக்கு தீர்ப்பாயத்தின் இறுதித் தீர்ப்போடு ஒத்துப்போகவேண்டும்.

வீட்டுப் பயன்பாடு, உள்ளாட்சிப் பயன்பாட்டு விநியோகம், தொழில் சார் விநியோகம் என்பன போன்ற காரணங்களுக்காக ஒரு மாநிலத்தால் எந்தவொரு நீர்த்தேக்கத்திலிருந்து நீர் திருப்பிவிடப்

பட்டாலும், அது அந்த நீராண்டில் சம்பந்தப்பட்ட மாநிலத்தின் பயன்பாட்டுக் கணக்கில்தான் சேர்க்கப்படும்.

ஒரு குறிப்பிட்ட நீர் ஆண்டின் எந்தவொரு மாதத்திலாவது அதற்கென்று ஒதுக்கீடு செய்யப்பட்ட பங்கிலிருந்து எந்தப் பகுதியையேனும் பயன்படுத்த முடியாமல் போகும் பட்சத்தில், அதற்கென்று பிரத்யேகமாக நிறுவப்பட்ட நீர்த்தேக்கங்களில் தேக்கிவைத்து, அதே நீராண்டின் வேறொரு மாதத்தில் பயன்படுத்திக் கொள்ளும் உரிமை சம்பந்தப்பட்ட மாநிலத்துக்கு உண்டு. ஆனால் அதற்கான அனுமதியை ஒழுங்காற்றுக் குழுவிடம் பெறவேண்டும்.

தீர்ப்பாயத்தின் உத்தரவோடு ஒத்துப்போகிற வகையில், அதன் எல்லைகளுக்குள் நீரின் பயன்பாட்டை ஒழுங்குபடுத்தவும் அல்லது அந்த மாநிலத்துக்குள் நீரின் பலன்களை அனுபவிக்கவும் எந்த மாநிலத்துக்கும் உள்ள உரிமையை அல்லது அதிகாரத்தை இந்த தீர்ப்பாயத் தீர்ப்பில் உள்ள அம்சங்கள் பலவீனப்படுத்தாது.

முக்கியமாக, சம்பந்தப்பட்ட மாநிலங்களுக்கு இடையே ஒப்பந்தத்தின் வழியாக தீர்ப்பாய இறுதித் தீர்ப்பின் அனைத்து அம்சங்களிலும் அல்லது ஏதேனும் ஒன்றில் மாற்றம் அல்லது திருத்தம் செய்துகொள்வதை இந்த இறுதித் தீர்ப்பில் அடங்கியுள்ள எந்தவொரு ஷரத்தும் தடுக்காது.

சற்றேறக்குறைய 18 ஆண்டுக்காலப் போராட்டத்துக்குப்பின் வெளியான காவிரி நதிநீர்த் தீர்ப்பாயத்தின் இறுதித்தீர்ப்பு தமிழகம், கர்நாடகம் இடையிலான நதிநீர்ப் பிரச்னையைத் தீர்ப்பதில் எந்த மாதிரியான பங்களிப்பைச் செய்யப்போகிறது என்ற எதிர்பார்ப்பு விவசாயிகள் மத்தியில் எழுந்தது. அதற்கான வழிகாட்டும் நெறிமுறைகளை தீர்ப்பாயத்தின் இறுதித்தீர்ப்பு தெளிவாகச் சுட்டிக்காட்டியிருந்தது.

{ 21 }

காவிரி மேலாண்மை வாரியம் : அமைப்பும் அதிகாரமும்

காவிரி நதிநீர்ப் பிரச்னையைத் தீர்ப்பதற்காக அமைக்கப்பட்ட தீர்ப்பாயம் நெடிய போராட்டங்களைக் கடந்து இறுதித் தீர்ப்பை வழங்கியது. கூடவே, அந்தத் தீர்ப்பு முறையாகவும் உறுதியாகவும் அமல்படுத்தப்படுவதற்கு ஓர் இயங்குமுறை (Mechanism) உருவாக்காத பட்சத்தில், தீர்ப்பாயத்தின் இறுதித்தீர்ப்பு வெற்றுக்காகிதமாக மட்டுமே இருக்கும் என்பது தீர்ப்பில் இடம்பெற்ற முதன்மையான அம்சம்.

சுயாட்சியுடன் இயங்கக்கூடிய வகையில் நிர்மாணிக்கப்படும் இந்த இயங்குமுறை அமைப்பு மத்திய, மாநில அரசுகளைச் சேர்ந்த தொழில் நுட்ப அதிகாரிகளை உள்ளடக்கியதாக இருக்கவேண்டும் என்று சொன்ன தீர்ப்பாயம், காவிரி மேலாண்மை வாரியம், காவிரி ஒழுங்காற்றுக் குழு என்ற இரண்டு இயங்குமுறைகளைப் பரிந்துரைத்தது. கூடவே, அவற்றின் அதிகார எல்லைகள் குறித்தும் விரிவாகப் பேசியது.

மத்திய நீர்ப்பாசனத்துறையின் நேரடிக் கட்டுப் பாட்டில் இயங்கக்கூடிய காவிரி மேலாண்மை வாரியத்துக்கு ஒரு முழுநேரத் தலைவரையும்

இரண்டு முழுநேர உறுப்பினர்களையும் மத்திய அரசு நியமிக்க வேண்டும். தலைவர் பதவிக்கு வருபவர் நீர்ப்பாசனத்துறையில் குறைந்தது இருபது ஆண்டுகள் அனுபவம் பெற்ற தலைமைப் பொறியாளர் தகுதி கொண்டவராக இருக்கவேண்டும்.

முதல் முழு நேர உறுப்பினர் நீர்ப்பாசனத் துறையில் நீர்த்தேக்க மேலாண்மை, பராமரிப்பு, நீர்த்தேக்கத் திட்ட உருவாக்கம் ஆகிய பணிகளில் குறைந்தது 15 ஆண்டுகள் அனுபவம் பெற்ற தலைமைப் பொறியாளர் தகுதி பெற்றவராக இருக்கவேண்டும். இரண்டாவது உறுப்பினர், வேளாண்மைத் துறையில் குறைந்தது 15 ஆண்டுகள் அனுபவம் பெற்றவராக இருக்கவேண்டும்.

மத்திய விவசாயத்துறையும் நீர்ப்பாசனத்துறையும் தலைமைப் பொறியாளர்/ஆணையர் தகுதி கொண்ட தலா ஓர் உறுப்பினரைப் பகுதிநேர உறுப்பினர்களாக மேலாண்மை வாரியத்துக்குப் பரிந்துரைக்க வேண்டும்.

தமிழ்நாடு, கேரளா, கர்நாடகா, புதுச்சேரி ஆகிய மாநில அரசுகள் தலா ஓர் உறுப்பினரை வாரியத்துக்குப் பரிந்துரைக்கவேண்டும். இவர்கள் பொதுப்பணி/விவசாயம்/நீர்வளத் துறையைச் சேர்ந்த தலைமைப் பொறியாளர் தகுதியில் இருக்கவேண்டும்.

இறுதியாக, வாரியத்தின் செயலாளர். இவர் சம்பந்தப்பட்ட மாநிலங்களைச் சாராத கண்காணிப்புப் பொறியாளர் தகுதி கொண்டவர்.

மேலாண்மை வாரியக் கூட்டத்தை நடத்துவதற்கான குறைவெண் (Quorum) 6. அது இல்லாததன் காரணமாக ஒத்திவைக்கப்பட்ட கூட்டத்தை அடுத்த மூன்று நாள்களுக்குள் கூட்டியாக வேண்டும். வாரியத்தில் விவாதிக்கப்பட்டு, எடுக்கப்படும் எந்தவொரு முடிவும் பெரும்பான்மை அடிப்படையிலானது.

மத்திய அரசின் ஒப்புதலுடன் மேலாண்மை வாரியம் நிறுவப்பட்ட நொடியில் இருந்து தமிழகத்தின் கீழ்பவானி, அமராவதி, மேட்டூர், கர்நாடகத்தின் ஹேமாவதி, ஹேரங்கி, கபினி, கிருஷ்ணராஜசாகர், கேரளாவின் பானசுரசாகர் ஆகிய அணைக்கட்டுகள் காவிரி மேலாண்மை வாரியத்தின் ஒருங்கிணைந்த வழிகாட்டுதலின்படியே சம்பந்தப்பட்ட மாநில அரசுகளால் இயக்கப்படவேண்டும். கவனிக்கவும்: அணை நிர்வாகத்தைக் கட்டுப்படுத்தும் அதிகாரம் காவிரி மேலாண்மை வாரியத்துக்குக் கிடையாது. தீர்ப்பாயத்தின் தீர்ப்பை அமல்படுத்தத் தேவையான வழிகாட்டுதல்களை மட்டுமே கொடுக்க இயலும்.

காவிரி ஒழுங்காற்றுக் குழுவை உருவாக்குவது மேலாண்மை வாரியத்தின் முதன்மையான பணி. நீர்ப்பாசனத்துறையிலிருந்து ஒரு முழுநேர உறுப்பினர், சம்பந்தப்பட்ட நான்கு மாநிலங்களின் பிரதிநிதிகள், மத்திய நீர் ஆணையத்தின் பிரதிநிதி, மத்திய விவசாய அமைச்சகப் பிரதிநிதி, காவிரி மேலாண்மை வாரிய செயலாளர் ஆகியோரைக் கொண்ட குழுவாக இந்த ஒழுங்காற்றுக்குழு நிறுவப்படும்.

காவிரி தொடர்பான அணைக்கட்டுகளிலும் இருக்கும் நீரின் அளவு, காவிரி நீர்ப்பிடிப்புப் பகுதியில் பெய்யும் மழையின் அளவு குறித்த தகவல்களைச் சேகரிப்பது, வாரியத்தின் வழிகாட்டுதல்படி சம்பந்தப் பட்ட மாநிலங்களுக்கு நீரைத் திறந்துவிடுவது, பருவகால, வருடாந்திர அறிக்கை தயாரிப்பு ஆகியன இந்த ஒழுங்காற்றுக் குழுவின் முக்கியமான பணிகள். ஆய்வுப்பணிகளுக்குத் தேவைப்படும் பணியாளர்களை மேலாண்மை வாரியமே நியமித்துக் கொள்ளலாம்.

ஒவ்வொரு ஆண்டின் ஜூன் முதல் தேதியன்றும் அந்த ஆண்டுக்கான நீர்த்தேவை குறித்து ஒவ்வொரு மாநில அரசும் தத்தமது பிரதிநிதிகளின் வழியே மேலாண்மை வாரியத்துக்கு அறிக்கை தந்துவிடவேண்டும். பாசனப் பரப்பு, சாகுபடிப் பருவம் ஆகியவற்றை ஆய்வுசெய்து, தீர்ப்பாயத்தின் இறுதித்தீர்ப்பின் அடிப்படையில் உரிய நீரைத் திறந்துவிட காவிரி ஒழுங்காற்றுக் குழுவுக்கு உத்தரவிடுவது மேலாண்மை வாரியத்தின் பணி. பற்றாக்குறை காலங்களில், தீர்ப்பாயத் தீர்ப்பு குறிப்பிட்டிருக்கும் விகிதத்தின்படி நீர்ப்பங்கீட்டு அளவை வாரியம் நிர்ணயிக்கும்.

அணைக்கட்டுகளில் தேவைப்படும் ஹைட்ராலிக் கட்டமைப்புகளை உருவாக்கவும், அளவீட்டுக் கருவிகளைப் பொருத்தவும் சம்பந்தப் பட்ட மாநில அரசுகளுக்கு உத்தரவிடுவதும், பணிகளைக் கண்காணிப்பதும் வாரியத்தின் வரம்புக்கு உட்பட்டவை.

வாரியம் விரும்பினால் எப்போது வேண்டுமானாலும் நீர்த்தேக்கங் களில் சேமிக்கப்பட்டிருக்கும் நீரின் அளவு, அந்த ஆண்டில் பெய்த மழைநீரின் அளவு, திறந்துவிடப்பட்ட நீரின் அளவு, பயன்படுத்தப் பட்ட நீரின் அளவு தொடர்பான விவரங்களைச் சம்பந்தப்பட்ட மாநில அரசுகளிடமிருந்து கேட்டுப்பெறமுடியும்.

மேலாண்மை வாரிய உறுப்பினர்கள் விரும்பினால் சம்பந்தப்பட்ட மாநிலங்களில் இருக்கும் எந்தவொரு அணைக் கட்டு, நீர்த்தேக்கம் உள்ளிட்ட பகுதிகளுக்கும், எப்போது வேண்டுமானாலும் நேரில் சென்று பார்வையிடுவது, தகவல்களைக் கோருவது, அளவீட்டுக் கருவியைப் பொருத்தும் பணிகளை மேற்பார்வையிடுவது, கேள்வி

எழுப்புவது, குறைகளைச் சுட்டிக் காட்டுவது, தேவையெனில் பணிகளை நிறுத்துவது போன்றவற்றைச் செய்யமுடியும்.

இறுதியாக, மேலாண்மை வாரியத்தின் பணிகளுக்கு, குறிப்பாக, தீர்ப்பாயத் தீர்ப்பை அமல்படுத்தும் நடவடிக்கையில் மேலாண்மை வாரியம் ஈடுபடும்போது, அதற்கு சம்பந்தப்பட்ட மாநிலங்கள் ஒத்துழைக்க மறுக்கும் பட்சத்தில், அவற்றின் மீது மத்திய அரசின் உதவியைக் கேட்கமுடியும் என்ற அம்சம் இடம்பெற்றுள்ளது. இதுதான் நெருடலான அம்சம்.

மத்திய அரசின் உதவி என்றால், என்ன மாதிரியான உதவி என்பது தெளிவாக வரையறுக்கப்படவில்லை. ஆகவே, அதுகுறித்த கேள்விகள் எழுந்தன.

அரசியல் காரணங்களுக்காக மத்திய அரசு உதவி செய்யத் தயங்கவோ, மறுக்கவோ செய்தால், மேலாண்மை வாரியத்தின் அடுத்தகட்ட நடவடிக்கை என்ன?

தனக்கிருக்கும் வழக்கு தொடரும் உரிமையைப் பயன்படுத்தி திரும்பவும் உச்சநீதிமன்றம்தான் செல்லவேண்டுமா?

ஒருவேளை, உச்சநீதிமன்றம் சம்பந்தப்பட்ட மாநில அரசுகளைப் பேச்சுவார்த்தை நடத்தச் சொன்னால், ஆரம்பித்த இடத்திலேயே மீண்டும் வந்து நிற்க வேண்டுமா?

எனில், தீர்ப்பாய இறுதித் தீர்ப்பு வழங்கப்பட்டதன் நோக்கம்தான் என்ன? என்று பல கேள்விகள் எழுந்தன.

என்றாலும், தீர்ப்பாய இறுதித் தீர்ப்பு வெளியானதும் தமிழகம், கர்நாடகத்தில் இருந்து கலவையான எதிர்வினைகள் வந்துசேர்ந்தன.

{ 22 }

இறுதித் தீர்ப்புக்கான எதிர்வினைகள்

காவிரிப் பிரச்னையை முழுமையாகத் தீர்த்து வைக்கும் என்ற நம்பிக்கையுடன் தீர்ப்பாயத்தின் இறுதித் தீர்ப்பை எதிர்கொள்ளத் தயாரானது தமிழகம். தமிழக முதலமைச்சர் கருணாநிதியின் எதிர்வினை எச்சரிக்கை பொதிந்த தொனியுடன் அமைந்தது.

'தமிழகத்தைப் பொறுத்தவரை காவிரி தீர்ப்பாயத்தின் இறுதித் தீர்ப்பு ஆறுதலை அளிக்கக் கூடியதாக உள்ளது. அதே நேரத்தில், தமிழகத்திலும் கர்நாடகத்திலும் உள்ள விவசாயப் பெருமக்கள் அனைவரும் இதனை ஏற்றுக்கொண்டால்தான் மகிழ்ச்சி அடைவேன். தீர்ப்பாயத்தின் இறுதித் தீர்ப்பு காரணமாக கர்நாடகத்துக்குத் தண்ணீர் குறைந்துவிடவுமில்லை, தமிழகத்துக்கும் தண்ணீர் அளவு அதிகமாக உயர்ந்துவிடவுமில்லை. இதனை இரு மாநிலத்தாரும் சிந்தித்தால் அமைதிக்கு வழி காணலாம்.'

முதலமைச்சர் கருணாநிதியின் எதிர்வினையில் உள்ள இரண்டு அம்சங்களைக் கவனிக்கவேண்டும். தீர்ப்பை மக்கள் ஏற்றுக்கொள்வது ஒருபக்கம் என்றாலும், தமிழக ஆட்சியாளராக அவரது நிலைப்பாடு என்ன என்பது தெளிவாகச் சொல்லப் படவில்லை. ஆறுதல் என்பதோடு அவர்

நிறுத்திக்கொண்டார். மற்றொன்று, தமிழகத்துக்கான நீரின் அளவு உயர்ந்துவிடவில்லை என்று குறிப்பிட்டார். ஆனால் நீரின் அளவு குறைந்திருக்கிறது என்பதுதான் உண்மை. தீர்ப்பாயத்தின் இடைக் காலத் தீர்ப்பில் 205 டிஎம்சியாக இருந்த தமிழகத்தின் பங்கு இறுதித் தீர்ப்பில் 192ஆகக் குறைந்திருந்தது.

காவிரி தீர்ப்பாயத்தின் தீர்ப்பு ஏற்கமுடியாத ஒன்று என்று விமரிசித்த அதிமுக பொதுச்செயலாளர் ஜெயலலிதா, 'மத்தியிலும் மாநிலத்திலும் அதிகாரத்தையும் அமைச்சர்களையும் வைத்திருக்கிற கருணாநிதியால் காவிரிப் பிரச்சினையில் நடுவர் மன்றத்தின் மூலம் தமிழகத்துக்கு நியாயமாகக் கிடைக்க வேண்டிய தீர்ப்பை முழுமையாகப் பெற்றுத் தர முடியவில்லை. கருணாநிதியின் தொடர் துரோகச் செயலால்தான் காவிரி நடுவர் மன்றத்தின் இறுதித் தீர்ப்பு தமிழகத்துக்குப் பாதகமாக வந்துள்ளது. இதற்குத் தார்மீகப் பொறுப்பேற்று மைனாரிட்டி தி.மு.க. அரசு ராஜினாமா செய்ய வேண்டும்' என்றார்.

(2006-2011 சட்டமன்றத்தில் ஆளுங்கட்சியான திமுகவுக்கு அறுதிப் பெரும்பான்மை கிடையாது. காங்கிரஸ் உள்ளிட்ட கூட்டணிக் கட்சிகளின் நிபந்தனையற்ற ஆதரவுடனேயே திமுக ஆட்சி நடை பெற்றது. ஆகவே, திமுக அரசை மைனாரிட்டி அரசு என்றே ஜெயலலிதா விமரிசித்து வந்தார்.)

'கடந்த 16 ஆண்டுகளாக எதிர்பார்த்துவந்த தீர்வு கிடைத்துள்ளது. தமிழக விவசாயிகள் நலன்களைக் கருத்தில்கொண்டு வரவேற்க வேண்டிய தீர்வு இது. இந்தத் தீர்ப்பைக் கர்நாடக அரசு ஏற்றுக் கொள்ள வேண்டும்' என்றார் தமிழக காங்கிரஸ் கமிட்டி தலைவர் கிருஷ்ணசாமி.

'காவிரித் தீர்ப்பாயம் கொடுத்த இறுதித் தீர்ப்பை அமல்படுத்த தன்னாட்சி அதிகாரம் கொண்ட அமைப்பை உருவாக்கவேண்டும்' என்று கோரிக்கை விடுத்தார் இந்திய கம்யூனிஸ்ட் கட்சியின் தமிழ் மாநிலச் செயலாளர் தா.பாண்டியன்.

'இறுதித்தீர்ப்பை அமல்படுத்தத் தேவையான இயங்குமுறையை உருவாக்குவதில் மத்திய அரசு விரைந்துசெயல்படவேண்டும்' என்று மார்க்சிஸ்ட் கம்யூனிஸ்ட் கட்சியின் தமிழ் மாநிலச் செயலாளர் வரதராஜன் கேட்டுக்கொண்டார்.

திராவிடர் கழகத் தலைவர் கி.வீரமணியும் விடுதலைச் சிறுத்தைகள் கட்சியின் பொதுச்செயலாளர் திருமாவளவனும் தீர்ப்பாயத்தின் இறுதித் தீர்ப்பை வரவேற்ற அதே வேளையில், இந்தத் தீர்ப்பு

டெல்டா விவசாயிகளின் தேவைகளை முழுமையாக நிவர்த்தி செய்யவில்லை என்று அதிருப்தியையும் பதிவுசெய்தனர்.

'தமிழ்நாட்டின் பாசனப்பரப்பை வெகுவாகக் குறைத்திருக்கிறது தீர்ப்பாயத்தின் இறுதித்தீர்ப்பு' என்று சொன்ன பாமக நிறுவனர் டாக்டர் ராமதாஸ், 'இந்தத் தீர்ப்பின் பல அம்சங்கள் தெளிவாக இல்லை' என்று விமரிசித்தார்.

இறுதித்தீர்ப்பை வரவேற்பதாகச் சொன்ன பாஜக தேசிய செயலாளர் திருநாவுக்கரசர், 'தீர்ப்பை அமல்படுத்த மத்திய அரசு விரைந்து செயல்பட வேண்டும்' என்று கேட்டுக்கொண்டார்.

'கர்நாடகாவிலிருந்து 192 டிஎம்சி நீர் மட்டுமே தரப்பட வேண்டு மென்றும் மீதமுள்ள 227 டிஎம்சி நீர் அமராவதி, நொய்யல், பவானி ஆறுகள் மூலம் கிடைக்குமென்றும் தீர்ப்பாயம் கூறியுள்ளது. இதன்மூலம் காவிரிப் பாசன விவசாயிகளுக்குள் மோதல் மூள்வதற்கு வாய்ப்புள்ளது' என்றார் பழ.நெடுமாறன்.

இறுதித்தீர்ப்பு குறித்த பல்வேறு அரசியல் கட்சித் தலைவர்கள், நிபுணர்கள், ஆய்வாளர்களிடமிருந்து எதிர்வினைகள் வெவ்வேறு விதமாக வந்துவிட்ட நிலையில் 10 பிப்ரவரி 2007 அன்று அறிக்கை ஒன்றை வெளியிட்டார் முதலமைச்சர் கருணாநிதி. அதன் சாரம் இதுதான்.

'நீர்ப்பாசனத் துறை வல்லுநர்கள், வழக்கறிஞர்கள், விவசாயிகள் சங்கப் பிரதிநிதிகள் ஆகியோருடன் கலந்துபேசி, அனைத்துக் கட்சித் தலைவர்களுடனும் விவாதிக்கப்படும். தீர்ப்பாயத்தின் இறுதித் தீர்ப்பால் ஏற்பட்டுள்ள குறைபாடுகளை நீக்கிட மறு ஆய்வு மனுவைத் தாக்கல் செய்வதற்கும், சட்டரீதியாக நல்ல தீர்வு காண்பதற்கும் தமிழக அரசு தயங்காது.'

காவிரி தீர்ப்பாய இறுதித் தீர்ப்புக்கு வெவ்வேறு வகையில் தமிழக அரசியல் தலைவர்கள் எதிர்வினை ஆற்றிக்கொண்டிருக்க, ஒட்டு மொத்த கர்நாடக அரசியல்வாதிகளும் கொந்தளித்துக்கொண்டிருந் தனர். இறுதித் தீர்ப்பில் தமிழகத்துக்கு 419 டிஎம்சி ஒதுக்கீடு என்று பார்த்ததும் அவர்களுக்குப் பலத்த அதிர்ச்சி. காரணம், இடைக்கால உத்தரவில் 205 டிஎம்சியாக இருந்தது இப்போது இருமடங்குக்கும் அதிகமாக இருந்ததே.

உண்மையில், கர்நாடகம் தரவேண்டியது 192 டிஎம்சி மட்டுமே; அதிலும் கூட 7 டிஎம்சியைப் புதுச்சேரிக்குத் தந்துவிடவேண்டும். மீதமுள்ள 227 டிஎம்சி நீர் தமிழக நீர்ப்பிடிப்புப் பகுதிகளில் கிடைப்பது.

அதைத் தவறாகப் புரிந்துகொண்டதே ஆரம்பக்கட்டக் கொந்தளிப்பின் பின்னணி.

நிலைமையை விளக்கியபிறகும்கூட கொந்தளிப்பு அடங்கவில்லை. தீர்ப்பாய இறுதித்தீர்ப்பு கர்நாடக விவசாயிகளின் எதிர்காலத்தையே சீரழித்துவிட்டது என்றும் கர்நாடக மக்களுக்குத் துரோகம் இழைக்கப்பட்டு விட்டது என்றும் கர்நாடக அரசியல் கட்சிகள் ஆவேசக்குரல் எழுப்பின. பெங்களூர், மைசூர் உள்ளிட்ட காவிரி பாயும் மாவட்டங்கள் முழுக்க மறியல் நடத்த அழைப்புவிடுத்தது வாட்டள் நாகராஜின் கன்னட ரட்சண வேதிகே. கூடவே, வேறுபல கன்னட அமைப்புகளும் களமிறங்கின.

விளைவு, பெங்களூர் உள்ளிட்ட பெரும்பாலான பகுதிகளிலும் பள்ளி, கல்லூரிகள், தனியார் அலுவலகங்கள், வணிக நிறுவனங்கள் மூடப்பட்டன. பேருந்து, ரயில் போக்குவரத்து செயலற்றுப் போனது. மைசூர் பகுதிகளில் கடைகளை மூட மறுத்ததால், வன்முறை வெடித்தது. ரயில்வே பணிமனை ஒன்றை நிர்வாகிகள் மூட மறுத்ததால் வாகனங்கள் தீக்கிரையாக்கப்பட்டன. மென்பொருள் நிறுவன ஊழியர்களை ஏற்றிச் சென்ற வாகனங்கள் தடுக்கப்பட்டு, சக்கரங்கள் சேதப்படுத்தப்பட்டன.

மறியல் உள்ளிட்ட எதிர்வினைகள் வந்துகொண்டிருந்த சமயத்தில், அனைத்துக் கட்சிக் கூட்டத்தை நடத்தியது கர்நாடக அரசு. முதல் கூட்டம் எந்தவிதமான முடிவையும் எட்டாமல் நிறைவுற்றது. மீண்டும் கூடிய கூட்டத்தில் கர்நாடக முதல்வர் குமாரசாமி, துணை முதல்வர் எடியூரப்பா, மத்திய அமைச்சர்கள் அம்பரீஷ், ராஜசேகரன், மாநிலங்களவைத் துணைத் தலைவர் ரஹ்மான் கான், தரம் சிங், வாட்டள் நாகராஜ் உள்ளிட்ட பல முக்கியத் தலைவர்களும் பங்கேற்றனர். ஆனால் அந்தக் கூட்டத்திலும் எந்த முடிவும் எடுக்கப் படவில்லை.

பிறகு கர்நாடக முதல்வர் குமாரசாமி டெல்லி சென்று பிரதமர் மன்மோகன் சிங்கைச் சந்தித்துப் பேசினார். இந்நிலையில், தீர்ப்பாயத் தீர்ப்புக்கு அதிருப்தி தெரிவிக்கும் வகையில் தனது பதவியை ராஜினாமா செய்வதாக அறிவித்தார் மத்திய அமைச்சர் அம்பரீஷ். அது கர்நாடகத்தில் பலத்த அதிர்வுகளை ஏற்படுத்தியது.

தீர்ப்பாயத்தின் இறுதித்தீர்ப்பை அணுகுவதில் ஏற்பட்ட குழப்பத்தைத் தவிர்க்க மீண்டும் ஓர் அனைத்துக் கட்சிக் கூட்டத்துக்கு அழைப்பு விடுத்தது கர்நாடக அரசு. அந்தக் கூட்டத்தில் தீர்ப்பாயத் தீர்ப்பை

நிராகரிப்பது, கண்டனம் தெரிவிப்பது என்று முடிவானது. அதேசமயம், தீர்ப்பாயத்தை மீண்டும் அணுகுவது, இறுதித் தீர்ப்புக்கு எதிராக உச்சநீதிமன்றத்தில் வழக்கு தொடுப்பது போன்றவற்றில் எந்த வாய்ப்பைத் தேர்ந்தெடுப்பது என்பது குறித்து விவாதங்கள் நடந்தன.

இறுதியாக, கர்நாடக நலனுக்கு எதிரான தீர்ப்பாயத்தின் இறுதித் தீர்ப்புக்கு எதிராக உச்சநீதிமன்றத்தில் மறு ஆய்வு மனுவைத் தாக்கல் செய்வது என்று முடிவுசெய்தது கர்நாடக அரசு. சட்ட நிபுணர்களுடன் விரிவான ஆலோசனை நடத்தி, விரைவில் உச்சநீதிமன்றத்தை அணுகப்போவதாக அறிவித்தார் கர்நாடக துணை முதல்வர் எடியூரப்பா.

கர்நாடக அரசு மறு ஆய்வு மனுவைத் தாக்கல் செய்வதன் நோக்கம் தீர்ப்பின் மீதான அதிருப்தி மட்டுமல்ல, இறுதித் தீர்ப்புக்கான மத்திய அரசின் அறிவிக்கை வெளியாகாமல் தடுப்பதும்தான் என்றனர் தமிழகத்தைச் சார்ந்த சட்ட நிபுணர்கள். ஆகவே, அடுத்த கட்ட நடவடிக்கை குறித்து ஆலோசனை நடத்த ஏதுவாக 19 பிப்ரவரி 2007 அன்று அனைத்துக் கட்சிக் கூட்டத்துக்கு அழைப்புவிடுத்தார் தமிழக முதலமைச்சர் கருணாநிதி.

தமிழகத்தின் பெரும்பாலான அரசியல் கட்சிகள் அந்தக் கூட்டத்தில் பங்கேற்றன. வழக்கமாக, திமுக அரசு கூட்டும் கூட்டங்களில் பங்கேற்கத் தயங்கும் பிரதான எதிர்க்கட்சியான அதிமுக சார்பில் இம்முறை ஓ.பன்னீர் செல்வம், வழக்கறிஞர் ஜோதி இருவரும் பங்கேற்றனர். நீண்ட நெடிய ஆலோசனைக்குப் பிறகு தமிழக மக்களின் நலனைப் பாதுகாக்கும் வகையில் காவிரி நதிநீர்த் தீர்ப்பாயத்தின் முன் தமிழக அரசு விளக்கம் கோரும் மனுவைத் தாக்கல் செய்வதென்று தீர்மானம் நிறைவேற்றப்பட்டது.

தீர்ப்பு தொடர்பாக ஏதேனும் சந்தேகம் எழும்பட்சத்தில், தொண்ணூறு நாள்களுக்குள் சம்பந்தப்பட்ட மாநிலங்கள் தீர்ப்பாயத்திடம் விளக்கம் கோரும் மனுவைத் தாக்கல் செய்யலாம் என்ற விதிமுறையின்படியே தமிழக அரசு தீர்ப்பாயத்தை அணுகும் யோசனையை முன்வைத்தது.

ஆனால் தீர்ப்பாயத்தை அணுகினால் தீர்ப்பு கிடைக்கக் காலதாமதம் ஏற்படும். ஆகவே, இடைக்கால ஏற்பாடாக இறுதித்தீர்ப்பை மத்திய அரசிதழில் வெளியிடச் செய்து, காவிரி மேலாண்மை வாரியம், காவிரி ஒழுங்காற்றுக் குழுவை அமைக்க மத்திய அரசை வலியுறுத்த வேண்டும் என்றது அதிமுக. இதே கோரிக்கையை வலியுறுத்தி ஒருநாள் அடையாள உண்ணாவிரதம் இருந்தார் அதிமுக பொதுச் செயலாளர் ஜெயலலிதா.

தீர்ப்பாயத்தின் தீர்ப்பின்மீது தமிழகத்துக்கு அதிருப்தி இருக்கும் சூழ்நிலையில், அவசரப்பட்டு அரசிதழில் வெளியிடச் செய்வது பின்னாளில் சிக்கலை ஏற்படுத்தக்கூடும், உச்சநீதிமன்றத்தில் மேல் முறையீடு செய்வது சிரமமாகிவிடும் என்ற கருத்து தமிழக அரசின் சார்பில் வைக்கப்பட்டது.

இறுதியாக, காவிரி தீர்ப்பாயத்தில் மறு ஆய்வு மனு தாக்கல் செய்வது என்று அனைத்துக் கட்சிக் கூட்டத்தில் முடிவானது. அதன்படி தமிழக அரசு மறு ஆய்வு மனுவைத் தாக்கல் செய்தபோது, அந்த மனுவை விசாரிக்க முடியாது என்று தீர்ப்பாயம் மறுத்துவிட்டது. அதனைத் தொடர்ந்து உச்சநீதிமன்றத்தை அணுகத் தயாரானது தமிழக அரசு.

தமிழகம் இப்படியொரு முடிவை எடுப்பதற்கு முன்பே கர்நாடக அரசு உச்ச நீதிமன்றத்தை அணுகும் முடிவுக்கு வந்திருந்தது. கேரளாவுக்கும் கூட தீர்ப்பாயத்தின் இறுதித் தீர்ப்பில் திருப்தி இல்லை. ஆகவே, உச்சநீதி மன்றத்தில் மறு ஆய்வு மனு தாக்கல் செய்வது என்று கேரள அரசு முடிவு செய்தது. ஆகவே, புதுச்சேரி தவிர ஏனைய மூன்று மாநிலங்களும் உச்ச நீதிமன்றத்தை அணுகின.

{ 23 }

முடக்கப்பட்ட தீர்ப்பும் ஜெயலலிதா வழக்கும்

காவிரி தீர்ப்பாய இறுதித் தீர்ப்பால் அதிருப்தி யடைந்த தமிழ்நாடு, கர்நாடகம், கேரளா ஆகிய மூன்று மாநிலங்களும் உச்சநீதிமன்றத்தில் சிறப்பு அனுமதி மனுக்களை உச்சநீதிமன்றத்தில் தாக்கல் செய்தன. மனுவை விசாரணைக்கு எடுத்துக் கொண்ட நீதிபதிகள் எஸ்.பி. சின்ஹா மற்றும் மார்கண்டேய கட்ஜூ இருவரும் அவற்றை உச்சநீதிமன்ற தலைமை நீதிபதிக்கு அனுப்பி வைத்தனர்.

தீர்ப்பாயத்தின் இறுதித்தீர்ப்பு 1892, 1924 ஆகிய இரண்டு ஒப்பந்தங்களையும் ரத்து செய்துவிட்ட அதேவேளையில், 29.27 லட்சம் ஏக்கராக இருந்த தமிழகத்துப் பாசனப்பரப்பை 24.70 லட்சம் ஏக்கராகக் குறைத்துவிட்டது என்றது தமிழக அரசு. மேலும், தமிழகத்தின் நீர்ப்பாசனப் பரப்பு குறைக்கப்பட்டதோடு, கர்நாடகத்துக்கு அனுமதி தரப்பட்டிருக்கும் பாசனப் பரப்பின் அளவானது சமமான பங்கீட்டு அளவுத் தத்துவத்துக்கு எதிராக உள்ளது என்பதையும் பதிவுசெய்தது.

ஆனால் கர்நாடக அரசோ நீர்ப்பங்கீட்டு முறையையே கேள்வி எழுப்பியது. தமிழகத்துக்கு

ஒதுக்கீடு செய்யப்பட்டிருக்கும் நீரின் அளவு கர்நாடகாவுக்குப் பெரும் சுமையை ஏற்படுத்தும் என்பது கர்நாடக தரப்பின் முதன்மையான வாதம். கேரளாவோ தற்போதைய தீர்ப்பின்மூலம் கேரளாவில் நடைமுறையில் இருக்கும் திட்டங்கள் பாதிக்கப்படுவதோடு, எதிர்காலமும் கேள்விக்குறியாகியிருக்கிறது என்றது.

மூன்று மாநில விவசாயிகளின் உயிர்நாடிப் பிரச்னை. நீண்ட நெடிய போராட்டத்துக்குப் பிறகு கிடைத்திருக்கும் தீர்ப்பாயத்தின் இறுதித் தீர்ப்பில் உள்ள குறைபாடுகளையும் அதிருப்திகளையும் களைந்து விடும்பட்சத்தில் தீர்ப்பாயத்தின் இறுதித்தீர்ப்பு அரசிதழில் வெளியாகும். அதன்பிறகு தீர்ப்பை அமல்படுத்தும் இயங்குமுறை அமைப்புகளான காவிரி மேலாண்மை வாரியமும் காவிரி ஒழுங்காற்றுக் குழுவும் அமைக்கப்பட்டு, காவிரி விவசாயிகளின் சிக்கல்கள் நீக்கப்படும் என்ற எதிர்பார்ப்பு எழுந்தது.

இப்போது பந்து உச்சநீதிமன்றத்தின் கைகளுக்கு வந்திருந்தது. ஆனால் உச்சநீதிமன்றமோ அசாதாரண மௌனம் கடைப்பிடித்தது. 2007ல் தொடரப்பட்ட மனுக்களை விசாரணைக்கு எடுக்கவே ஐந்தாண்டுகள் எடுத்துக்கொண்டது. விளைவு, காவிரி நதிநீர்த் தீர்ப்பாயத்தின் இறுதித்தீர்ப்பு முற்றிலுமாக முடக்கப்பட்டது. வழக்கு நிலுவையில் இருந்ததைக் காரணம் காட்டி, தீர்ப்பாயத்தின் இறுதித் தீர்ப்பை அரசிதழில் வெளியிடுவதை ஒத்திவைத்துக்கொண்டே இருந்தது மத்திய அரசு.

எப்போதெல்லாம் தமிழ்நாட்டுக்குத் தண்ணீர்த் தேவை அதிகரிக்கிறதோ அப்போதெல்லாம் கர்நாடக அரசுக்குக் கோரிக்கை விடுப்பதும், மத்திய அரசுக்கு விண்ணப்ப மனு போடுவதும், பலத்த தாமதத்துக்கும் இழுபறிக்கும் பிறகு உரிய காலமெல்லாம் தாண்டிப்போனபிறகு தண்ணீர் திறந்துவிடுவதும் வழக்கமான ஒன்றாக மாறிப்போனது.

ஒருவேளை, ஓராண்டில் தமிழக அரசின் சார்பில் கர்நாடகம் அல்லது மத்திய அரசுக்குக் கோரிக்கை வைக்கப்படவில்லை என்றால் அந்த ஆண்டு தமிழகத்தில் போதுமான அளவுக்கு மழை பெய்திருக்கிறது என்று பொருள் அல்லது அளவுக்கு மீறி மழை பொழிந்ததன் காரணமாக, வேறு வழியின்றி உபரி நீரைத் தமிழகத்துக்குக் கர்நாடக அரசு திறந்து விட்டிருக்கிறது என்று பொருள்.

இத்தனைக்கும் மத்தியில் தமிழ்நாட்டில் ஆட்சிமாற்றம் ஏற்பட்டது. 2011ல் நடந்த தமிழக சட்டமன்றத் தேர்தலில் அதிமுக வெற்றிபெற்று ஆட்சியைப் பிடித்தது. ஜெயலலிதா மீண்டும் முதல்வரானார்.

பதவியேற்றதும் டெல்லி சென்று பிரதமர் மன்மோகன் சிங்கைச் சந்தித்த அவர், காவிரி தீர்ப்பாய இறுதித் தீர்ப்பை அரசிதழில் வெளியிட வேண்டும்; காவிரி மேலாண்மை வாரியம், காவிரி ஒழுங்காற்று குழுவை விரைந்து அமைக்க வேண்டும் என்று கோரிக்கை விடுத்தார்.

உண்மையில், தீர்ப்பாயத்தின் இறுதித் தீர்ப்பு வெளியானபோது, அதனைக் கடுமையாக விமரிசித்தவர் ஜெயலலிதா. தீர்ப்பாய இறுதித் தீர்ப்பு தமிழகத்துக்குப் பாதகமானது என்று பகிரங்கமாகக் கண்டித்தார். ஆனாலும் சூழ்நிலை கருதி தன்னுடைய நிலைப்பாட்டை மாற்றிக் கொண்டு, அந்தத் தீர்ப்பை அரசிதழில் வெளியிடவேண்டும் என்று பிரதமரிடம் கோரினார்.

நேரில் சென்று வலியுறுத்தினாலும் சரி, கடிதம் வழியே கோரிக்கை அனுப்பினாலும் சரி, மத்திய அரசின் சார்பில் இரண்டு விதமான பதில்களே தரப்பட்டன.

ஒன்று, தீர்ப்பாயத்தின் இறுதித்தீர்ப்பு குறித்து கவனிக்குமாறு மத்திய நீர்வள அமைச்சகத்துக்கு அறிவுறுத்தப்பட்டுள்ளது.

இரண்டு, இறுதித்தீர்ப்பு குறித்து உச்சநீதிமன்றத்தில் நிலுவையில் இருக்கும் வழக்கில் தீர்ப்பு வெளியானபிறகே தீர்ப்பாய இறுதித் தீர்ப்பை அரசிதழில் வெளியிடுவது பற்றி முடிவெடுக்க முடியும்.

உச்சநீதிமன்றத்தில் நிலுவையில் இருக்கும் வழக்கைக் காரணம் காட்டியே தீர்ப்பாய இறுதித் தீர்ப்பைச் செயல்படுத்த மத்திய அரசு தயக்கம் காட்டிவரும் நிலையில், தீர்ப்பாயத் தீர்ப்பை வெளியிடுவது குறித்து உச்சநீதிமன்றத்தையே அணுகத் தயாரானார் முதலமைச்சர் ஜெயலலிதா.

17 ஏப்ரல் 2012 அன்று தமிழக அரசின் சார்பில் உச்சநீதிமன்றத்தில் வழக்கு தொடரப்பட்டது. தீர்ப்பாயத்தின் இறுதித்தீர்ப்பை அரசிதழில் வெளியிட மத்திய அரசுக்கு உத்தரவு பிறப்பிக்க வேண்டும் என்பது தான் தமிழக அரசின் முதன்மையான கோரிக்கை. அந்த வழக்கை உச்சநீதிமன்றம் விசாரணைக்கு எடுப்பதற்குள் காவிரி நீர் திறப்பு தொடர்பாகப் பல்வேறு சிக்கல்கள் முளைத்தன.

குறிப்பாக, நீர்த்தேக்கங்களுக்கு வருகின்ற நீரை அதன் போக்கில் விடாமல், வேண்டுமென்றே தேக்கிவைத்துக்கொண்டு, நீர்த்தேக்கங்கள் நிரம்பிய நிலையில் மட்டுமே தமிழகத்துக்கு நீரைத் திறந்துவிடும் காரியத்தில் கர்நாடக அரசு ஈடுபடுவதைச் சுட்டிக்காட்டி பிரதமர் மன்மோகன் சிங்குக்குக் கடிதம் எழுதினார் முதலமைச்சர் ஜெயலலிதா.

18 மே 2012 தேதியிட்ட அந்தக் கடிதத்தில், விதிமுறைகளுக்கு மாறாகக் கர்நாடக அரசு நீரைத் தேக்கிவருவதால், மேட்டூர் அணைக்கு இயல்பாக வரவேண்டிய நீரின் வரத்து குறைந்து, குறுவை சாகுபடி பாழ்படுகிறது என்பதை எடுத்துச் சொல்லி, இந்தப் பிரச்னைகள் குறித்து விவாதிக்க காவிரி நதிநீர் ஆணையத்தைக் கூட்டவேண்டும் என்று கோரிக்கை விடுத்தார் முதலமைச்சர் ஜெயலலிதா.

உண்மையில், காவிரி நதிநீர் ஆணையம் அமைக்கப்பட்ட சமயத்தில், அந்த ஆணையத்தைக் கடுமையாக விமரிசித்தவர் ஜெயலலிதா. அது ஒரு பல்லில்லாத ஆணையம் என்பது அவருடைய பார்வை. ஆனாலும், இறுதித்தீர்ப்பு அரசிதழில் வெளியிடப்படாத நிலையில், இடைக்காலத் தீர்ப்பை மதிப்பதற்கும் கர்நாடக அரசும் தயாராக இல்லாத சூழலில், கைவசம் இருக்கின்ற ஒரே வாய்ப்பான காவிரி நதிநீர் ஆணையத்தைக் கூட்டவேண்டும் என்ற நிலைப்பாட்டுக்கு வந்திருந்தார் முதலமைச்சர் ஜெயலலிதா.

ஆனால் பிரதமர் மன்மோகன் சிங்கிடமிருந்து எவ்வித அசைவும் இல்லை. இத்தனைக்கும் ஆட்சிக்கு வந்ததிலிருந்து ஒருமுறைகூட காவிரி ஆணையத்தை அவர் கூட்டவில்லை. அதற்கான கோரிக்கைகளுக்கும் அவர் செவிமடுக்கவில்லை. கர்நாடகத் தேர்தல் அரசியல் களத்தை உத்தேசித்தே காங்கிரஸ் கட்சி மௌனம் சாதிக்கிறது என்ற விமரிசனங்கள் தொடர்ந்து வந்துகொண்டிருந்தன.

இனி வேறு வழியில்லை என்ற நிலையில் 21 ஜூலை 2012 அன்று உச்சநீதிமன்றத்தில் இடைக்கால மனு ஒன்றைத் தாக்கல் செய்தது தமிழக அரசு. காவிரி நீரைக் குறிப்பிட்ட விகிதாச்சாரத்தில் தமிழகத்துடன் பகிர்ந்து கொள்ள கர்நாடக அரசுக்கு உத்தரவிட வேண்டும் என்றும், காவிரி நதிநீர் ஆணையக் கூட்டத்தைக் கூட்ட மத்திய அரசுக்கு உத்தரவிட வேண்டும் என்றும் அந்த மனுவில் கோரியிருந்தது தமிழக அரசு.

ஒருபக்கம் சட்டரீதியான முயற்சியை எடுத்துக்கொண்டு, இன்னொரு பக்கம் நிர்வாக ரீதியிலான முயற்சியையும் எடுத்தது தமிழக அரசு. 23 ஆகஸ்ட் 2012 அன்று பிரதமர் மன்மோகன் சிங்குக்குக் கடிதம் எழுதிய முதல்வர் ஜெயலலிதா, தமிழகத்தில் நிலவும் இடர்ப்பாடுகளைச் சுட்டிக்காட்டி, குறுவைச் சாகுபடியை தமிழக விவசாயிகள் இழந்துவிட்ட நிலையில், குறைந்தபட்சம் ஒருபோக சம்பா சாகுபடியேனும் விவசாயிகள் மேற்கொள்ள ஏதுவாக, தமிழகத்துக்குரிய நீரைத் திறந்துவிடுமாறு கர்நாடக அரசுக்கு அறிவுரை வழங்குமாறு கேட்டுக் கொண்டார்.

இதற்கிடையே தமிழக அரசு தொடர்ந்த வழக்கை விசாரணைக்கு எடுத்துக் கொண்ட உச்சநீதிமன்றம், காவிரி நதிநீர் ஆணையத்தை உடனடியாகக் கூட்டவேண்டும் என்று பிரதமரைக் கேட்டுக் கொண்டது. அதனை ஏற்று காவிரி நதிநீர் ஆணையக் கூட்டத்துக்கு அழைப்பு விடுத்தார் பிரதமர் மன்மோகன் சிங்.

சற்றேறக்குறைய ஒன்பது ஆண்டுகளுக்குப் பிறகு 19 செப்டெம்பர் 2012 அன்று புதுடெல்லியில் கூட்டப்பட்ட அந்தக் கூட்டத்தில் பிரதமர் மன்மோகன் சிங், தமிழக முதலமைச்சர் ஜெயலலிதா, கர்நாடக முதலமைச்சர் பாஜகவின் ஜெகதீஷ் ஷட்டர் உள்ளிட்டோர் பங்கேற்றனர். இது காவிரி நதிநீர் ஆணையத்தின் ஏழாவது கூட்டம்.

அந்தக் கூட்டத்தின் இறுதியில், 20 செப்டெம்பர் 2012 தொடங்கி 15 அக்டோபர் 2012 வரை நாள் ஒன்றுக்கு 9000 கன அடி வீதம் தமிழகத்துக்கு நீர் திறந்துவிடுமாறு கர்நாடக அரசுக்கு உத்தரவிட்டார் பிரதமர் மன்மோகன் சிங். அதன்பிறகு காவிரி கண்காணிப்புக் குழுவைக் கூட்டி, அடுத்தகட்ட நடவடிக்கை பற்றிப் பேசி முடிவு செய்துகொள்ளலாம் என்று தீர்மானிக்கப்பட்டது. ஆனால் அந்த உத்தரவை ஏற்க கர்நாடக முதல்வர் ஜெகதீஷ் ஷட்டர் மறுத்துவிட்டார்.

பிரதமர் மன்மோகன் சிங்கின் உத்தரவை மதிக்க கர்நாடக அரசு மறுத்து விட்ட நிலையில் மீண்டும் உச்சநீதிமன்றத்தை அணுகியது தமிழக அரசு. நாள் ஒன்றுக்கு 2 டிஎம்சி வீதம் 24 நாள்களுக்குத் தொடர்ச்சியாக நீர் திறந்துவிடுமாறு கர்நாடக அரசுக்கு உத்தரவிட வேண்டும் என்றும் இறுதித்தீர்ப்பு அரசிதழில் இடம்பெறாத நிலையில், இடைக்காலத் தீர்ப்பின்படி தமிழகத்துக்கான நீரைத் திறந்துவிட கர்நாடக அரசுக்கு உத்தரவிடவேண்டும் என்றும் வழக்கு தொடரப்பட்டது.

வழக்கை விசாரணைக்கு எடுத்துக்கொண்ட உச்சநீதிமன்றம், காவிரி நதிநீர் ஆணையம் அளித்த உத்தரவைச் செயல்படுத்துமாறு கர்நாடக அரசுக்கு உத்தரவிட்டது. அதை ஏற்று 29 செப்டெம்பர் 2012 முதல் நீரைத் திறந்துவிடத் தொடங்கிய கர்நாடக அரசு, திடீரென 8 அக்டோபர் 2012 அன்று நீர் விடுவிப்பதை நிறுத்திக்கொண்டது. விஷயம் கேள்விப்பட்ட இரண்டாவது நாள் கர்நாடக அரசுக்கு எதிராக நீதிமன்ற அவமதிப்பு வழக்கைத் தொடர்ந்தது தமிழக அரசு.

மறுநாளே காவிரி கண்காணிப்புக்குழு கூடியது. அந்தக் கூட்டத்தில் தமிழக அரசின் சார்பில் தலைமைச் செயலாளர் உள்ளிட்ட அதிகாரிகள் பங்கேற்றனர். அப்போது உச்சநீதிமன்றத்தை அணுகியதன் காரணத்தை விளக்கிய அதேவேளையில், தமிழகத்தின் உடனடி நீர்த் தேவை குறித்தும் எடுத்துச் சொல்லப்பட்டது. ஆனால் கர்நாடகத்

தரப்போ பற்றாக்குறை அதிகம் இருப்பதாகச் சொல்லி நீர் வழங்க மறுத்துவிட்டது.

பிறகு மீண்டும் காவிரி கண்காணிப்புக் குழு கூடி ஆலோசனை நடத்துவதும், அது ஒரு குறிப்பிட்ட அளவைச் சொல்வதும் அதை கர்நாடக அரசு நிராகரிப்பதுமாகத் தொடர்ந்து கண்ணாமூச்சி ஆடப்பட்டு வந்த நிலையில்தான் உச்சநீதிமன்றத்தில் தமிழக அரசு தொடர்ந்திருந்த முக்கியமான வழக்கு விசாரணைக்கு வந்தது.

ஆம், காவிரி தீர்ப்பாய இறுதித் தீர்ப்பை அரசிதழில் வெளியிட வேண்டும் என்று மத்திய அரசுக்கு உத்தரவிடவேண்டும் என்று தொடரப்பட்ட வழக்கு அது. 4 ஜனவரி 2013 அன்று வழக்கை விசாரித்த உச்சநீதிமன்ற நீதிபதி டி.கே.ஜெயின், 'காவிரி தீர்ப்பாயத்தின் இறுதித் தீர்ப்பை பிப்ரவரி 20க்குள் அரசிதழில் வெளியிட மத்திய அரசால் முடியுமா, முடியாதா?' என்று கறாராகக் கேள்வி எழுப்பினார். அந்தத் தேதிக்குள் வெளியிட்டே தீரவேண்டும் என்றும் உத்தரவிட்டார்.

அந்த உத்தரவை நிறைவேற்றக்கோரி தமிழ்நாடு அரசின் சார்பிலும் திமுக, பாமக உள்ளிட்ட பிரதான கட்சிகள் அனைத்தின் சார்பிலும் வலியுறுத்தல்கள் சென்றதைத் தொடர்ந்து 19 பிப்ரவரி 2013 அன்று தீர்ப்பாய இறுதித் தீர்ப்பை அரசிதழில் வெளியிட்டது மன்மோகன் சிங் தலைமையிலான மத்திய அரசு.

தீர்ப்பாயத்தின் தீர்ப்பு அரசிதழில் வெளியாகிவிட்டால், அந்த நொடியில் இருந்து அது உச்சநீதிமன்றத்தின் தீர்ப்புக்கு இணையான அந்தஸ்தையும் அதிகாரத்தையும் பெற்றதாகப் பொருள். 6 ஆகஸ்டு 2002 மாநிலங்களுக்கு இடையிலான நதிநீர்த் தகராறு சட்டம் 1956 பிரிவு 6ல் ஏற்பட்ட திருத்தம் அப்படித்தான் சொல்கிறது. முக்கியமாக, தீர்ப்பாயத்தின் இறுதி உத்தரவைச் செயல்படுத்தத் தேவையான இயங்குமுறையை இந்திய அரசு உருவாக்கித்தரவேண்டும் என்றும் ஒரு திருத்தம் சேர்க்கப்பட்டுள்ளது.

தீர்ப்பாயத்தின் உத்தரவு உச்சநீதிமன்றத்துக்கு இணையான தகுதி என்று சொல்லும்போதே, ஒருவருக்கு சம்மன் அனுப்புவது, நேரில் வரச் செய்வது, அவரிடம் உறுதிமொழியைப் பெறுவது உள்ளிட்ட அதிகாரங்களும் தீர்ப்பாயத்துக்கு உண்டு என்பது அந்தத் திருத்தங்கள் வழியே உறுதிசெய்யப்பட்டது.

உண்மையில், 1956 சட்டத்தில் கொண்டுவரப்பட்ட திருத்தங்கள் எல்லாம் அனுபவத்தின் அடிப்படையில், கிருஷ்ணா, கோதாவரி தீர்ப்பாயங்கள் கொடுத்த தீர்ப்பில் சொல்லப்பட்ட அம்சங்களைக் கணக்கில் எடுத்துக்கொண்டே செய்யப்பட்டன.

அதேபோல, தீர்ப்பாயத்தின் உத்தரவைச் செயல்படுத்த ஏதுவாக மத்திய அரசு இயங்குமுறையை உருவாக்கித்தரவேண்டும் என்றாலும், அந்த இயங்குமுறை எப்படி இருக்கவேண்டும் என்று பரிந்துரை செய்ய எந்தத் தடையும் இல்லை. அந்த அடிப்படையில் தான் காவிரி நதிநீர்த் தீர்ப்பாயம் காவிரி மேலாண்மை வாரியம், காவிரி ஒழுங்காற்றுக்குழு குறித்த தனது கருத்துகளைப் பதிவுசெய்திருந்தது.

மேலும், ஏற்கெனவே நன்கு செயல்பட்டு வருகின்ற பக்ரா - பியாஸ் நதிநீர் மேலாண்மை வாரியம் போன்ற அமைப்புடன் காவிரி மேலாண்மை வாரியம் அமைக்கவேண்டும் என்று சொன்ன தீர்ப்பாயம், இயங்கு முறையானது இப்படித்தான் அமையவேண்டும் என்று சொல்லவில்லை என்றாலும், இயங்குமுறை என்பது அவசியமானது, அத்தியாவசியமானது. இல்லாவிட்டால், தீர்ப்பாயத்தின் உத்தரவு வெற்றுக் காகிதங்களே என்ற முக்கியத்துவம் வாய்ந்த கருத்தையும் பதிவுசெய்திருந்தது.

ஆகவே, தீர்ப்பாய இறுதித் தீர்ப்பில் சொன்னபடி காவிரி மேலாண்மை வாரியத்தையும் காவிரி ஒழுங்காற்றுக் குழுவையும் மத்திய அரசு அமைக்கும் என்ற எதிர்பார்ப்பு எழுந்தது.

{ 24 }

மேகேதாட்டு அணைச் சிக்கல்

காவிரி நதிநீர்த் தீர்ப்பாயத் தீர்ப்பு அரசிதழில் வெளியாகவில்லை என்ற ஒரு காரணத்தைச் சொல்லியே காவிரி மேலாண்மை வாரியம் அமைக்கும் பணியை ஒத்திவைத்துக்கொண்டே இருந்த மத்திய அரசு, இப்போது நிர்வாகக் காரணங்களைச் சுட்டிக்காட்டி காலதாமதம் செய்யும் காரியத்தில் இறங்கியது.

அதிருப்தியடைந்த தமிழக அரசு, 19 மார்ச் 2013 அன்று உச்சநீதி மன்றத்தில் வழக்கு ஒன்றைத் தொடுத்தது. காவிரி மேலாண்மை வாரியத்தை உடனடியாக அமைக்க மத்திய நீர்வளத்துறைக்கு உத்தரவிட வேண்டும் என்பதுதான் வழக்கின் பிரதான கோரிக்கை.

இடைப்பட்ட காலங்களில் தமிழகத்துக்கு உரிய நீரைத் திறந்துவிட வேண்டும் என்று கர்நாடக அரசைக் கோருவதும், நீங்கள் கேட்கும் போதெல்லாம் நீரைத் திறந்துவிட முடியாது என்று கர்நாடக அரசு பதிலளிப்பதும், பிறகு மத்திய அரசு அல்லது உச்சநீதிமன்றத்தை அணுகுவதும் தமிழகத்தின் அன்றாட நடவடிக்கையாக மாறிப்போனது.

போதாக்குறைக்கு, 2014 மக்களவைத் தேர்தல் நெருங்கவே, கர்நாடகத்தில் கணிசமான வாக்குவங்கியை வைத்திருக்கும் தேசியக் கட்சிகளான பாஜகவும் காங்கிரஸும் காவிரி விஷயத்தில் மௌனத்தைக் கடைப்பிடித்தன. அதன்மூலம் காவிரி மேலாண்மை வாரியம் அமைப்பது தள்ளிப்போனது. ஆக, தீர்ப்பாய இறுதித் தீர்ப்பு அரசிதழில் வெளியான நொடியில் அது உச்சநீதிமன்றத் தீர்ப்புக்கு இணையான தகுதியைப் பெறும் என்கிற சட்டத் திருத்தமெல்லாம் வெற்றுத் திருத்தங்கள் என்பது தெளிவானது.

ஒருவேளை மத்தியில் ஆட்சி மாற்றம் ஏற்பட்டாலாவது காவிரி மேலாண்மை வாரியம் அமைக்கப்படுமா என்ற எதிர்பார்ப்பு எழுந்தது. 2014 மக்களவைத் தேர்தலின்போது தமிழகத்தில் பாரதிய ஜனதா கட்சி பல கட்சிகளை உள்ளடக்கிய கூட்டணியை உருவாக்கித் தேர்தலைச் சந்தித்தது. பிரதமர் வேட்பாளராக இருந்த நரேந்திர மோடி பலமுறை பிரசாரம் செய்தார். தமிழகத்தின் பிரச்னைகளைத் தீர்ப்பது பற்றி பல்வேறு வாக்குறுதிகளைக் கொடுத்தார்.

ஆனால் தேர்தலின் முடிவில் பாஜகவுக்கும் அதன் கூட்டணிக் கட்சியான பாமகவுக்கும் தலா ஓர் இடம் மட்டுமே கிடைத்தது. எஞ்சிய 37 இடங்களையும் தமிழகத்தின் ஆளுங்கட்சியான அதிமுகவே கைப்பற்றியது. திமுக உள்ளிட்ட ஏனைய கட்சிகள் படுதோல்வியைச் சந்தித்தன.

அநேகமாக, மக்களவைத் தேர்தலின் முடிவில் குறைந்தபட்சம் தொங்கு நாடாளுமன்றம் அமையும், மோடி ஆட்சியமைக்க அதிமுக எம்.பிக்களின் ஆதரவு கோரப்படும். அதன்மூலம், மத்திய அரசில் மீண்டும் அதிமுக இடம்பெறும். தமிழகத்தின் பல்வேறு பிரச்னைகள், குறிப்பாக, காவிரி மேலாண்மை வாரியம் உள்ளிட்டவை செயல் வடிவம் பெறும் என்று பொதுத்தளத்தில் எதிர்பார்ப்பு இருந்தது.

ஆனால் காங்கிரஸை வீழ்த்திய பாஜக, தனிப்பெரும்பான்மையுடன் ஆட்சியைப் பிடித்தது. நரேந்திர மோடி பிரதமரானார். அவர் பிரதமராக வருவதற்குப் பெரிய பங்களிப்பு எதையும் செய்திராத தமிழகத்துக்கு மோடி என்ன செய்யப்போகிறார் என்ற கேள்வி எழுந்தது. என்றாலும், ஒரே ஒரு வாய்ப்பு இருந்தது. அது மாநிலங்களவையில் அதிமுகவின் பலம்.

மக்களவையில் அறுதிப்பெரும்பான்மையுடன் பாஜக இருந்தாலும், அந்தக் கட்சிக்கு மாநிலங்களவையில் செல்வாக்கு குறைவு. மற்ற கட்சிகளின் உதவியுடன்தான் முக்கியமான மசோதாக்களை நிறைவேற்ற முடியும் என்ற நிலை. குறிப்பாக, அதிமுகவின் வசம் பத்துக்கும் மேற்பட்ட மாநிலங்களவை உறுப்பினர்கள் இருந்தனர்.

ஆக, சற்றேறக்குறை ஐம்பது எம்.பிக்கள் அதிமுகவின் வசம் இருப்பது ஒரு முக்கியமான துருப்புச்சீட்டாக இருக்கும் என்ற எதிர்பார்ப்பு இருந்தது.

பலத்த எதிர்பார்ப்புகளுக்கு மத்தியில் புதிய பிரதமர் நரேந்திர மோடியை நேரில் சந்தித்துப் பேசினார் தமிழக முதல்வர் ஜெயலலிதா. அப்போது தமிழகத்தின் பல்வேறு பிரச்னைகள் குறித்துப் பேசிய அவர், காவிரி மேலாண்மை வாரியம் அமைக்க வேண்டியதன் அவசியத்தையும் வலியுறுத்தினார்.

ஆனால் கர்நாடக அரசோ, தீர்ப்பாயத்தின் இறுதித் தீர்ப்பு குறித்து தமிழகம், கர்நாடகம், கேரளம் உள்ளிட்ட மாநிலங்கள் உச்சநீதிமன்றத்தில் தொடர்ந்த வழக்குகள் நிலுவையில் இருப்பதால், காவிரி மேலாண்மை வாரியம் அமைப்பதில் அவசரம் காட்ட வேண்டாம் என்று மத்திய அரசைக் கேட்டுக்கொண்டது.

கிட்டத்தட்ட இந்தச் சமயத்தில்தான் மேகேதாட்டு அணை விவகாரம் வேகமெடுத்தது. காவிரியின் குறுக்கே கர்நாடகம் கட்ட விரும்பிய தடுப்பணைத் திட்டத்தின் பெயர், மேகேதாட்டு. கர்நாடகத்தின் சாம்ராஜ்நகர் மாவட்டம் கொள்ளேகாலில் இருந்து 15 கிலோமீட்டர் தொலைவில், சிவசமுத்திரம் அருவிக்கு அருகேயுள்ள மேகேதாட்டு என்ற பகுதியில் இரண்டு தடுப்பணைகளைக் கட்டி, நீர்மின் நிலையம் அமைக்க கர்நாடக அரசு திட்டமிட்டிருந்தது.

தமிழ்நாட்டின் ஒகேனெக்கலில் இருந்து 15 கிலோமீட்டர் தொலைவிலும் மேட்டூரிலிருந்து 65 கிலோமீட்டர் தொலைவிலும் செயல்பட இருக்கும் இந்தத் திட்டம் ஒன்றும் 2000க்குப் பிறகு விவாதத்துக்கு வந்ததல்ல, 1980ல் தமிழக முதலமைச்சராக எம்.ஜி.ஆர் இருந்தபோதே இதுகுறித்த செய்திகள் கசியத் தொடங்கி விட்டன.

அப்படியொரு திட்டம் வந்தால், அது தமிழகத்துக்கான நீர்வரத்தைப் பெருமளவில் பாதிக்கும். குறிப்பாக, நாகப்பட்டினம், தஞ்சாவூர், திருச்சி, கரூர், சேலம், நாமக்கல் உள்ளிட்ட மாவட்டங்களில் விவசாயம் பாதிக்கப்படும் என்றனர் நிபுணர்கள். ஆனாலும் அதைப் பற்றிக் கவலைப்படாமல் திட்டத்தைத் தொடங்கத் தயாரானார் கர்நாடக முதல்வர் குண்டுராவ். தொடக்க விழாவுக்குக் குடியரசுத் தலைவர் நீலம் சஞ்சீவ ரெட்டி வருவார் என்றும் அறிவிக்கப்பட்டது.

உடனடியாகத் தமிழக முதல்வர் எம்.ஜி.ஆர் மேகேதாட்டு திட்டத்துக்குக் கடுமையான எதிர்ப்பைப் பதிவுசெய்தார். அதனைத் தொடர்ந்து அந்தத் திட்டம் கைவிடப்பட்டது. ஆனாலும் அந்தத் திட்டம் பற்றிய பேச்சுகள் கர்நாடக ஆட்சியாளர்களால் தொடர்ந்து

விவாதிக்கப்பட்டுவந்தது. அந்தத் திட்டத்துக்கு 2003-ல் மீண்டும் உயிரூட்டப்பட்டது.

சற்றேறக்குறைய 6000 கோடி ரூபாய் மதிப்பீட்டில் மேகேதாட்டு அணையைக் கட்டுவதற்கான முயற்சியில் கர்நாடக அரசு இறங்கியது. அந்த முயற்சிக்குத் தமிழக அரசின் தரப்பில் இருந்தும் திமுக உள்ளிட்ட அரசியல் கட்சிகளிடமிருந்தும் உடனடியாக எதிர்ப்புகள் கிளம்பின. ஆனால் மேகேதாட்டு அணையைக் கட்டுவதில் எவ்வித சட்டமீறலும் இல்லை என்பதால், அணையைக் கட்டும் முயற்சிகள் தொடரும் என்றது கர்நாடக அரசு.

அதற்குத் தமிழகத்தில் இருந்து பலமான எதிர்ப்புக்குரல்கள் எழும்பவே, மேகேதாட்டு பற்றிய செய்திகள் வருவது நின்றுபோனது. ஆம், செய்திகள்தான் நின்றுபோயினவே தவிர அணைக்கான ஆயத்தப் பணிகளை அரவமின்றிச் செய்துகொண்டிருந்தது கர்நாடக அரசு.

கர்நாடகத்தில் காங்கிரஸ் ஆட்சிக்கு வந்து சித்தராமையா முதல்வர் பொறுப்பை ஏற்றபிறகு மேகேதாட்டு அணை கட்டும் முயற்சி வேகம் பிடித்தது. மைசூர், பெங்களூர் மக்களின் குடிநீர்த் தேவையைப் பூர்த்தி செய்யும் வகையிலும், மின் தேவையை நிறைவேற்றிக்கொள்ளவும் மேகேதாட்டு அணையைக் கட்டிக்கொள்வதற்கு மத்திய அரசு அனுமதி கொடுக்க வேண்டுமென பிரதமர் மன்மோகன் சிங்குக்குக் கடிதம் எழுதினார் கர்நாடக முதல்வர் சித்தராமையா.

அந்தச் செய்தி வந்ததுமே தமிழகத்தில் எதிர்ப்புக்குரல்கள் எழுந்தன. திமுக தலைவர் கருணாநிதி, பாமக நிறுவனர் டாக்டர் ராமதாஸ் உள்ளிட்டோர் மேகேதாட்டு அணை தமிழகத்தின் நீர்வரத்தை வெகுவாகப் பாதிக்கும் என்பதால், அந்த அணையைக் கட்டுவதற்கு மத்திய அரசு அனுமதி தரக்கூடாது என்றனர்.

இதுகுறித்து பிரதமர் மன்மோகன் சிங்குக்குக் கடிதம் எழுதிய தமிழக முதலமைச்சர் ஜெயலலிதா, நீண்ட காலமாகத் தமிழகம், கர்நாடகம் இடையே காவிரி நதிநீர்ப் பங்கீட்டில் தொடர்ந்து பிரச்னை நீடித்து வருகிறது. இந்நிலையில் கர்நாடக அரசு நீர்ப்பிடிப்பு மிகுந்த மேகேதாட்டூவில் தடுப்பு அணையும், நீர்மின் நிலையமும் அமைத்தால் தமிழகத்துக்குக் காவிரி நீர் வர முடியாத நிலை ஏற்படும். எனவே, கர்நாடக அரசின் திட்டத்துக்கு அனுமதி தரக்கூடாது என்று கேட்டுக் கொண்டார்.

தமிழகம் காட்டிய எதிர்ப்பைத் தொடர்ந்து மேகேதாட்டு அணைக்கான முயற்சிகள் தாற்காலிகமாக நிறுத்தப்பட்டதாகச் செய்திகள் வெளியாகின. ஆனால், மேகேதாட்டு தடுப்பணை மற்றும் நீர்மின்

திட்டத்தை 2014 மக்களவைத் தேர்தலுக்குள் முடித்துவிடவேண்டும் என்று கர்நாடக அரசு முடிவுசெய்திருப்பதால், அதிகாரிகள் ஆய்வுப் பணிகளை நடத்தி அறிக்கை தயாரிக்கும் பணியில் ஈடுபட்டிருப்பதாகச் செய்திகள் தொடர்ச்சியாக வந்துகொண்டிருந்தன.

அதை உறுதிசெய்வதுபோலவே கர்நாடக நீர்வளத்துறை அமைச்சர் எம்.பி. பாட்டீலின் கருத்தும் அமைந்தது. அவர் சொன்னதன் சாரம் இதுதான்:

'நீர்மின் திட்டத்துக்கும், தடுப்பணை கட்டும் திட்டத்துக்கும் தமிழக அரசு எதிர்ப்பு தெரிவித்துள்ளதால், திட்டத்தைச் செயல்படுத்துவதில் சட்டச் சிக்கல்கள் வருமா என சட்ட வல்லுநர்களுடன் ஆலோசனை நடத்தி வருகிறோம். காவிரி விவகாரத்தில் கர்நாடக அரசு சட்டத்தின் படி நடந்து கொள்வதையே விரும்புகிறது. சட்ட வல்லுநர் குழுவின் அறிக்கை வந்தவுடன் முதல்வருடன் கலந்துபேசி விரைவில் முடிவெடுக்கப்படும். அதேநேரம், காவிரி நதிநீர் ஆணையத்தின் தீர்ப்பு அரசிதழில் வெளியாகி விட்டதால், திட்டத்தைத் தொடங்குவதில் எந்தத் தடங்கலும் வராது.'

கர்நாடக அமைச்சரின் கருத்து தமிழகத்தில் அதிர்வுகளை ஏற்படுத்தியது. மத்திய அரசின் அனுமதியில்லாமல் கர்நாடக அரசால் தடுப்பணை கட்ட முடியாது. அதையும் மீறிக் கட்ட முயற்சித்தால், அதைத் தமிழக அரசு எப்பாடு பட்டாவது தடுத்தே தீரும் என்றார் முதல்வர் ஜெயலலிதா.

பிறகு மக்களவைத் தேர்தல் முடிந்து பிரதமராக நரேந்திர மோடி பதவி ஏற்றதும் டெல்லி சென்று அவரைச் சந்தித்துப் பேசினார் முதல்வர் ஜெயலலிதா. அப்போது காவிரி தீர்ப்பாயத் தீர்ப்புக்கு எதிரான வகையில் கர்நாடக அரசு மேகேதாட்டூ அணையைக் கட்டுவதைத் தடுத்து நிறுத்தவேண்டும் என்று கோரினார்.

அத்தோடு நில்லாமல், உடனடியாக உச்சநீதிமன்றத்தை அணுகிய தமிழக அரசு, 18 நவம்பர் 2014 அன்று இடைக்கால மனு ஒன்றைத் தாக்கல் செய்தது. காவிரி நதிநீர்த் தீர்ப்பாயத்தின் இறுதித் தீர்ப்பில் குறிப்பிட்டுள்ள திட்டங்களுக்கு மாறாக மேகேதாட்டூ அணை கட்டும் பணிகளையோ, வேறு எந்தப் புதிய திட்டங்களையோ கர்நாடக அரசு மேற்கொள்ளக் கூடாது; காவிரி மேலாண்மை வாரியம் அமைக்கப்படும் வரையிலும், உச்சநீதிமன்றத்தில் காவிரி தொடர்பான நிலுவையில் உள்ள வழக்குகள் முடிவுக்குவரும் வரையிலும் தற்போதைய நிலையே தொடரவேண்டும் என்று அந்த மனுவில் கோரப்பட்டது.

உடனே, தங்களுக்குத் தகவல் சொல்லாமல், எந்தவொரு திட்டத்தையும் செயல்படுத்த மாட்டோம் என்று உச்சநீதிமன்றத்திடம் விளக்கம் கொடுத்தது கர்நாடக அரசு. ஒருபக்கம் விளக்கம் கொடுத்துக்கொண்டே, இன்னொரு பக்கம் ஆய்வுப் பணிகளைச் செய்யும் பணிகளைச் செய்தது ஊடகங்களின் வழியே தெரியவந்தது.

அதனைத் தொடர்ந்து 5 டிசம்பர் 2014 அன்று தமிழ்நாடு சட்டமன்றத்தில் மேகேதாட்டூ அணை கட்டும் கர்நாடகாவின் முயற்சிக்கு எதிர்ப்பு தெரிவித்தும், அப்படியொரு திட்டத்தைக் கர்நாடக அரசு கோரும் பட்சத்தில், அதற்கு அனுமதி தரக்கூடாது என்று மத்திய அரசை வலியுறுத்தியும் தீர்மானம் நிறைவேற்றப் பட்டது.

ஆனால் அந்தத் தீர்மானம் நிறைவேறிய இரண்டாவது நாள், அதாவது, 7 டிசம்பர் 2014 அன்று கர்நாடகத்தைச் சேர்ந்த மத்திய அமைச்சர் சதானந்த கவுடாவின் இல்லத்தில் நடந்த ஆலோசனைக்கூட்டத்தில் அந்த மாநிலத்தைச் சேர்ந்த அனைத்துக்கட்சி எம்.பிக்களும் பங்கேற்றனர். முக்கியமாக, மத்திய அமைச்சரவையில் இடம்பெற்ற சதானந்த கவுடாவும் சுற்றுச்சூழல் துறை அமைச்சர் பிரகாஷ் ஜவடேகரும் பங்கேற்றனர்.

அந்தக் கூட்டத்தில் மேகேதாட்டூ அணையைக் கட்டுவதற்கு மத்திய அரசு அனுமதி கொடுக்காது என்றாலும், அணையைக் கட்டும் பணியைக் கர்நாடக அரசு தொடர்ந்தால், அதை மத்திய அரசு தடுக்காது என்றும் மத்திய அமைச்சர்கள் சார்பில் உத்தரவாதம் தரப்பட்டதாகச் செய்திகள் வெளியாகின. இது தொடர்பாக மதிமுக பொதுச்செயலாளர் வைகோ விரிவான அறிக்கை ஒன்றை வெளியிட்டு, பிரச்னையின் தீவிரத்தைப் பகிரங்கப்படுத்தினார்.

2015 பிப்ரவரியில் பாமக நிறுவனர் டாக்டர் ராமதாஸ் அறிக்கை ஒன்றை வெளியிட்டார். அதில், மேகதாது (மேகேதாட்டூ) அணைக்கு விரிவான திட்ட அறிக்கை தயாரிக்கும் ஒப்பந்தம் வழங்குவதற்கான இறுதிகட்டப் பரிசீலனைக்கு மூன்று நிறுவனங்களை கர்நாடக அரசு தேர்வு செய்திருக்கிறது. அவற்றில் ஒன்றுக்கு ஒப்பந்தம் வழங்கப்படும் என்றும், அதன்பின் அணை கட்டும் பணிகள் தீவிரமடையும் என்றும் செய்திகள் வந்துள்ளன. ஆகவே, ஏற்கெனவே தொடரப்பட்ட வழக்கை விரைவுபடுத்தியோ அல்லது புதிய வழக்கு தொடர்ந்தோ மேகதாது (மேகேதாட்டூ) அணைத் திட்டத்துக்குத் தடையாணை பெறவேண்டும் என்று கேட்டுக்கொண்டார்.

நாளுக்கு நாள் நிலைமை மோசமாகிக்கொண்டே போவதை உணர்ந்த முதல்வர் ஓ.பன்னீர்செல்வம் தலைமையிலான தமிழக அரசு, 27 மார்ச் 2015 அன்று தமிழ்நாடு சட்டமன்றத்தில் தீர்மானம் ஒன்றை நிறைவேற்றியது. அந்தத் தீர்மானத்தில் சாரம் இதுதான்:

'மேகதாதுவில் புதிய அணை கட்ட விரிவான திட்ட அறிக்கை கர்நாடகத்தால் தயாரிக்கப்படுவதைத் தடுத்துநிறுத்தத் தேவையான நடவடிக்கையை மத்திய அரசு உடனடியாக எடுக்க வேண்டும் என்றும்; காவேரி மேலாண்மை வாரியம் செயலாக்கத்துக்கு வரும் வரையிலும் மற்றும் தமிழ்நாட்டின் அனுமதியின்றியும் மேகதாதுவில் (மேகேதாட்டு) அணை, நீர்த்தேக்கம் போன்ற எந்தவொரு திட்டத்தையும் செயல்படுத்துவதற்கு எவ்வித நடவடிக்கையையும் கர்நாடக அரசு எடுக்கக்கூடாது என கர்நாடக அரசுக்கு உரிய அறிவுரைகளை மத்திய அரசு வழங்க வேண்டும்.'

தமிழ்நாடு சட்டமன்றத்தால் ஒருமனதாக நிறைவேற்றப்பட்ட இந்தத் தீர்மானத்தின்மீது உடனடி நடவடிக்கை எடுக்கும்படி மக்களவைத் துணைத் தலைவர் தம்பிதுரை தலைமையில், அதிமுக, திமுக, சிபிஎம், பாமக, என்.ஆர்.காங்கிரஸ் ஆகிய கட்சிகளைச் சேர்ந்த 55 எம்.பிக்கள் பிரதமரை நேரில் சந்தித்துக் கேட்டுக்கொண்டனர்.

அழுத்தங்கள் அடுத்தடுத்த நிலைகளில் தரப்பட்டால் ஒழிய, மேகேதாட்டு அணை கட்டும் பணி நிறுத்தப்படாது என்று முடிவுக்கு வந்த தமிழக விவசாயிகள், 28 மார்ச் 2015 அன்று தமிழகம் முழுக்க மறியல் போராட்டம் நடத்தினர். விவசாயிகள் சங்க ஒருங்கிணைப்புக் குழு அழைப்புவிடுத்த போராட்டத்துக்குத் தமிழகத்தின் முக்கிய அரசியல் கட்சிகள் அனைத்தும் ஆதரவு கொடுத்தன.

தமிழகத்தில் நடந்த போராட்டங்களுக்கு எதிர்ப்பு தெரிவிக்கும் வகையில் கர்நாடகத்தின் கன்னட ரக்சன வேதிகே அமைப்பினர் முதலமைச்சர் ஓ.பன்னீர்செல்வம், முன்னாள் முதல்வர்கள் ஜெயலலிதா, கருணாநிதி ஆகியோரின் உருவ பொம்மைகளை எரித்துப் போராட்டம் நடத்தினர்.

'மேகேதாட்டு அணை கட்டும் விவகாரத்தில் தமிழகம் தலையிடுவது முட்டாள்தனமானது. காவிரியில் தண்ணீர் தராவிட்டால் தலையிடும் உரிமைதான் தமிழகத்துக்கு உள்ளது. கர்நாடகா தனது பங்கிலுள்ள நீரைச் சேகரித்து குடிநீர்த் தேவையை பூர்த்திசெய்ய முயலும்போது, அண்டை மாநிலம் தலையிடுவது வெட்கக்கேடு. பெங்களூர் உட்பட தென் கர்நாடக மாவட்டங்களில் கணிசமாக தமிழர்கள் வசிக்கிறார்கள். நாங்கள் அவர்களுக்கும் சேர்த்தே மேகேதாட்டு அணையில் இருந்து

தண்ணீர் கொண்டுவந்து கொடுக்க உள்ளோம். எனவே, மேகேதாட்டூ அணை வேண்டாம் என்று கூறும் தமிழகம், கர்நாடகாவிலுள்ள தமிழர்களை அவர்கள் மாநிலத்துக்கே திரும்ப அழைத்துக் கொள்ளட்டும்' என்றார் கன்னட ரக்சன வேதிகே அமைப்பின் தலைவர் வாட்டள் நாகராஜ்.

மேகேதாட்டூ அணை முயற்சியைத் தடுத்து நிறுத்த பிரதமர் மோடியைச் சந்தித்துப் பேசுவதென முடிவுசெய்தார் தமிழ்நாடு சட்டமன்ற எதிர்க்கட்சித் தலைவர் விஜயகாந்த். அதற்காக திமுக, காங்கிரஸ், பாஜக உள்ளிட்ட கட்சிகளின் தலைவர்களை நேரில் சென்று அழைத்தார். அவர் தலைமையில் அனைத்துக் கட்சித் தூதுக்குழு பிரதமர் மோடியைச் சந்தித்து, மேகேதாட்டூ விவகாரத்தில் கர்நாடகாவின் முயற்சிகளைத் தடுத்து நிறுத்தவேண்டும் என்று கேட்டுக்கொண்டது.

இந்தப் பின்னணியில்தான் தமிழ்நாடு சட்டமன்றத்துக்குத் தேர்தல் வந்தது. 2016ல் நடந்த தேர்தலில் வெற்றிபெற்று முதல்வரானார் ஜெயலலிதா. இப்போது அவருக்குமுன்னால் மூன்று சவால்கள் இருந்தன.

1. காவிரி மேலாண்மை வாரியம், காவிரி ஒழுங்காற்றுக் குழுவை அமைக்கவேண்டுமென மத்திய அரசை வலியுறுத்துவது.

2. மேகேதாட்டூ அணை கட்டும் பணியைத் தடுத்து நிறுத்துவது

3. தமிழகத்துக்குத் தேவையான நீரைக் கர்நாடகத்திடமிருந்து கேட்டுப்பெறுவது.

{ 25 }

அணை விவகாரமும் ஐம்பது டிஎம்சியும்

காவிரி நதிநீர்த் தீர்ப்பாயத்தின் இறுதித் தீர்ப்பு அரசிதழில் வெளியாகாத சூழ்நிலையில், அதைக் காரணம் காட்டியே தமிழகத்துக்கு உரிய நீரைத் திறந்துவிடுவதில் தயக்கம் காட்டிவந்தது கர்நாடக அரசு. தற்போது தீர்ப்பு அரசிதழில் வெளியான பிறகும் நீர் திறந்துவிடுவதில் முனைப்பு காட்டவில்லை. ஆக, ஒருபக்கம் உரிய நீரும் வரவில்லை; இன்னொரு பக்கம் எதிர்காலத்தின் வரவிருக்கும் நீருக்கும் தடை போடும் வகையில் மேகேதாட்டு தடுப்பணைக்கான முயற்சிகள் வேகமெடுத்தன.

மீண்டும் முதல்வரான ஜெயலலிதா, டெல்லி சென்று பிரதமர் நரேந்திர மோடியைச் சந்தித்துப் பேசினார். அப்போது அவர் கொடுத்த மனுவில் காவிரி மேலாண்மை வாரியமும், மேகேதாட்டு தடுப்பணை விவகாரமும் முதன்மையாக இடம் பெற்றன. அதற்கு உடனடி எதிர்வினை கர்நாடக நீர்வளத்துறை அமைச்சர் எம்.பி. பாட்டீலிடமிருந்து வந்தது.

'காவிரியின் குறுக்கே மேக்கேதாட்டுவில் அணை கட்ட ஆரம்பத்தில் இருந்தே தமிழக அரசு எதிர்ப்பு தெரிவித்து வருகிறது. இப்போது பிரதமர்

மோடியிடம் ஜெயலலிதா மனு அளித்துள்ளார். அதற்கெல்லாம் நாங்கள் மதிப்பளிக்க மாட்டோம். காவிரி நதிநீர் ஆணையத்தின் அனுமதி பெற்று, மேக்கேதாட்டூவில் அணை கட்டப்படும். அடுத்த அமைச்சரவைக் கூட்டத்தில் மேலும் விவாதிக்கப்படும்.'கர்நாடக அமைச்சரின் பேச்சுக்குத் தமிழ்நாட்டில் இருந்து பலத்த கண்டனங்கள் எழுந்தன. அதுகுறித்து நாடாளுமன்றத்தில் அதிமுக உறுப்பினர் கேள்வி எழுப்பினார். அதற்கு மத்திய அமைச்சர் சஞ்சீவ் குமார் பல்யாண் விரிவான விளக்கம் கொடுத்தார். அதில் மேகேதாட்டூ அணை பற்றிய நடவடிக்கைகள் எல்லாம் அதிகாரபூர்வமாகத் தெரியவந்தன.

'காவிரியின் குறுக்கே தடுப்பணைகளைக் கட்டுவதற்குச் சாத்தியக் கூறுகள் உள்ளனவா என்பதை ஆய்வு செய்ய சர்வதேச அளவிலான ஒப்பந்தங்களை கர்நாடக அரசு வரவேற்றதாக தமிழக அரசிடம் இருந்து மத்திய அரசுக்கு கடிதங்கள் அனுப்பப்பட்டன. சிவசமுத்திரம் பகுதியில் புதிய மின்திட்டத்தைச் செயல்படுத்துவதற்கான விரிவான திட்ட அறிக்கையை 2014-ல் கர்நாடக அரசு தேசிய நதிநீர் ஆணையத்துக்கு அனுப்பியது.

காவிரி நதிநீர்த் தீர்ப்பாயம் அளித்துள்ள தீர்ப்பின்படி, கர்நாடக அரசு அனுப்பிய திட்ட அறிக்கையைத் திருப்பி அனுப்பி வைத்ததோடு, முதலில் சம்பந்தப்பட்ட மாநில அரசுகளின் கருத்துகளைக் கர்நாடக அரசு கேட்க வேண்டும் என்று அம்மாநில அரசு கேட்டுக் கொள்ளப் பட்டது. வேறு திட்ட அறிக்கைகள் எதுவும் மத்திய அரசுக்கு வரவில்லை.

இந்த விவகாரத்தில் தமிழக அரசும் உச்ச நீதிமன்றத்தில் முறையீட்டு மனு தாக்கல் செய்தது. அதன் மீதான விசாரணையில், 'மேக்கேதாட்டூ பகுதியில் புதிய திட்டங்களை செயல்படுத்தும் எண்ணம் இல்லை. எந்தத் திட்டத்தை நிறைவேற்றுவதாக இருந்தாலும் முதலில் உச்ச நீதிமன்றத்தில் தெரிவித்த பிறகே செயல்படுத்துவோம்' என்று கர்நாடக அரசு கூறியுள்ளது.

மேலும், கர்நாடக அரசுக்கு மத்திய அரசு அனுப்பிய கடிதத்தில், 'காவிரி நீர் ஓடும் மாநிலங்களிடம் தனது நீர்த் திட்டங்களைப் பகிர்ந்துகொண்டு ஒரு முடிவுக்கு வந்த பிறகே, திட்டங்கள் மீதான விரிவான திட்ட அறிக்கை அல்லது கட்டுமானம் பற்றித் தீர்மானிக்க வேண்டும். காவிரி தீர்ப்பாயம் அளித்த இறுதித்தீர்ப்பின்படி காவிரியில் எந்தத் திட்டத்தை நிறைவேற்றும் முன்பும் அதை மத்திய கண்காணிப்புக்குழுவின் ஆய்வுக்கு உள்படுத்த வேண்டும் என்று அறிவுறுத்தப்பட்டுள்ளது.'

மத்திய அரசின் நிலைப்பாடு இப்படியிருக்க, பாஜகவின் மூத்த தலைவர்களுள் ஒருவரும் மத்திய அமைச்சருமான வெங்கையா

நாயுடுவின் பேச்சோ வேறுமாதிரியாக இருந்தது. பெங்களூருவில் நடைபெற்ற விழா ஒன்றில் பங்கேற்றுப் பேசிய அவர், காவிரி விவகாரத்தில் கர்நாடகத்துக்கு ஆதரவாகவே பேசுவேன், செயல் படுவேன் என்றார். ஒட்டுமொத்த இந்தியாவுக்குமான பிரதிநிதியாக இருக்க வேண்டிய மத்திய அமைச்சர் இப்படி ஒருமாநிலத்துக்குச் சார்புநிலை எடுத்துப் பேசியதற்கு தமிழக விவசாயிகள் சங்கம் உள்ளிட்ட பலதரப்பிலிருந்தும் கண்டனக்குரல்கள் எழுந்தன.

மத்திய அமைச்சரே ஆதரவு நிலைப்பாட்டை எடுத்தபிறகு அது இயல்பாகவே கர்நாடக அரசுக்கு உத்வேகத்தைக் கொடுக்கும் அல்லவா. அதுவே அந்த ஆண்டு சுதந்தர தினத்தன்று முதலமைச்சர் சித்தராமையா ஆற்றிய உரையில் எதிரொலித்தது.

'கர்நாடகத்தின் கனகபுரா வட்டத்தில் அமைந்துள்ள மேகேதாட்டு என்ற இடத்தில் காவிரியின் குறுக்கே புதிய அணை கட்டுவதற்கு ரூ.5,912 கோடி நிதி ஒதுக்கீடு செய்யப்படும். அணை கட்டுவதற்கான வரைவுத் திட்ட அறிக்கை தயாரிக்கப்பட்டுவிட்டது. மழைக் காலத்தில் கடலில் கலக்கும் உபரிநீரைப் பயன்படுத்த ஏதுவாகவே இந்த அணையைக் கட்ட முடிவு செய்யப்பட்டுள்ளது. இந்த அணையில் இருந்து 400 மெகாவாட் மின்சாரம் தயாரிக்கப்படும் என்றும் எதிர்பார்க்கப்படுகிறது. மேலும், இங்கிருந்து பெங்களூருவுக்குக் குடிநீரும் வழங்கப்படும்.'

அந்தப் பேச்சுக்கு உடனடி எதிர்வினை ஆற்றிய தமிழக முதலமைச்சர் ஜெயலலிதா, காவிரி ஆற்றின் குறுக்கே கர்நாடகம் அணை கட்டுவதற்கு முயற்சிக்குமானால், தமிழகத்தின் உரிமையை நிலைநாட்ட சட்டபூர்வமான அனைத்து நடவடிக்கைகளையும் அரசு எடுக்கும் என்றார்.

இப்படி மேகேதாட்டூவை முன்வைத்து தமிழகம் - கர்நாடகம் இடையே அறிக்கை யுத்தங்கள் ஒருபக்கம் நடந்துகொண்டிருக்க, இன்னொரு பக்கம் தமிழக விவசாயிகளுக்கான நீர்த்தேவை குறித்த கோரிக்கைகள் வேகம் பிடித்தன. காவிரி நதிநீர்த் தீர்ப்பாயத்தின் இறுதித்தீர்ப்பின்படி தமிழகத்துக்குத் தரவேண்டிய நீரைத் திறந்துவிடாமல் தாமதம் செய்து கொண்டே வந்தது கர்நாடக அரசு. ஆகவே, 23 ஆகஸ்டு 2016 அன்று தமிழக அரசின் சார்பில் உச்சநீதிமன்றத்தில் மனு ஒன்று தாக்கல் செய்யப்பட்டது.

'தமிழக விவசாயிகளின் நலனைக் கருத்தில்கொண்டு சம்பா சாகுபடியைக் காக்கும் வகையில் காவிரியில் இருந்து தமிழகத்துக்கு கடந்த ஆகஸ்ட் 19 வரை வழங்கவேண்டிய 50.052 டிஎம்சி நீரை பிலிகுண்டுலுவிலிருந்து திறந்துவிடவேண்டும். முதற்கட்டமாக 10

நாள்களுக்குள் 25 டி.எம்.சி. நீரை உடனே வழங்கவும், அடுத்த 25 டிஎம்சி நீரை வரும் செப்டெம்பர் 3-ஆம் வாரத்துக்குள் திறந்துவிடவும் உத்தரவிட வேண்டும். ஆகஸ்ட் 20-க்குப் பிறகு தரவேண்டிய உரிய நீர் பங்கீட்டு அளவையும் முறையாக தமிழகத்துக்குத் திறந்துவிட கர்நாடக அரசுக்கு உத்தரவிட வேண்டும்.'

தமிழக அரசு உச்சநீதிமன்றத்தை அணுகிய செய்தி கிடைத்ததும் செய்தியாளர்களைச் சந்தித்த கர்நாடக முதல்வர் சித்தராமையா, 'கடந்த ஆண்டுகளில் பருவமழை பெய்ததால், காவிரியிலிருந்து தமிழகத்துக்குத் தேவையான நீரை வழங்கி வந்தோம். நடப்பாண்டு காவிரி நீர்ப்பிடிப்புப் பகுதிகளில் மழை குறைந்துள்ள நிலையில், விவசாயப் பணிகளுக்கு நீர் திறந்துவிடுமாறு தமிழகம் கேட்டுள்ளது. ஆனால், கர்நாடகத்தில் குடிநீருக்கே பிரச்னை ஏற்பட்டுள்ளது. இந்த நிலையில், காவிரியிலிருந்து தண்ணீர் திறந்துவிட உத்தரவிடக் கோரி உச்சநீதி மன்றத்தில் தமிழகம் முறையிட்டுள்ளது. என்றாலும், நீர் விட முடியாது என்ற கர்நாடகத்தின் நிலையை உச்சநீதிமன்றத்தில் தெரிவிப்போம்.' என்றார்.

அத்தோடு, அனைத்துக் கட்சிக்கூட்டத்துக்கும் அழைப்புவிடுத்தார். அதில் மாநில நீர்வளத்துறை அமைச்சர் எம்.பி. பாட்டீல், மத்திய அமைச்சர்கள் சதானந்த கௌடா, அனந்த் குமார், காங்கிரஸ் மக்களவைக்குழுவின் தலைவர் மல்லிகார்ஜுன கார்கே, முன்னாள் முதல்வர்கள் வீரப்ப மொய்லி, குமாரசாமி என்று கட்சி வித்தியாசம் கடந்து எல்லோரும் ஓரணியில் திரண்டு ஆலோசனை செய்து, தமிழகத்துக்குத் தண்ணீர் விடுவதில்லை என்ற முடிவில் உறுதிகாட்டினர்.

ஆனால் தமிழ்நாட்டில் அரசியல் சூழல் வேறுபட்டு இருந்தது. தமிழகத்துக்குத் தரவேண்டிய நீரைக் கர்நாடகம் தரவேண்டும் என்பதில் தமிழக அரசியல் கட்சிகள் அனைத்தும் ஒரே எண்ணத்தில் தான் இருந்தன. ஆனால் பிரச்னையை அணுகும் விதத்தில் மாறுபாடுகள் இருந்தன. அனைத்துக் கட்சிக் கூட்டத்தைக்கூட்டி, ஆலோசனை செய்து, அதற்கேற்ப முடிவெடுக்க வேண்டும் என்பது எதிர்க்கட்சிகளின் விருப்பம். ஆனால் ஆளும் அதிமுகவோ பிரச்னையைச் சட்டரீதியாக அணுகுவதால், அனைத்துக்கட்சிக் கூட்டம், ஆலோசனை போன்ற எதுவும் தேவையில்லை என்ற எண்ணத்தில் இருந்தது.

என்றாலும், ஐம்பத்து சொச்சம் டிஎம்சி நீரைக் கோரித் தமிழகம் தொடர்ந்த வழக்கை நீதிபதிகள் தீபக் மிஸ்ரா, யூ.யூ.லலித் ஆகியோர் கொண்ட உச்சநீதிமன்ற அமர்வு விசாரித்தது. தீர்ப்பாயத் தீர்ப்பின்படித்

திறந்துவிட வேண்டிய நீரைக் கர்நாடகம் திறந்துவிடாமல் இருப்பதை எடுத்துச் சொன்னார் தமிழ்நாடு அரசு வழக்கறிஞர் சேகர் நாப்தே. ஆனால் கர்நாடக வழக்கறிஞர் ஃபாலி நாரிமனோ, 'கர்நாடகத்தில் தண்ணீர் பற்றாக்குறை மிகுதியாக உள்ளது. இதுபோன்ற சூழலில் எவ்வளவு நீர் திறந்துவிட வேண்டுமென தீர்ப்பாயம் வரையறுக்க வில்லை' என்றார்.

ஆம், கர்நாடக முதல்வர் சித்தராமையாவோ தங்கள் வசம் தண்ணீரே இல்லை என்று சொன்னார். ஆனால் மாநில அரசின் வழக்கறிஞரோ தீர்ப்பாயத் தீர்ப்பில் திறக்கப்படவேண்டிய நீரின் அளவு குறித்த வரையறை இல்லை. அதனால்தான் தரவில்லை என்றார்.

அதிருப்தியடைந்த நீதிபதிகள், 'வாழு, வாழ விடு' என்ற கொள்கை அடிப்படையில் இரு மாநிலங்களும் ஒற்றுமையுடன் இணைந்து செயல்பட்டு பிரச்னைக்குச் சுமுகத்தீர்வு காணவேண்டும். நதிநீர்ப் பங்கீட்டுப் பிரச்னையால் பாதிப்புக்கு உள்ளாவது பொதுமக்களும் விவசாயிகளும்தான். எனவே, மக்கள் நலனைக் கருத்தில் கொண்டு தமிழகத்துக்குக் கர்நாடக அரசு தண்ணீர் திறந்துவிட பரிசீலிக்க வேண்டும். காவிரி தீர்ப்பாயம் வழங்கிய தீர்ப்புக்குக் கர்நாடகம் கட்டுப்பட வேண்டும். சட்டத்தின் அடிப்படையில் இல்லை யென்றாலும் நல்லிணக்க அடிப்படையில் செயல்பட்டு, தமிழகத்துக்கு உரிய தண்ணீரை வழங்க கர்நாடகம் முயற்சி செய்ய வேண்டும். இதுகுறித்து மூத்த வழக்கறிஞர் ஃபாலி நாரிமன் கர்நாடக அரசுக்கு அறிவுரை வழங்கவேண்டும்' என்று அறிவுறுத்தியதோடு, 'காவிரியில் நாள்தோறும் 15 ஆயிரம் கன அடி வீதம் 10 நாட்களுக்குத் தண்ணீர் திறக்க வேண்டும்' என்று கர்நாடக அரசுக்கு உத்தரவிட்டனர்.

5 செப்டெம்பர் 2016 அன்று உச்சநீதிமன்ற உத்தரவு வெளியான சில நிமிடங்களில் எல்லாம் மாநில எல்லைகளில் பதற்ற நெருப்பு பற்றிக்கொண்டது. அது அடுத்த ஒருமாத காலத்துக்கு அணையாத கலவர நெருப்பாக மாறியது.

{ 26 }

தமிழர்களுக்கு எதிரான கலவரம்

ஒரு நாளுக்கு 15000 கன அடி வீதம் 10 நாள்களுக்குத் தண்ணீர் திறந்துவிட வேண்டும் என்ற உச்சநீதிமன்ற உத்தரவுக்குத் தமிழகம் ஒரு விதமாகவும் கர்நாடகா வேறு விதமாகவும் எதிர்வினையாற்றின. தமிழகம் கோரிய நீரைவிட உச்சநீதிமன்றம் அறிவித்திருப்பது மிகவும் குறைவுதான் என்றாலும், உச்சநீதிமன்றத் தீர்ப்பை ஏற்றுக்கொண்டது தமிழகம். ஆனால் கர்நாடகமோ உச்சநீதிமன்றத் தீர்ப்பை வெகு ஆவேசமாக எதிர்கொண்டது.

தீர்ப்புக்கு எதிர்ப்பு தெரிவித்து கர்நாடகப் பகுதிகளில் சாலை மறியல் போராட்டங்கள் தொடங்கின. குறிப்பாக, சாம்ராஜ்நகர் மாவட்டத்தில் அரசியல் கட்சியினரும் மொழி உரிமை அமைப்புகளும் ஆர்ப்பாட்டத்தில் ஈடுபட்டனர். கர்நாடகத்தி லிருந்து தமிழகம் செல்லும் பேருந்துகள் தடுக்கப் பட்டன. ஆகவே, தமிழகத்திலிருந்து கர்நாடகத்துக்கு இயக்கப்படும் பேருந்துகளும் நிறுத்தப்பட்டன.

உடனடியாக அனைத்துக்கட்சிக் கூட்டத்தைக் கூட்டி ஆலோசனை நடத்திய கர்நாடக முதல்வர் சித்தராமையா, ‘உச்சநீதிமன்றத் தீர்ப்பை ஏற்று கனத்த இதயத்துடன் தமிழகத்துக்குத் தண்ணீர்

திறந்துவிடப்படும்' என்று அறிவித்தார். அதேசமயம், உச்சநீதி மன்றத்தில் சீராய்வு மனுவைத் தாக்கல் செய்யப்போவதாகவும் அறிவித்தார்.

முதல்வரின் அறிவிப்பு மாண்டியா, மைசூர், பெங்களூருவில் பெரும் பதற்றத்தை உருவாக்கியது. மறியல் போராட்டத்துக்குக் கன்னட ரக்சன வேதிகே உள்ளிட்ட அமைப்புகள் அழைப்பு விடுத்தன. தமிழக முதல்வர் ஜெயலலிதா உருவபொம்மைகள் எரிக்கப்பட்டன. தமிழ்நாடு அரசுப் பேருந்துகள் தாக்கப்பட்டன. அவற்றில் பொறிக்கப்பட்டிருந்த தமிழ் எழுத்துகள் அழிக்கப்பட்டன. தமிழ்த் திரைப்படங்கள் ஓடிய அரங்கு உரிமையாளர்கள் மிரட்டப்பட்டனர்.

உச்சநீதிமன்றத் தீர்ப்பு குறித்து கருத்து தெரிவித்த முன்னாள் பிரதமர் தேவே கௌடா, 'உச்சநீதிமன்றத் தீர்ப்பு அறிவியல் முறை அல்லாத தீர்ப்பு. காவிரி விவகார வழக்கை விசாரித்த நீதிபதிகள், மேல் முறையீட்டுக் குழுவை அமைக்காமல், நேரடியாக தண்ணீரைத் திறந்துவிட வேண்டும் என்று தீர்ப்பு வழங்கியுள்ளது முறையற்றது' என்றார்.

முதலமைச்சர் தொடங்கி முன்னாள் பிரதமர் வரை பலரும் கலவரத்தைக் கண்டிக்காமல், உச்சநீதிமன்றத் தீர்ப்பை எதிர்ப்பதி லேயே கவனம் செலுத்தியது களத்தில் எதிரொலித்தது. தொழில் நிமித்தமாகத் தமிழகத்திலிருந்து கர்நாடகம் சென்றிருந்த லாரிகளைத் தடுத்து நிறுத்தி, அதன் ஓட்டுநர்களைத் தாக்கியதோடு, வாகனத்தையும் சேதப்படுத்தினர்.

கலவரங்கள் ஒருபக்கம் நடந்துகொண்டிருக்க, இன்னொரு பக்கம் பிரதமர் மோடிக்குக் கடிதம் எழுதிய கர்நாடக முதல்வர் சித்தராமையா, தமிழகத்துக்கு நீர் திறந்துவிட்டதால் கர்நாடகாவில் பதற்றம் ஏற்பட்டுள்ளதாகவும் மேலும் நீரைத் திறந்துவிட்டால் இயல்பு வாழ்க்கையே பாதிப்புக்கு உள்ளாகும் என்பதால் நான்கு மாநில முதல்வர்கள் கூட்டத்துக்கு உடனடியாக ஏற்பாடு செய்யுமாறும் கேட்டுக்கொண்டார். இதற்கான சாதகமான பதிலைத் தொலைபேசி, தொலைநகல், மின்னஞ்சல் வழியே விரைந்து எதிர்பார்ப்பதாகக் கூறியிருந்தது கவனிக்கத்தக்கது.

இத்தனைக்கும் மத்தியில் கர்நாடகத்தில் தமிழர்களுக்கு எதிரான தாக்குதல்கள் நாளுக்கு நாள் வேகமெடுத்தன. தமிழகத்து வாகனங்களில் தமிழர்களை அவமதிக்கும் வாசகங்களை எழுதியதோடு, தமிழகத்துக்கு ஆதரவாகக் கருத்து தெரிவித்த ஓர் இளைஞரைத் தாக்கி, அவரை மன்னிப்பு கோரச்செய்து, அதை வீடியோவில் பதிவுசெய்து சமூக வலைத் தளங்களில் வெளியிடும்

காரியத்தில் சில தீவிர நோக்கம் கொண்ட கர்நாடக இளைஞர்கள் ஈடுபட்டனர்.

இந்தச் செய்தியால் உந்தப்பட்ட போராட்டக்காரர்கள் தமிழர்கள் மீதான தாக்குதலைத் தீவிரப்படுத்தினர். முக்கியமாக, கர்நாடகப் பணிமனையில் நிறுத்திவைக்கப்பட்டிருந்த 50 பேருந்துகள் தீக்கிரையாக்கப்பட்டன. அவற்றில் பெரும்பாலானவை தமிழகத்தைச் சேர்ந்த தனியார் நிறுவனத்துக்குச் சொந்தமானவை.

தமிழர்கள் தாக்கப்பட்டது பற்றி கர்நாடக முதல்வர் சித்தராமையாவுக்குக் கடிதம் எழுதிய தமிழக முதல்வர் ஜெயலலிதா, கர்நாடக வாழ் தமிழர்களின் உயிருக்குப் பாதுகாப்பு அளிக்குமாறு கேட்டுக்கொண்டார். அதற்கு எதிர்வினையாற்றிய கர்நாடக முதல்வர், கலவரத்தைக் கட்டுக்குள் கொண்டுவர துணை ராணுவப் படையை அனுப்பவேண்டுமென மத்திய உள்துறை அமைச்சர் ராஜ்நாத் சிங்குக்குக் கடிதம் எழுதினார்.

தமிழர்கள் தாக்கப்படும் செய்திகள் ஊடகங்கள், சமூகவலைத் தளங்களில் வெளியாகின. அதற்கு எதிர்வினை தமிழகத்தின் ராமேஸ்வரத்தில் நடந்தது. ஆன்மிகச் சுற்றுலா வந்திருந்த கர்நாடகத்தைச் சேர்ந்தவர்களின் வாகனங்கள் தாக்கப்பட்டன. பெங்களூருவைச் சேர்ந்த ஒருவர் அரசியல் கட்சி ஒன்றின் தொண்டர்களால் தாக்கப்பட்டார்.

அரிதாக நடந்த இந்த ஒற்றைச் சம்பவத்தை மட்டும் கணக்கில் எடுத்துக் கொண்ட மத்திய அமைச்சர் சதானந்த கவுடா, 'தமிழகத்தில் கன்னடர்கள் மீது திட்டமிட்டு வன்முறை கட்டவிழ்த்து விடப்பட்டதால்தான், ஆத்திரமடைந்த கன்னடர்கள் தங்களின் உணர்வுகளை வெளிப்படுத்தினர்' என்றார். கர்நாடகாவின் பல்வேறு இடங்களில் தமிழர்கள் தாக்கப்பட்டதற்கு இந்த ஒற்றைச் சம்பவமே உந்துசக்தி என்ற சித்திரத்தை உருவாக்கினார். ஆனால் கர்நாடகத்தில் நடந்தது பெரும் வினை. அதற்கான சிறு எதிர்வினைதான் தமிழகத்தில் நிகழ்ந்தது.

இதற்கிடையே உச்சநீதிமன்றத்தைத் தொடர்புகொண்ட கர்நாடக அரசு, 5 செப்டெம்பர் 2016 அன்று பிறப்பித்த உத்தரவை நிறுத்திவைக்க வேண்டும் என்று கோரியது. அதற்குத் தமிழக அரசு எதிர்ப்பு தெரிவித்தது. பிறகு பேசிய உச்சநீதிமன்ற நீதிபதிகள், கர்நாடகத்தின் வாதம் நீதிமன்றத்தை மிரட்டும் வகையில் அதிகார தொனியுடன் இருப்பதாகச் சொன்னதோடு, 20 செப்டெம்பர் 2016 வரை விநாடிக்கு 12000 கன அடி நீரைத் திறந்துவிடவேண்டுமென உத்தரவிட்டனர்.

அந்த உத்தரவுக்கு எதிராகக் கர்நாடகத்தில் பதற்றம் அதிகரித்தது. வன்முறைச் சம்பவங்கள் மேலும் வேகமெடுத்தன. இதுகுறித்து தமிழக, கர்நாடக அரசியல் தலைவர்கள் எதிர்வினையாற்றிக் கொண்டிருந்த சமயத்தில், பிரதமர் நரேந்திர மோடி தனது கருத்தைப் பகிரங்கமாக வெளியிட்டார்.

'ஜனநாயகத்தில் எந்தவொரு பிரச்னைக்குமே வன்முறையோ, சட்டத்தை மீறிய நடவடிக்கைகளோ தீர்வாக அமையாது. நிதானமான செயல்பாடுகள் வாயிலாகவும், பரஸ்பர பேச்சுவார்த்தைகள் மூலமாகவும் மட்டுமே சிக்கல்களைத் தீர்க்கமுடியும். காவிரி நீர் பிரச்னையை முன்னிறுத்தி இரு மாநிலங்களிலும் வன்முறைச் சம்பவங்கள் நிகழ்ந்துவருவது வருத்தத்துக்குரியது. இத்தகைய நிகழ்வுகள், என் மனத்தை மிகவும் காயப்படுத்தியுள்ளன. வன்முறை களாலும், தீ வைப்புச் சம்பவங்களாலும் பெரிதும் பாதிக்கப்படுவது ஏழை மக்கள்தான். இத்தகைய செயல்களால் அவர்களுக்கும், அரசாங்க சொத்துக்களுக்கும்தான் இழப்பு ஏற்படுகின்றன. காவிரி விவகாரத்தை தமிழகம் மற்றும் கர்நாடக மக்கள் உணர்ச்சிபூர்வமாக அணுகாமல், அறிவார்ந்து அணுக வேண்டும் என்று வலியுறுத்து கிறேன். சமூகத்தில் தங்களுக்கு இருக்கும் பொறுப்புணர்வையும் கடமைகளையும் கருத்தில் கொண்டு இரு மாநில மக்களும் செயல்படவேண்டும். தேசத்தின் நலனும், ஒருமைப்பாடும்தான் மற்ற அனைத்தைக் காட்டிலும் பெரிது என்று அவர்கள் கருதுவார்கள் என்ற நம்பிக்கை எனக்கு உள்ளது. அமைதி, நல்லிணக்கம், கட்டுப்பாடு, சுமுகமான தீர்வு ஆகியவற்றுக்கு இரு மாநில மக்களும் முக்கியத்துவம் அளிப்பார்கள் என்றும் நம்புகிறேன்.'

கர்நாடகத்தில் தமிழர்கள் திட்டமிட்டுத் தாக்கப்படுவதும் தமிழர்களின் உடைமைகள் குறிவைத்து அழிக்கப்படுவதும் தொடர்ச்சியாக நடந்துகொண்டிருந்த சமயத்தில், தமிழ்நாட்டையும் கர்நாடகத்தையும் ஒரே தட்டில் வைத்து அணுகியதோடு, இருவருக்கும் ஒரே விதமான ஆலோசனைகளையும் அறிவுரை களையும் கொடுத்த பிரதமர் மோடிக்குத் தமிழகத்தில் எதிர்ப்புக்குரல்கள் எழுந்தன.

காவிரி பிரச்னைக்கு நிரந்தரத் தீர்வுகாண்பதை வலியுறுத்தியும் கர்நாடகத்தில் தமிழர்கள் தாக்கப்படுவதற்கு எதிர்ப்பு தெரிவிக்கும் வகையிலும் தமிழகம் முழுக்க ஒருநாள் மறியல் போராட்டம் நடத்தப்பட்டது. அதில் பங்கேற்ற திமுக பொருளாளர் ஸ்டாலின், மதிமுக பொதுச்செயலாளர் வைகோ, விடுதலைச் சிறுத்தைகள் தலைவர் திருமாவளவன், தமிழ்நாடு அனைத்து விவசாயிகள் சங்கக்

கூட்டமைப்பு தலைவர் பி.ஆர். பாண்டியன் உள்ளிட்டோர் கைது செய்யப்பட்டனர்.

கலவரங்களும் போராட்டங்களும் தொடர்ச்சியாக நடந்து கொண்டிருந்தால் எப்போதுதான் பிரச்னை தீரும்? அதைத் தீர்க்கப் போவது யார்? என்று பல கேள்விகள் அடுத்தடுத்து முளைத்துக் கொண்டே இருந்தன.

{ 27 }

உமா பாரதி நடத்திய பேச்சுவார்த்தை

பதற்றத்துக்கும் பரபரப்புக்கும் மத்தியில் 19 செப்டெம்பர் 2016 அன்று காவிரி மேற்பார்வைக் குழு கூடியது. மத்திய நீர்வளத்துறை செயலாளர் சசிசேகர் தலைமையில் கூடிய அந்தக் கூட்டத்தில் தமிழக தலைமைச் செயலாளர் ராமமோகன் ராவ், கர்நாடக தலைமைச் செயலாளர் அரவிந்த் ஜாதவ், புதுச்சேரி தலைமைச் செயலாளர் மனோஜ் பரிதா உள்ளிட்டோர் பங்கேற்றனர்.

அந்தக் கூட்டத்தின் இறுதியில், 21 செப்டெம்பர் 2016 தொடங்கி 30 செப்டெம்பர் 2016 வரை நாள் ஒன்றுக்கு 3000 கன அடி வீதம் தண்ணீர் திறக்க வேண்டும் என்று கர்நாடக அரசுக்கு உத்தரவிட்டது காவிரி மேற்பார்வைக் குழு.

ஒருபக்கம் உச்சநீதிமன்றம், இன்னொரு பக்கம் காவிரி மேற்பார்வைக்குழு என் இரண்டுமே தமிழகத்துக்கு நீர் திறக்கவேண்டும் என்று உத்தரவிட்ட நிலையில், ‘தமிழ்நாட்டுக்கு ஒரு சொட்டுத் தண்ணீர்கூடத் திறக்க முடியாது’ என்றார் கர்நாடக நீர்வளத்துறை அமைச்சர் எம்.பி. பாட்டீல். ‘நான் முதல்வராக இருந்திருந்தால் தமிழகத்துக்கு நீர் தரவேண்டும் என்ற உத்தரவை

ஏற்க மறுத்து, பதவியையே ராஜினாமா செய்திருப்பேன்' என்றார் முன்னாள் முதல்வர் எடியூரப்பா.

இதற்கிடையே ஏற்கெனவே அறிவித்தபடி 20 செப்டெம்பர் 2016 அன்று காவிரி விவகாரத்தை விசாரணைக்கு எடுத்துக்கொண்ட உச்சநீதிமன்றம், காவிரி தீர்ப்பாயத்தின் இறுதி உத்தரவில் சொன்னபடி காவிரி மேலாண்மை வாரியத்தை இதுவரை ஏன் அமைக்கவில்லை என்று கேள்வி எழுப்பியதோடு, இன்னும் நான்கு வாரத்துக்குள் காவிரி மேலாண்மை வாரியத்தை அமைக்கவேண்டும் என்று மத்திய அரசுக்கு உத்தரவிட்டனர்.

தமிழகத்துக்கு இன்ப அதிர்ச்சியைக் கொடுத்த உத்தரவு அது. அதைவிட ஆனந்த அதிர்ச்சி என்னவென்றால், அந்த உத்தரவை உடனே ஏற்றுக்கொண்ட மத்திய அரசின் தலைமை வழக்கறிஞர் முகுல் ரோகத்கி, '4 அக்டோபர் 2016க்குள் காவிரி மேலாண்மை வாரியத்தை மத்திய அரசு அமைத்துவிடும்' என்று வாக்குறுதி கொடுத்தார்.

தமிழகத்தின் அனைத்து அரசியல் கட்சிகளும் உச்சநீதிமன்ற உத்தரவை உற்சாகம் பொங்க வரவேற்றன. பாதையின் விளிம்பில் பரவிடும் வெளிச்சம் என்று உச்சநீதிமன்ற உத்தரவை வரவேற்றார் திமுக தலைவர் கருணாநிதி.

அந்தத் தீர்ப்பால் அதிர்ச்சியடைந்த கர்நாடக முதல்வர் சித்தராமையா, உடனடியாக மத்திய நீர்வளத்துறை அமைச்சர் உமாபாரதியை அணுகினார். நான்கு வாரங்களுக்குள் காவிரி மேலாண்மை வாரியம் அமைக்கவேண்டும் என்ற உத்தரவை உடனடியாகச் செயல்படுத்த வேண்டாம் என்றும் உச்சநீதிமன்றத்திடம் மேலும் கால அவகாசம் கோரவேண்டும் என்றும் வேண்டுகோள் விடுத்தார்.

என்றாலும், உச்சநீதிமன்ற உத்தரவின்படி காவிரி மேலாண்மை வாரியம் அமைக்கும் பணிகள் தொடங்கியிருப்பதாக மத்திய நீர்வளத்துறை செயலாளர் சசிசேகர் அறிவித்தார்.

27 செப்டெம்பர் 2016 அன்று உச்சநீதிமன்றத்தில் வழக்கு விசாரணை தொடங்கியது. அப்போது தங்கள் தீர்ப்பைச் செயல்படுத்த மறுத்த கர்நாடக அரசைக் கண்டித்த உச்சநீதிமன்ற நீதிபதிகள், 30 செப்டெம்பர் 2016 வரை விநாடிக்கு 6000 கன அடி நீரைத் திறந்துவிடவேண்டுமென உத்தரவிட்டனர். அத்தோடு, தமிழகம், கர்நாடகம் இடையே முதலமைச்சர்கள் அளவிலான பேச்சுவார்த்தைக்கு மத்திய அரசு ஏற்பாடு செய்யவேண்டும் என்றும் உத்தரவிட்டனர்.

அதன்படி, 29 செப்டெம்பர் 2016 அன்று டெல்லியில் மத்திய நீர்வளத்துறை அமைச்சர் உமாபாரதி தலைமையில் நடந்த சமரசப் பேச்சுவார்த்தைக் கூட்டத்தில் கர்நாடகத்தின் சார்பில் முதல்வர் சித்தராமையா, கர்நாடக நீர்வளத்துறை அமைச்சர் எம்.பி.பாட்டீல், தலைமைச் செயலாளர், மாநில நீர்ப்பாசனத்துறை அதிகாரிகள் உள்ளிட்ட 5 பேர் குழு கலந்து கொண்டனர்.

தமிழகம் சார்பில் பொதுப்பணித்துறை அமைச்சர் எடப்பாடி பழனிச்சாமி, தலைமை செயலாளர் ராமமோகன்ராவ், பொதுப் பணித்துறை முதன்மை செயலாளர் எஸ்.கே.பிரபாகர், காவிரி தொழில்நுட்ப பிரிவு தலைவர் ஆர்.சுப்பிரமணியன் ஆகியோர் பங்கேற்றனர். உடல் நலக்குறைவு காரணமாக இந்தக் கூட்டத்தில் முதல்வர் ஜெயலலிதா பங்கேற்க முடியாததால், அவரின் உரையை அவர் சார்பில் அமைச்சர் எடப்பாடி பழனிச்சாமி வாசித்தார்.

அந்தக் கூட்டத்தில் பேசிய கர்நாடக முதல்வர் சித்தராமையா, 'மாநிலத்தின் நான்கு நீர்த் தேக்கங்களிலும் 28 செப்டெம்பர் 2016 நிலவரப்படி 129.85 டிஎம்சி நீர் மட்டுமே உள்ளது. எனவே, தமிழகத்துக்கு மேற்கொண்டு நீரைத் திறந்துவிட முடியாது. கர்நாடகத்தின் நீர் நிலைமையை ஆராய நிபுணர் குழுவை மத்திய அரசு அனுப்பி வைக்க வேண்டும்' என்றார்.

அடுத்து தமிழக முதல்வர் ஜெயலலிதாவின் உரையைத் தமிழக தலைமைச் செயலாளர் ராம்மோகன் ராவ் வாசித்தார். அந்த உரையின் சாரம் இதுதான்:

'நான்கு வார கெடுவுக்காகக் காத்திருக்காமல் உடனடியாகக் காவிரி மேலாண்மை வாரியம் அமைக்கவேண்டும். மேலும், உச்சநீதிமன்றம் பிறப்பித்த உத்தரவுகளை கர்நாடகம் செயல்படுத்துவதற்கான நடவடிக்கையை மத்திய அரசு எடுக்கவேண்டும். செப்டம்பர் 26-ஆம் தேதி நிலவரப்படி காவிரியில் இருந்து திறந்துவிட வேண்டிய 76.042 டிஎம்சி நிலுவை நீரை கர்நாடகம் வழங்குவதை உறுதிசெய்ய வேண்டும்.'

ஆனால் தமிழகத்துக்குத் தண்ணீர் தரமுடியாது என்ற நிலைப்பாட்டில் எந்தவொரு மாற்றமும் இல்லை என்று பிடிவாதம் காட்டினார் கர்நாடக முதல்வர். அதனைத் தொடர்ந்து இரு மாநிலங்களிலும் உள்ள அணைகளின் நீர் இருப்பு குறித்து ஆய்வு செய்ய நிபுணர் குழு ஒன்றை அமைக்க கர்நாடக அரசு கோரியது. அதை மத்திய அமைச்சர் உமாபாரதி ஏற்றுக்கொண்டார். ஆனால் அதற்குத் தமிழக அரசு சம்மதிக்கவில்லை. ஆகவே, அந்த சமரசப் பேச்சுவார்த்தை தோல்வியில் முடிந்தது.

பிறகு பேசிய மத்திய அமைச்சர் உமாபாரதி, ‘காவிரி விவகாரத்தால் வன்முறையோ, பிற பிரச்னைகளோ ஏற்படக்கூடாது. அப்படி நிகழ்ந்தால் அமைதி ஏற்படும் வரை உண்ணாவிரதம் இருப்பேன்.’ என்றார்.

மறுநாள் காவிரி வழக்கை மீண்டும் விசாரணைக்கு எடுத்துக்கொண்ட உச்சநீதிமன்றம், மத்திய அமைச்சர் உமாபாரதி ஏற்பாடு செய்த பேச்சுவார்த்தை விவரங்களைக் கேட்டுக்கொண்டது. பிறகு 1 அக்டோபர் 2016 முதல் 6 அக்டோபர் 2016 வரை விநாடிக்கு 6000 கன அடி வீதம் நீரைத் திறந்துவிடவேண்டும் என்று கர்நாடக அரசுக்கு உத்தரவிட்டது.

முக்கியமாக, 4 அக்டோபர் 2016க்குள் காவிரி மேலாண்மை வாரியத்தை அமைக்கவேண்டும் என்று மத்திய அரசுக்கு உத்தரவிட்டது. அத்தோடு, காவிரி மேலாண்மை வாரியத்தில் இடம்பெறும் நிபுணர்கள் பெயரைச் சம்பந்தப்பட்ட மாநிலங்கள் 1 அக்டோபர் 2016 மாலை 4 மணிக்குள் தரவேண்டும் என்றும் உத்தரவிட்டது.

அந்த உத்தரவைப் பிறப்பித்தபோது இந்திய அரசியலமைப்புச் சட்டத்தின் 144வது பிரிவில் குறிப்பிட்டுள்ள சில அம்சங்களைப் பதிவுசெய்தனர் உச்சநீதிமன்ற நீதிபதிகள். அவற்றின் சுருக்கம் இதுதான்:

‘குடிமையியல், நீதித்துறையில் இருப்பவர்கள் உச்சநீதிமன்றத்துக்கு உதவியாகச் செயல்பட வேண்டும். உத்தரவுக்குக் கட்டுப்பட்டுச் செயல்படவேண்டும். ஆனால், துரதிருஷ்டவசமாக உச்சநீதிமன்ற உத்தரவைக் கர்நாடக அரசு மீறியது. மேலும், சட்டத்தின் மாண்பை குலைக்கும் சூழலை கர்நாடக அரசு உருவாக்கியுள்ளது. கர்நாடக சட்டப்பேரவையின் இரு அவைகளில் தீர்மானம் நிறைவேற்றிய பிறகும் இந்த உத்தரவைப் பிறப்பித்து கர்நாடக அரசுக்குக் கடைசி வாய்ப்பை வழங்குகிறோம். உச்சநீதிமன்ற உத்தரவை பின்பற்றக் கூடாது என்ற பிடிவாதப் போக்குக்கு கர்நாடக அரசு வளைந்து கொண்டே இருக்கக்கூடாது. அவ்வாறு செயல்பட்டால், இறுதியில் சட்டத்தின் கோபத்துக்கு ஆளாக நேரிடும் என்பதை அனைவரும் அறிவர்.’

உச்சநீதிமன்றத்தின் உறுதியான உத்தரவைத் தொடர்ந்து மூத்த அமைச்சர்களுடன் ஆலோசனை நடத்தினார் பிரதமர் மோடி. அந்தக் கூட்டத்தில், உள்துறை அமைச்சர் ராஜ்நாத் சிங், சட்டத்துறை அமைச்சர் ரவிசங்கர் பிரசாத், நகர்ப்புற வளர்ச்சித்துறை அமைச்சர் வெங்கையா நாயுடு, நீர்வளத்துறை அமைச்சர் உமா பாரதி ஆகியோர் பங்கேற்றனர்.

இதற்கிடையே மேலாண்மை வாரிய உறுப்பினர்களுக்கான பிரதிநிதிகள் பெயர்களை அனுப்புமாறு மாநில அரசுகளுக்குச் சுற்றறிக்கை அனுப்பப்பட்டிருந்தது. அந்தச் சுற்றறிக்கை கிடைத்த கையோடு தமிழக அரசின் காவிரி தொழில்நுட்பப் பிரிவின் தலைவர் சுப்ரமணியனின் பெயரைப் பரிந்துரை செய்தது தமிழக அரசு. தமிழகப் பொதுப்பணித் துறையில் பல்லாண்டுகள் பணியாற்றி நீர் மேலாண்மை, அணை நிர்வாகப் பணிகளில் விரிவான அனுபவம் கொண்டவர் இவர். ஆக, காவிரி மேலாண்மை வாரியம் அமைக்கப்படும் என்பதை மிகுந்த நம்பிக்கையுடன் எதிர்பார்த்தது தமிழக அரசு. ஆனால் மத்திய அரசோ தமிழக அரசுக்கு அதிர்ச்சி வைத்தியம் கொடுத்தது.

{ 28 }

மேலாண்மை வாரியம் : தடுமாறிய மத்திய அரசு

மூன்று நாள்களுக்குள் காவிரி மேலாண்மை வாரியத்தை அமைக்க வேண்டும் என்று உச்சநீதிமன்றம் கொடுத்த உறுதியான உத்தரவு தமிழக விவசாயிகள் தரப்பில் பலத்த எதிர்பார்ப்பு களை உருவாக்கியிருந்தது. ஆனால் கர்நாடகத்திலோ பலத்த எதிர்ப்புகளை ஏற்படுத்தியிருந்தது. முக்கிய மாக, முன்னாள் பிரதமர் தேவே கௌடாவின் எதிர்வினை சற்று கடுமையாக இருந்தது.

உச்சநீதிமன்றத்துக்கு எதிர்ப்பு தெரிவித்த தேவே கௌடா, கர்நாடக சட்டமன்றக் கட்டடமான விதான் சௌதாவில் உள்ள காந்தி சிலை அருகே உண்ணாவிரதப் போராட்டம் தொடங்கினார். போதாக்குறைக்கு, காவிரி மேலாண்மை வாரியம் அமைக்கச் சொல்லி உத்தரவிடும் அதிகாரம் உச்சநீதிமன்றத்துக்குக் கிடையாது என்ற குரல் கர்நாடகத்தில் இருந்து எழுந்தது. அது உச்சநீதிமன்றத்தில் ஒரு மனுவாகவும் தாக்கல் செய்யப்பட்டது.

அடுத்து என்ன நடக்கப்போகிறது என்று எல்லோரும் எதிர்பார்த்துக் கொண்டிருந்த சமயத்தில், மத்திய நீர்வளத் துறை சார்பில் வழக்குரைஞர்

டி.எஸ்.மெஹ்ரா மனு ஒன்றைத் தாக்கல் செய்தார். அந்த மனுவின் சுருக்கம் இதுதான்:

'1956-ஆம் ஆண்டு மாநிலங்களுக்கு இடையிலான நதிநீர் விவகாரங்கள் சட்டத்தின் விதிகள் 6(2), 6(ஏ) ஆகியவற்றில், தீர்ப்பாய உத்தரவுகளை அமல்படுத்தும் திட்டங்கள் வரையறுக்கப்பட்டுள்ளன. இதன்படி, காவிரி மேலாண்மை வாரியத்தை அமைப்பது உள்ளிட்ட தீர்ப்பாயம் பிறப்பித்துள்ள உத்தரவுகளின் அமலாக்க நடவடிக்கைகளுக்கு நாடாளுமன்றத்தின் இரு அவைகளின் ஒப்புதலைப் பெற வேண்டும்' என குறிப்பிடப்பட்டுள்ளது.

இந்த விவகாரத்தில் தீர்ப்பு அளிக்கும் முன்பு, மத்திய அரசைப் பிரதிவாதியாகச் சேர்த்து அதன் கருத்தை தீர்ப்பாயம் கேட்கவில்லை. இதுபோன்ற அமைப்புகளை உருவாக்கும் முன்பு, அதற்கு வகை செய்யும் சட்டம் நாடாளுமன்றத்தில் முறைப்படி நிறைவேற்றப் பட்டிருக்க வேண்டும். பஞ்சாப் மறுசீரமைப்புச் சட்டத்தின் கீழ், பக்ரா - பியாஸ் மேலாண்மை வாரியம், ஆந்திர மறுசீரமைப்புச் சட்டத்தின் கீழ், கிருஷ்ணா மற்றும் கோதாவரி நதிகள் மேலாண்மை வாரியம் ஆகியவை இந்த நடைமுறைகளின்படியே உருவாக்கப்பட்டன.

எனவே, காவிரி மேலாண்மை வாரியம் அமைக்குமாறு மத்திய அரசுக்கு கடந்த செப்டம்பர் 20, 30 ஆகிய தேதிகளில் பிறப்பித்த உத்தரவில் மாற்றம் செய்யவேண்டும். முந்தைய உத்தரவை மறுஆய்வுக்கு உள்படுத்தி அதைத் திரும்பப் பெற வேண்டும்.'

இங்கே கவனிக்கவேண்டிய விஷயம், தீர்ப்பில் திருத்தம் கோரியது கர்நாடக அரசு அல்ல. காவிரி மேலாண்மை அமைக்கும் பணிகள் தொடங்கிவிட்டன என்று சில தினங்களுக்கு முன் உச்சநீதிமன்றத்தில் பதிவு செய்த அதே மத்திய அரசுதான் இப்போது தீர்ப்பில் திருத்தம் கோரியது. முக்கியமாக, மேலாண்மை வாரியம் அமைக்கச் சொல்லி மத்திய அரசுக்கு உத்தரவிடும் அதிகாரம் இரண்டு நீதிபதிகள் கொண்ட அமர்வுக்குக் கிடையாது என்றது மத்திய அரசு.

கடந்த வாரம் ஒப்புக்கொண்ட ஒரு விஷயத்தைத் திடீரென மறுப்பது ஏன் என்று கேட்டனர் நீதிபதிகள். அன்று தவறுதலாக ஒப்புக்கொண்டதாக விளக்கம் கொடுத்தார் மத்திய அரசின் தலைமை வழக்கறிஞர்.

மத்திய அரசின் திடீர் நிலைமாற்றம் தமிழகத்தில் பலத்த எதிர்ப்புகளை உருவாக்கியது. கர்நாடகாவின் குரலாகவே மத்திய அரசு மாறி விட்டது என்றன எதிர்க்கட்சிகள். குறிப்பாக, மருத்துவமனையில் அனுமதிக்கப்பட்டிருக்கும் தமிழக முதல்வர் ஜெயலலிதாவின்

உடல்நிலை பலவீனமடைந்திருப்பதைத் தெளிவாகத் தெரிந்து கொண்ட பிறகுதான் மத்திய அரசு தனது கருத்தை மாற்றிக் கொண்டுவிட்டதாக விமரிசனங்கள் எழுந்தன.

கர்நாடகாவின் குரலாக மத்திய அரசு மாறிவிட்டது என்ற விமரிசனத்தை உறுதிப்படுத்தும் வகையில் கர்நாடகத்தைச் சேர்ந்த மத்திய அமைச்சர்களின் கருத்துகள் அமைந்தன. கர்நாடக பாஜக கொடுத்த அழுத்தம் காரணமாகவே மத்திய அரசு தனது கருத்தை மாற்றிக் கொண்டுள்ளது. அதற்காக பிரதமர் மோடிக்கு நன்றி என்றார் மத்திய அமைச்சர் சதானந்த கௌடா. பிரதமர் மோடியையும் தேவே கௌடாவையும் கட்சி எல்லைகள் கடந்து எல்லோரும் பாராட்ட வேண்டும் என்றார் கர்நாடக மாநில சுகாதாரத்துறை அமைச்சர் ரமேஷ்குமார்.

மத்திய அரசின் நிலைப்பாட்டைத் தொடர்ந்து பிரதமர் மோடியை நேரில் சந்திக்க அதிமுக நாடாளுமன்ற உறுப்பினர்கள் அணிவகுத்துச் சென்றனர். ஆனால் அவர்களைச் சந்திக்க பிரதமர் மோடி மறுத்து விட்டார். மாறாக, பிரதமரின் முதன்மைச் செயலாளர் நிர்பேந்திர மிஸ்ராவிடம் தாங்கள் கொண்டுவந்த மனுவைக் கொடுத்துவிட்டுத் திரும்பினர். காவிரி மேலாண்மை வாரியத்தை உடனடியாக அமைக்க வேண்டும் என்பதுதான் அந்த மனுவின் ஒற்றைவரிச் சாரம்.

இதற்கிடையே மத்திய அரசின் மனுவை விசாரணைக்கு எடுத்துக் கொண்ட உச்சநீதிமன்றம், காவிரி மேலாண்மை வாரியத்தை உடனடியாக அமைப்பதற்குப் பதிலாக உயர் தொழில்நுட்பக் குழுவை அமைக்க வேண்டும் என்ற மத்திய அரசின் கோரிக்கையைப் பரிசீலனை செய்தது. குறிப்பாக, தங்கள் அதிகார எல்லை குறித்து மத்திய அரசு எழுப்பிய கேள்வி உச்சநீதிமன்றத்தைச் சற்றே அசைத்துப் பார்த்திருந்தது.

ஆகவே, விவாதத்துக்குரிய இந்த விவகாரத்தில் ஒரு முடிவுக்கு வரும்வரை காவிரி மேலாண்மை வாரியம் அமைப்பது குறித்து பிறப்பித்த உத்தரவை நிறுத்திவைப்பதாக உச்சநீதிமன்ற நீதிபதிகள் அறிவித்தனர். மேலும், உயர் தொழில்நுட்பக் குழுவை அமைக்கவும் மத்திய அரசுக்கு உத்தரவிட்டது. அதன்மூலம், காவிரி மேலாண்மை விவகாரத்தில், மத்திய அரசு - கர்நாடக அரசு - உச்சநீதிமன்றம் என்ற மூன்று தரப்பும் ஒரே நிலைக்கு வர, தமிழ்நாடு தனிமைப்படுத்தப் பட்டது போன்ற சூழல் உருவானது.

உச்சநீதிமன்றத்தின் உத்தரவை ஏற்று மத்திய நீர்வளத்துறை ஆணையர் ஜி.எஸ்.ஷாவின் தலைமையில் மசூத் ஹுஸேன், ஆர்.கே.குப்தா

ஆகியோரைக் கொண்ட உயர்நிலை தொழில்நுட்பக் குழுவை அமைத்தது மத்திய அரசு. அந்தக் குழுவில் இடம்பெறவேண்டிய பிரதிநிதிகளைப் பரிந்துரைக்குமாறு சம்பந்தப்பட்ட நான்கு மாநில அரசுகளைக் கேட்டுக்கொண்டது.

உயர்நிலை தொழில்நுட்பக் குழு முழுமையாக அமைக்கப்பட்டு, காவிரிப் பகுதிகளை ஆய்வுசெய்து, விரிவான அறிக்கை ஒன்றைத் தாக்கல் செய்தனர். அந்த அறிக்கையின் முக்கிய அம்சங்கள் கீழே:

1. கர்நாடகத்தில் உள்ள நான்கு அணைகளிலும் 13 அக்டோபர் 2016 நிலவரப்படி 22.93 டிஎம்சி நீர் உள்ளது. 2016 டிசம்பர் வரை அணைகளுக்கு 15.171 டிஎம்சி நீர்வரத்து இருக்கும் என எதிர்பார்க்கப்படுகிறது. இது 2017 மே வரையிலான நீர்த் தேவையை ஈடுசெய்ய முடியாது என கர்நாடகம் கூறியுள்ளது.

2. நீர்ப்பற்றாக்குறை காரணமாக காவிரி நீர்ப்பிடிப்புப் பகுதிகளில் அனுமதிக்கப்பட்ட 15 லட்சம் ஏக்கரில், 12 லட்சம் ஏக்கரில் மட்டுமே பயிர்கள் சாகுபடி செய்யப்பட்டுள்ளன. இந்தப்பயிர் களைக் காக்க வேண்டுமானால், தமிழகத்துக்கு 143 டிஎம்சி நீர் தேவைப்படும். இதுமட்டுமன்றி, மேட்டூர் அணையில் இருந்து நிகழாண்டு அக்டோபர் முதல் 2017 மே மாதம் வரை பாசனத்துக்கு 22 டிஎம்சி நீர் தேவைப்படும் என தமிழ்நாடு கூறியுள்ளது.

3. இந்த அம்சங்களைக் கொண்டு கர்நாடகம், தமிழகப் பகுதிகளில் கள ஆய்வு செய்ததில், கர்நாடகத்தில் போதிய நீர் இல்லாததால் விவசாயிகள் வேலை இழந்துள்ளது; மாண்டியா மாவட்டத்தில் ஏராளமானோர் தற்கொலை செய்து கொண்டுள்ளது; கர்நாடகத்தின் 48 தாலுகாக்களில் 42 தாலுகாக்களை வறட்சி பாதித்த இடங்களாக மாநில அரசு அறிவித்துள்ளது போன்ற நிகழ்வுகளை அறிய முடிகிறது.

4. கர்நாடகத்துக்கு 2017 மே மாதம் வரை 59.48 டிஎம்சி நீர் தேவைப்படும். பெங்களூரு உள்ளிட்ட நகரங்களில் குடிநீர் தேவைக்காக அக்டோபர் 1-ஆம் தேதி நிலவரப்படி 23.10 டிஎம்சி நீர் தேவை. இதேபோல, தமிழகத்துக்கு கடந்த 1-ஆம் தேதி முதல் 2017, மே மாதம் வரை மொத்தம் 160 டிஎம்சி நீரும், புதுச்சேரிக்கு 3 டிஎம்சி நீரும் தேவைப்படும்.

5. மேற்கண்ட நீர்த்தேவையின் அடிப்படையில், கர்நாடகத்திலும் தமிழகத்திலும் பரஸ்பரம் நீர் பற்றாக்குறை உள்ளதைக் காண முடிகிறது. அதே சமயம், அதைச் சமாளிக்க போதுமான அறிவியல் பூர்வமான முறைகள் தற்காலத்துக்கு ஏற்ப

இல்லாததும், நீரின் மதிப்பை இரு தரப்பும் உணரவில்லை என்பதும் தெரிகிறது.

6. நீர்ப் பற்றாக்குறையைப் போக்கவும், நீர் விநியோக முறையைக் கையாளவும் நூற்றாண்டு பழைமையான முறை கையாளப் படுகிறது. அதற்குப் பதிலாக, குறு மற்றும் துல்லிய நீர்ப்பாசன முறையில் குழாய்கள் மூலம் நீர் விநியோக இணைப்பை மேம்படுத்தும் அறிவியல்பூர்வ திட்டங்களைக் கடைப்பிடிக்க வேண்டும். அதன்மூலம் தனிநபர் விவசாய நிலத்துக்குக்கூட நீர்ப்பாசனம் கிடைப்பதை உறுதிப்படுத்தலாம்.

7. முழுமையான பயிர்ச் சாகுபடி காலத்துக்குப் போதுமான நீர் கிடைத்தால் மட்டுமே, வேளாண் பொருள்களுக்காக தமிழக அரசு வழங்கும் மானியத்தால் பயன் இருக்கும். குடிநீர்த் தேவையைப் பூர்த்தி செய்ய உறுதியான செயல்திட்டம் அமல்படுத்தப்பட வேண்டும்.

8. நீர்வரத்து, நீரைத் திருப்பிவிடும் நடவடிக்கை ஆகியவற்றை வெளிப்படையான முறையில் தானியங்கி முறையில் மேற்கொள்ள இணையம் வழியிலான கண்காணிப்பு, தகவல் தரவுகளைச் சரிபார்க்கும் நடைமுறை அமல்படுத்தப்பட வேண்டும்.

18 அக்டோபர் 2016. காவிரி நதிநீர்த் தீர்ப்பாயத்தின் இறுதித்தீர்ப்பை எதிர்த்து தமிழ்நாடு, கர்நாடகா, கேரளா, புதுச்சேரி மாநிலங்கள் தாக்கல் செய்த மேல் முறையீட்டு மனுக்களை உச்சநீதிமன்றம் விசாரணைக்கு எடுத்துக்கொண்டது. இது 2007-ல் தொடரப்பட்ட வழக்கு. ஒன்பது ஆண்டுகளாக விசாரணை நடைபெற்றுவந்தது. இந்நிலையில், மத்திய அரசு 17 பக்க மனுவைத் தாக்கல் செய்தது.

‘காவிரி நதிநீர்ப் பங்கீடு விவகாரத்தில் உச்சநீதிமன்ற உத்தரவின்படி காவிரி தீர்ப்பாயம் அமைக்கப்பட்டது. அதன் தலைவராக உச்சநீதிமன்ற நீதிபதி நியமிக்கப்படுகிறார். நதிநீர்ப் பங்கீடு விவகாரத்தில் உச்சநீதிமன்றம் அல்லாது அதற்கென ஒரு பிரத்யேக அமைப்பு விசாரிக்க வேண்டும் என்ற நோக்கத்துடன்தான் தீர்ப்பாயம் அமைக்கப்பட்டது. எனவே, தீர்ப்பாயம் அளிக்கும் தீர்ப்பையே இறுதியானதாகக் கருதவேண்டும். அந்தத்தீர்ப்பை எதிர்த்து உச்சநீதிமன்றத்தில் மாநிலங்கள் மேல்முறையீடு செய்ய அரசியலமைப்பு விதிகளில் வாய்ப்பு வழங்கப்படவில்லை.

உச்ச நீதிமன்றத்துக்கு இணையான அதிகாரம் கொண்ட காவிரி தீர்ப்பாயத் தீர்ப்பை எதிர்த்து தாக்கல் செய்யும் மனுக்களை மீண்டும்

உச்சநீதிமன்றமே விசாரிக்க அரசியலமைப்பு விதிகளில் இட மில்லை. அரசியலமைப்பின் 262(2) விதியின்படி, நதிநீர்ப் பங்கீடு விவகாரத்தில் தீர்ப்பாயம் இறுதித்தீர்ப்பை அளித்த பிறகு அதில் உச்ச நீதிமன்றமோ, வேறு நீதிமன்றமோ தலையிட முடியாது. இதில் நாடாளுமன்றம் மட்டுமே தலையிட முடியும். எனவே, இது தொடர்பாக தமிழகம், கர்நாடகம், கேரளம் ஆகிய மாநில அரசுகள் தாக்கல் செய்துள்ள மனுக்கள் விசாரணைக்கு உகந்தவை அல்ல.'

இதுகுறித்து நீதிபதிகள் அமித்வா ராய், தீபக் மிஸ்ரா, ஏ.எம். கான்வால்கர் ஆகியோர் கொண்ட உச்சநீதிமன்ற அமர்வு 9 டிசம்பர் 2016 அன்று தீர்ப்பளித்தது. அதன் சாரம் இதுதான்:

'காவிரி தீர்ப்பாய இறுதித்தீர்ப்பு தொடர்பாக மனுதாரர்கள் (கர்நாடகம், தமிழகம், கேரளம்) தாக்கல் செய்துள்ள மனுக்கள் விசாரணைக்கு உகந்தவை. உச்சநீதிமன்றத்துக்கு இணையான அதிகாரம் கொண்டது தீர்ப்பாயம். அந்த அமைப்பு அளித்த இறுதித் தீர்ப்பை மீண்டும் உச்சநீதிமன்றம் விசாரணைக்கு அனுமதிப்பது சரியானதாக இருக்காது என்று இந்த விவகாரத்தில் மத்திய அரசின் தலைமை வழக்கறிஞர் முகுல் ரோகத்கி வாதிட்டார். இது தொடர்பாக அரசியலமைப்பின் 262(1), 136 மற்றும் மாநிலங்களுக்கு இடையிலான நதி நீர்ப் பங்கீடு சட்டத்தின் 6(2) பிரிவு ஆகியவற்றை மேற்கோள் காட்டினார்.

எனினும், தீர்ப்பாயம் பிறப்பிக்கும் உத்தரவின்படி நதிநீர் மேலாண்மை வாரியம் அமைக்கப்படுவதை உறுதிப்படுத்த நாடாளுமன்றத்தின் ஒப்புதல் பெறவேண்டும் என்ற விதியை மாநிலங்களிடையிலான நதிநீர்த் தகராறு சட்டத்தில் மத்திய அரசு 2002-இல் சேர்த்தது. உச்ச நீதிமன்றமோ தீர்ப்பாயமோ பிறப்பிக்கும் உத்தரவு அல்லது தீர்ப்பு அமல்படுத்தப்படுவதை உறுதிப்படுத்துவதுதான் இந்தச் சட்டத் திருத்தத்தின் நோக்கமாக இருந்துள்ளது.

அந்த வகையில், தீர்ப்பாயத்தின் தீர்ப்பை அமல்படுத்துவதில் பிரச்னை எழுவதாக சம்பந்தப்பட்ட மாநிலங்கள் கருதினால், அவை மேல் முறையீடு செய்யவும் அந்த விவகாரத்தை விசாரிக்கவும் உச்சநீதி மன்றத்துக்கு அதிகாரம் உண்டு. நாட்டில் உள்ள எந்தவொரு நீதிமன்றமோ, தீர்ப்பாயமோ பிறப்பிக்கும் உத்தரவுகளுக்கு எதிரான மேல்முறையீட்டு மனுக்களை விசாரணைக்கு அனுமதிக்கும் அதிகாரத்தை அரசியலமைப்பின் 136-ஆவது விதி உச்சநீதிமன்றத்துக்கு வழங்கியுள்ளது.

காவிரி தீர்ப்பாயம் அளித்துள்ள இறுதித்தீர்ப்பின்படி, நதிநீர்ப் பங்கீடு செய்வதில் பிரச்னைகள், குறைபாடுகள் உள்ளதாகக் கூறி சம்பந்தப் பட்ட மாநிலங்கள் (கர்நாடகம், தமிழகம், கேரளம், புதுச்சேரி) தாக்கல் செய்துள்ள மனுக்கள் குறித்து உச்சநீதிமன்றம் அடுத்தகட்ட மாக முடிவு செய்யும்.

அந்த வகையில், காவிரி தீர்ப்பாயம் 2007-ல் அளித்த இறுதித் தீர்ப்பு தொடர்பாக கர்நாடகம், தமிழகம், கேரளம் ஆகியவை தாக்கல் செய்துள்ள மனுக்கள் உச்சநீதிமன்றம் விசாரிக்க உகந்தவையாகும். மற்ற மனுக்கள் வரும் 15 டிசம்பர் 2016 அன்று பிற்பகல் 3 மணிக்கு விசாரணைக்குப் பட்டியலிட பதிவாளருக்கு உத்தரவிடுகிறோம். அதுவரை காவிரியில் இருந்து தமிழகத்துக்கு வினாடிக்கு 2,000 கன அடி நீர் என்ற அளவுக்கு திறந்துவிட கடந்த 18 அக்டோபர் 2016 அன்று பிறப்பித்த உத்தரவு தொடரும் என்று தீர்ப்பில் குறிப்பிடப்பட்டுள்ளது.'

சொன்னதுபோலவே 15 டிசம்பர் 2016 அன்று நான்கு மாநில மனுக்களையும் விசாரணைக்கு எடுத்துக்கொண்டது உச்சநீதிமன்ற அமர்வு. அப்போது தமிழக அரசின் சார்பில் சேகர் நாஃப்தே, ஜி. உமாபதி, பரமசிவம் ஆகியோர் ஆஜராகினர். கர்நாடக அரசின் சார்பில் ஃபாலி நாரிமன், மோகன் கத்தார்கி ஆகியோர் ஆஜராகினர்.

முதலில் பேசிய தமிழக அரசின் வழக்கறிஞர் சேகர் நாஃப்தே, 'காவிரி மேலாண்மை வாரியம் அமைப்பது குறித்து முதலில் முடிவெடுக்க வேண்டும்' என்று கோரிக்கை விடுத்தார். ஆனால் நீதிபதி தீபக் மிஸ்ராவோ, 'தனித்தனி அம்சங்களாக எடுத்து விசாரிக்கப் போவதில்லை. மாறாக, அனைத்து மேல்முறையீட்டு மனுக்களின், அத்தனை அம்சங்களையும் மொத்தமாக முடிவுக்குக் கொண்டுவரப் போகிறோம்' என்றார்.

உடனே தமிழக அரசின் வழக்கறிஞர் சேகர் நாஃப்தே, 'உச்சநீதிமன்றத் தீர்ப்பைக் கர்நாடக அரசு மதிக்கவில்லை. தீர்ப்பில் சொன்னபடி நீரைத் திறந்துவிடவில்லை. வடகிழக்குப் பருவ மழையும் பொய்த்துவிட்ட நிலையில், தமிழக விவசாயிகளின் பிரச்னை நாளுக்கு நாள் மோசமாகிக் கொண்டே வருகிறது. காவிரி மேலாண்மை வாரியம் அமைக்காவிட்டால், பிரச்னைகளுக்கு முடிவே கிடைக்காது' என்றார்.

அதற்கு எதிர்வினையாற்றிய கர்நாடக அரசின் வழக்கறிஞர் ஃபாலி நாரிமன், உச்சநீதிமன்றத் தீர்ப்பின்படி தமிழகத்துக்கு நீர் திறந்து விடப்பட்டது. என்றாலும், சில நேரங்களில் சில பிரச்னைகளால் நீர் திறந்துவிட முடியவில்லை' என்றார்.

பின்னர் பேசிய நீதிபதிகள், ‘மேல் முறையீட்டு மனுக்கள் மீதான விசாரணை 7 பிப்ரவரி 2017க்கு ஒத்திவைக்கப்படுகிறது. அன்று தொடங்கி மூன்று வார காலத்துக்குத் தினமும் மதியம் 2 மணிக்கு இந்த வழக்கு விசாரணை தொடர்ச்சியாக நடைபெறும். இந்த வழக்கில் இறுதி முடிவு எடுக்கப்படும்வரை தினமும் விநாடிக்கு 2000 கன அடி நீரைத் தமிழகத்துக்குக் கர்நாடகம் திறந்துவிடவேண்டும்’ என்று உத்தரவிட்டனர்.

{ 29 }

தற்கொலைப் பாதையில் தமிழக விவசாயிகள்

பருவமழை பொய்த்துவிட்டது. காவிரி தீர்ப்பாயத்தின் உத்தரவை கர்நாடக அரசு மதிக்கவில்லை. உச்சநீதிமன்றத்தின் உத்தரவையும் கர்நாடக ஆட்சியாளர்கள் மதிக்கவில்லை. காவிரி மேலாண்மை வாரியத்தை அமைக்கவும் மத்திய அரசு தயக்கம் காட்டியது. போதாக்குறைக்கு, பிரதமர் மோடி அறிவித்த பண மதிப்பிழப்பு விவகாரமும் சேர்ந்துகொள்ள, விவசாயிகள் தங்கள் எதிர்காலம் குறித்த நம்பிக்கையை முற்றிலுமாக இழக்கத் தொடங்கினர்.

ஏற்கெனவே வங்கியிலும் வெளியிலும் கடன் வாங்கிக் கட்ட முடியாதவர்கள், கடன் தொகையைத் திரும்பக் கொடுத்துவிட்டதால் இந்த ஆண்டு பயிர் செய்யாதவர்கள், பயிர்செய்தும் நீரில்லாமல் பயிர்கள் கருகிப்போன நிலங்களுக்குச் சொந்தக்காரர்கள் என்று விவசாயிகள் பலரும் எதிர்காலம் குறித்துக் கவலைப்பட்டனர். அவர்களில் மிகவும் பலவீனமானவர்கள் தற்கொலைப் பாதையைத் தேர்வுசெய்யத் தொடங்கினர்.

திருவாரூர் அருகே திருத்துறைப்பூண்டியைச் சேர்ந்த ரெகுநாதபுரம் கோவிந்தராஜன், கோட்டூர்

ஆதிச்சபுரம் அழகேசன், திருவையாறு ராஜேஷ் கன்னா, ஆதனூர் ரத்தினவேல், தாயனூர் சேட்டு என்று அடுத்தடுத்து பல விவசாயிகள் தற்கொலை செய்துகொண்டனர்.

நீரின்றிப் பயிர்கள் கருகிப் போனதைப் பார்த்து மனம் வெதும்பி, நெஞ்சுவலி வந்து உயிர்விட்டவர்கள் அநேகம். பயிர்கள் முளைப்புப் பருவத்திலேயே கருகிப்போனதைப் பார்த்து மனம் பதறிய விவசாயிகள், வயல்வெளியிலே உயிரை மாய்த்துக் கொள்ளும் செய்திகள் மக்கள் மத்தியில் பதற்றத்தை ஏற்படுத்தின.

நாகை மாவட்டம் கீழ்வேளூரை அடுத்துள்ள பரங்கிநல்லூர் கிராமத்தை சேர்ந்த விவசாயி ஜெயபால் தனது மகன் திருமணத்துக்காக வைத்திருந்த பணத்தை வைத்து சம்பா சாகுபடி செய்திருந்தார். போதுமான தண்ணீர் கிடைக்காததால் நிலத்திலேயே அமர்ந்திருந்தார். மன உளைச்சலில் இருந்த அவர், வீட்டில் வந்து படுத்தபோது மாரடைப்பு ஏற்பட்டு மரணம் அடைந்தார்.

வேதாரண்யம் அருகே உள்ள ஆதனூர் ஊராட்சி, அண்டர்காடு பகுதியைச் சேர்ந்தவர் விவசாயி ரெத்தினவேல் (60) அதே பகுதியில் தனக்குச் சொந்தமான நிலத்தில் நேரடி நெல் விதைப்பு செய்திருந்தார். மழை இல்லாததால் முளைப்புத் திறன் பாதிக்கப்பட்டது. இரண்டாவது முறையாகவும் விதைப்பு செய்தார். பலனில்லை. நெல் நாற்றுகளை விலைக்கு வாங்கி, அண்மையில் பெய்த லேசான மழை ஈரத்தைக்கொண்டு நடவுப்பணி செய்தார். ஆனால் அதுவும் போதிய வளர்ச்சி இல்லாத நிலையில், புதிய பறித்த நாற்றுகளை ஊடு பயிராக நடவு செய்தார். அப்போது அவர் மயங்கி வயலில் விழுந்து உயிரிழந்தார்.

நாகூர் அருகே கொட்டாரக்குடியைச் சேர்ந்தவர் பாஸ்கர். தனக்குச் சொந்தமான நிலத்தில் சம்பா சாகுபடி செய்திருந்தார். ஆனால் நீர் இல்லாமல் பயிர்கள் கருகிப்போயின. அதைப் பார்த்த அதிர்ச்சியில் நெஞ்சு வலியால் சரிந்த அவர், மருத்துவமனையில் சிகிச்சைப் பலனின்றி உயிரிழந்தார்.

அறந்தாங்கி அருகே ஏகனிவயலைச் சேர்ந்தவர் ஞானசுந்தரம். தனக்குச் சொந்தமான ஐந்து ஏக்கர் நிலத்தில் நெல் பயிரிட்டிருந்தார். ஆனால் நீர் இல்லாமல், அவருடைய பயிர்கள் காய்ந்துபோயின. அவற்றை ஆடுமாடுகள் மேய்ந்துகொண்டிருப்பதைக் கண்டு அதிர்ச்சி அடைந்த அவர் நெஞ்சுவலி ஏற்பட்டுச் மரணமடைந்தார்.

விவசாயிகளின் தற்கொலையும் மரணமும் தொடர்ச்சியாக நடந்தைத் தொடர்ந்து எதிர்க்கட்சிகள் தரப்பிலிருந்து தமிழக அரசுக்குப் பலத்த விமரிசனங்கள் வரத் தொடங்கின.

தத்தளிக்கும் விவசாயக் குடும்பங்களைக் கரைசேர்க்க உழவர் பாதுகாப்புத் திட்ட நிதியிலிருந்துகூட விவசாயிகளுக்கு நிவாரண நிதி வழங்கவில்லை என்று முதலமைச்சர் ஓ.பன்னீர்செல்வத்தை விமரிசித்தார் எதிர்க்கட்சித் தலைவர் மு.க.ஸ்டாலின். முக்கியமாக, தமிழகத்தை வறட்சி மாநிலமாக அறிவிக்க வேண்டுமென்றும் கோரிக்கை விடுத்தார். உயிரிழந்த விவசாயிகள் குடும்பத்துக்குத் தலா 25 லட்சம் ரூபாய் வழங்க வேண்டுமென கோரிக்கை விடுத்தார் பாமக நிறுவனர் டாக்டர் ராமதாஸ்.

வறட்சி மாவட்டமாக அறிவிப்பது குறித்து அதிகாரிகள் அடங்கிய குழு ஆய்வுசெய்து அறிக்கை அளித்தபிறகு உரிய முடிவு எடுக்கப்படும் என்று அறிவித்தார் முதலமைச்சர் ஓ.பன்னீர்செல்வம். ஆனால் அந்த ஆய்வுப்பணிகள் நடந்துகொண்டிருக்கும் வேளையிலேயே பல விவசாயிகளுடைய மரணம் நிகழ்ந்துகொண்டிருந்தது. இதனால் அனைத்துக் கட்சிக் கூட்டத்தைக் கூட்டி, விவசாயிகள் மரணத்தைத் தடுப்பது மற்றும் பாதிக்கப்பட்ட குடும்பங்களுக்கு நிவாரணம் அளிப்பது குறித்து விவாதிக்கவேண்டுமென எதிர்க்கட்சிகள் வலியுறுத்தின.

அழுத்தங்கள் அதிகரித்ததைத் தொடர்ந்து 10 ஜனவரி 2017 அன்று தமிழகம் முழுவதையும் வறட்சி மாநிலமாக அறிவித்தார் முதலமைச்சர் ஓ.பன்னீர்செல்வம். அந்த அறிவிப்பின் முக்கிய அம்சங்கள் கீழே:

1. தமிழகத்தின் அனைத்து பகுதிகளிலும் வடகிழக்குப் பருவமழை குறைவாகப் பெய்துள்ளதால், அனைத்து மாவட்டங்களும் வறட்சியால் பாதிக்கப்பட்ட மாவட்டங்களாக அறிவிக்கப்படும்.
2. அனைத்து மாவட்டங்களிலும் விவசாயிகள் செலுத்தவேண்டிய நிலவரி முழுமையாகத் தள்ளுபடி செய்யப்படும்.
3. மூன்றில் ஒரு பங்குக்கு மேல் பயிர்ச்சேதம் அடைந்தவர்களுக்கு நிவாரணத் தொகை வழங்கப்படும்.
4. கூட்டுறவு, வணிக வங்கிகளில் விவசாயிகள் பெற்ற பயிர்க்கடன்கள் மத்தியக் காலக் கடனாக மாற்றியமைக்கப்படும்.
5. மரணமடைந்த விவசாயிகளின் குடும்பத்துக்கு முதல்வர் நிவாரண நிதியிலிருந்து தலா மூன்று லட்சம் ரூபாய் தரப்படும்.

இப்படி தமிழக விவசாயிகள் செத்து மடிந்துகொண்டிருந்த சமயத்தில் தான் மத்திய அரசிடமிருந்து ஓர் அபாய அறிவிப்பு வந்துசேர்ந்தது. அதன் பெயர், ஒற்றைத் தீர்ப்பாயம்.

{ 30 }

ஒற்றைத் தீர்ப்பாயம் என்றொரு அபாயம்

மாநிலங்களுக்கு இடையிலான நதிநீர்ப் பிரச்னைகளைத் தீர்க்கத் தனித்தனி தீர்ப்பாயம் அமைப்பதுதான் சுதந்தரம் அடைந்த காலம் தொட்டுப் பின்பற்றப்பட்டுவரும் நடைமுறை. அதற்காகவே நதிநீர்த் தகராறு சட்டம் 1956 உருவாக்கப்பட்டது. அதன்பிறகு பல நதிநீர்த் தீர்ப்பாயங்கள் அமைக்கப்பட்டன. அவற்றில் அதிக போராட்டங்களுக்குப் பிறகு அமைக்கப்பட்டது காவிரி தீர்ப்பாயம்தான். அதிக சிக்கலுக்கும் சர்ச்சைக்கும் உள்ளானதும் அதுவே.

அந்தத் தீர்ப்பாயம் கொடுத்த இறுதித் தீர்ப்பின்படி காவிரி மேலாண்மை வாரியம் மற்றும் காவிரி ஒழுங்காற்றுக்குழுவை அமைக்கவேண்டும். அதற்காகவே தமிழகம் நீண்ட நெடிய சட்டப் போராட்டங்களை நடத்திக் கொண்டிருக்கிறது. அதுமட்டுமின்றி, பல்வேறு மாநிலங்களும் தங்கள் நதிநீர்ப் பிரச்னைகளுக்காகத் தீர்ப்பாயம் கோரிக் கொண்டிருக்கின்றன.

இந்நிலையில், இந்தியாவின் அனைத்து மாநிலங்களிலும் இருக்கும் நதிநீர்ப் பிரச்னைகளுக்கும் தீர்வு காணும் வகையில் அடுத்தடுத்து தீர்ப்பாயங்களை

அமைத்துக்கொண்டே செல்வதற்குப் பதிலாக நிரந்தரமான ஒற்றைத் தீர்ப்பாயத்தை அமைத்து, தேவைக்கேற்ப பிராந்திய அமர்வுகளை உருவாக்கிக்கொள்வது என்பது மத்திய அரசின் முடிவு.

அதற்கு ஏதுவாக மாநிலங்களுக்கு இடையிலான நதிநீர்த் தகராறு சட்டம் 1956ல் தேவையான திருத்தங்களைச் செய்யவேண்டும். புதிதாக உருவாக்கப்படும் நிரந்தர ஒற்றைத் தீர்ப்பாயத்துக்கு ஓய்வுபெற்ற உச்சநீதிமன்ற நீதிபதி தலைவராக இருப்பார். இந்தத் தீர்ப்பாயம் மாநிலங்களிடமிருந்து நேரடியாக எந்தவொரு வழக்கையும் எடுத்துக் கொள்ளாது. மாறாக, சம்பந்தப்பட்ட மாநிலம் மத்திய அரசு அமைக்கும் பிரச்னைத் தீர்வுக் குழுவிடம் மனு ஒன்றைத் தாக்கல் செய்யவேண்டும்.

அந்தக் குழு சம்பந்தப்பட்ட மாநிலங்களை அழைத்துப் பேச்சுவார்த்தை நடத்தும். அந்தச் சமரசப் பேச்சுவார்த்தையில் எவ்வித உடன்பாடும் ஏற்படாத பட்சத்தில், சம்பந்தப்பட்ட மாநிலம் மத்திய அரசை அணுக வேண்டும். அந்த மனுவை மத்திய அரசே நேரடியாக நிரந்தர ஒற்றைத் தீர்ப்பாயத்துக்கு அனுப்பும்.

அந்தத் தீர்ப்பாயம் மனுவைப் பரிசீலனை செய்து, தனி அமர்வை உருவாக்கி, அதன்வசம் பிரச்னையை ஒப்படைக்கும். அந்த அமர்வு பிரச்னையைத் தீர விசாரித்து, மூன்றாண்டுகளுக்குள் தீர்ப்பைத் தந்துவிட வேண்டும். தீர்ப்பு வெளியானதும் தாமாகவே அரசிதழில் வெளியாகி, அதிகாரம் பெறும். தீர்ப்பு வெளியான கையோடு, சம்பந்தப்பட்ட தீர்ப்பாய அமர்வு கலைக்கப்பட்டுவிடும்.

இப்படியொரு ஒற்றைத் தீர்ப்பாயம் வரும்பட்சத்தில், காவிரி தீர்ப்பாயம் உள்ளிட்ட எட்டு தீர்ப்பாயங்களின் நிலை, அவை வழங்கிய தீர்ப்பின் நிலை என்னவாகும் என்ற பெருங்கேள்வி எழுந்துள்ளது. ஒருவேளை கலைக்கப்பட்டுவிட்டால், மீண்டும் ஆதிப்புள்ளியில் இருந்தே தொடங்க வேண்டிய சூழல் உருவாகுமா? அது பல்லாண்டுகளாகப் பிரச்னையில் இருக்கும் தமிழகம் - கர்நாடக இடையிலான காவிரிப் பிரச்னையை புதைகுழிக்குள் தள்ளுவது போலாகிவிடாதா? என்பன போன்ற பல கேள்விகள் எழுகின்றன.

இவற்றுக்கு மத்தியில் ஏற்கெனவே உச்சநீதிமன்றம் அறிவித்தபடி 7 பிப்ரவரி 2017 அன்று காவிரி வழக்கு விசாரணைக்கு எடுத்துக் கொள்ளப்பட்டது.

கர்நாடக அரசு தரப்பில் மூத்த வக்கீல் ஃபாலி நாரிமன், கர்நாடக அரசு வக்கீல் மோகன் கத்தார்க்கி ஆகியோர் ஆஜராகினர். விசாரணை தொடங்கியதும் காவிரி நதிநீர் பங்கீடு தொடர்பான ஒப்பந்தங்கள்,

அவற்றின் மீதான விளக்கங்களை தாக்கல் செய்வதாகவும், அவற்றின் அடிப்படையில் தங்கள் வாதங்களை முன்வைப்பதாகவும் கூறினார்கள்.

தமிழக அரசு தரப்பில் ஆஜரான மூத்த வக்கீல் சேகர் நாப்டே, வக்கீல்கள் ஜி.உமாபதி, பரமசிவம் ஆகியோர், தமிழக அரசு தரப்பிலும் பல்வேறு கோரிக்கைகள் அடங்கிய ஆவணங்களை தாக்கல் செய்வதாக தெரிவித்தனர். கேரளா அரசு தரப்பில் மூத்த வக்கீல் பிரதீப்குப்தா சில ஆவணங்களை தாக்கல் செய்தார்.

பிறகு வாதத்தைத் தொடங்கிய கர்நாடக அரசின் வழக்கறிஞர் ஃபாலி நாரிமன், 1892 மற்றும் 1924–ம் ஆண்டுகளில் செய்யப்பட்ட காவிரி நதிநீர் தொடர்பான ஒப்பந்தங்களைப் பற்றிப் பேசினார். அதுகுறித்துப் பேசிய தமிழ்நாடு அரசின் வழக்கறிஞர் சேகர் நாப்டே, '1924–ல் செய்யப்பட்ட ஒப்பந்தம் பற்றி இப்போது பேசுவது ஏட்டுக்கு மட்டுமே உதவும். இன்றைய சூழலில் அவை குறித்து பேசுவது தேவையற்றது.

மேலும், இந்த வழக்கு தொடர்பான உண்மை நிலவரம் மற்றும் சட்டத்தின் அடிப்படையில் இந்த வழக்கை அணுக வேண்டும். காவிரி நடுவர் மன்றம் கருத்தில் எடுத்துக்கொண்டவற்றின் அடிப்படையிலேயே இந்த வழக்கை விசாரிப்பது சரியாக இருக்கும்' என்றார். ஆனால் ஃபாலி நாரிமன், தொடர்ந்து பல்வேறு ஒப்பந்தங்கள் பற்றியும், அவை பயணித்த காலகட்டங்கள் பற்றியும் பேசினார்.

இவற்றை கேட்ட நீதிபதி தீபக் மிஸ்ரா சில கேள்விகளை எழுப்பினார். 1892, 1924–ம் ஆண்டுகளில் காவிரி நதிநீர்ப் பங்கீடு தொடர்பாகச் செய்யப்பட்ட ஒப்பந்தங்களின் இன்றைய சட்டரீதியான நிலை என்ன? இந்த இரு ஒப்பந்தங்களும் இந்திய அரசியல் சட்டம் வகுக்கப்பட்ட பிறகும் சட்டரீதியாக நிலைக்க முடியுமா? கர்நாடகா, தமிழ்நாடு மாநிலங்கள் தனித்தனியாக உருவான பிறகு பிரிட்டிஷ் காலத்தில் மைசூர் மாகாணம் – சென்னை மாகாணம் இடையே செய்யப்பட்ட ஒப்பந்தம் சட்டரீதியாக பொருந்துமா?

இந்த மூன்று கேள்விகளுக்கும் அடுத்துவரும் வாதங்களில் விளக்கம் அளிக்கவேண்டும் என்றனர் உச்சநீதிமன்ற நீதிபதிகள். மேலும், அணைகள் கட்டுவது தொடர்பாக எந்த புதிய இடைக்கால மனுக்களையும் தமிழ்நாடு, கர்நாடகா, கேரளா அரசுகள் தாக்கல் செய்யக்கூடாது என்றும் இந்த வழக்கு முடியும்வரை அணைகள் கட்டுவது தொடர்பான எந்த இடைக்கால மனுக்களையும் விசாரிக்க முடியாது என்றும் தெரிவித்தனர்.

காவிரி வழக்கின் மீதான இறுதி விசாரணை 21 மார்ச் 2017க்கு ஒத்திவைக்கப்படுகிறது என்றும், அன்று தொடங்கி 11 ஏப்ரல் 2017 வரை விசாரணை தினசரி அடிப்படையில் தொடர்ந்து நடைபெறும் என்றும் தெரிவித்தனர். மூன்று வாரங்களில் தீர்ப்பு வெளியாகும் என்ற உச்சநீதிமன்ற நீதிபதிகளின் வாக்குறுதி செயல்வடிவம் பெறுவதில் தான் தமிழக விவசாயிகளின் எதிர்காலம் இருக்கிறது, இப்போதைக்கு.

பின்னிணைப்புகள்

Final Order and Decision of the Cauvery Water Disputes Tribunal

The Tribunal hereby passes, in conclusion the following order:-

Clause-I

This order shall come into operation on the date of the publication of the decision of this Tribunal in the official gazette under Section 6 of the Inter-State Water Disputes Act, 1956 as amended from time to time.

Clause-II

Agreements of the years 1892 and 1924:

The Agreements of the years 1892 and 1924 which were executed between the then Governments of Mysore and Madras cannot be held to be invalid, specially after a lapse of about more than 110 and 80 years respectively. Before the execution of the two agreements, there was full consultation between the then Governments of Madras and Mysore. However, the agreement of 1924 provides for review of some of the clauses after 1974. Accordingly, we have reviewed and re-examined various provisions of the agreement on the principles of just and equitable apportionment.

Clause-III

This order shall supersede –

i) The agreement of 1892 between the then Government of Madras and the Government of Mysore so far as it related to the Cauvery river system.

ii) The agreement of 1924 between the then Government of Madras and the Government of Mysore so far as it related to the Cauvery river system.

Clause-IV

The Tribunal hereby determines that the utilisable quantum of waters of the Cauvery at Lower Coleroon Anicut site on the basis of 50% dependability to be 740 thousand million cubic feet-TMC (20,954 M.cu.m.).

Clause-V

The Tribunal hereby orders that the waters of the river Cauvery be allocated in three States of Kerala, Karnataka and Tamil Nadu and U.T. of Pondicherry for their beneficial uses as mentioned hereunder:-

i)	The State of Kerala	-	30 TMC
ii)	The State of Karnataka	-	270 TMC
iii)	The State of Tamil Nadu	-	419 TMC
iv)	U.T. of Pondicherry	-	7 TMC
	Total	**-**	***726 TMC***

In addition, we reserve some quantity of water for (i) environmental protection and (ii) inevitable escapages into the sea as under:-

i)	Quantity reserved for environmental	-	10 TMC protection
ii)	Quantity determined for inevitable	-	4 TMC escapages into the sea
	Total	**-**	***14 TMC***
	Total (726 + 14)	**-**	**740 TMC**

Clause-VI

The State of Kerala has been allocated a total share of 30 TMC, the distribution of which in different tributary basins is as under:

(i) Kabini sub-basin - 21 TMC

(ii) Bhavani sub-basin - 6 TMC

(iii) Pambar sub-basin - 3 TMC

Clause-VII

In case the yield of Cauvery basin is less in a distress year, the allocated shares shall be proportionately reduced among the States of Kerala, Karnataka, Tamil Nadu and Union Territory of Pondicherry.

Clause-VIII

The following inter-State contact points are identified for monitoring the water deliveries:

(i) Between Kerala and Karnataka : Kabini reservoir site

(ii) Between Kerala and Tamil Nadu

a) For Bhavani sub-basin : Chavadiyoor G.D.site

It is reported that Chavadiyoor G.D. Site was being earlier operated by the State of Kerala which could be revived for inter-State observations.

b) For Pambar sub-basin : Amaravathy reservoir site

(iii) Between Karnataka and : Billigundulu G.D.site/ any Tamil Nadu other site on common border

(iv) Between Tamil Nadu and : Seven contact points as Pondicherry already in operation

Clause-IX

Since the major shareholders in the Cauvery waters are the States of Karnataka and Tamil Nadu, we order the tentative monthly deliveries during a normal year to be made available by the State of Karnataka at the inter-State contact point presently identified as Billigundulu gauge and discharge station located on the common border as under:

Month	**TMC**	**Month**	**TMC**
June	10	December	8
July	34	January	3
August	50	February	2.5
September	40	March	2.5
October	22	April	2.5
November	15	May	2.5

Total - 192 TMC

The above quantum of 192 TMC of water comprises of 182 TMC from the allocated share of Tamil Nadu and 10 TMC of water allocated for environmental purposes.

The above monthly releases shall be broken in 10 daily intervals by the Regulatory Authority.

The Authority shall properly monitor the working of monthly schedule with the help of the concerned States and Central Water Commission for a period of five years and if any modification/ adjustment is needed in the schedule thereafter, it may be worked out in consultation with the party States and help of Central Water Commission for future adoption without changing the annual allocation amongst the parties.

Clause -X

The available utilisable waters during a water year will include the waters carried over from the previous water year as assessed on the 1st of June on the basis of stored waters available on that date in all the reservoirs with effective storage capacity of 3 TMC and above.

Clause-XI

Any upper riparian State shall not take any action so as to affect the scheduled deliveries of water to the lower riparian States. However, the States concerned can by mutual agreement and in consultation with the Regulatory Authority make any amendment in the pattern of water deliveries.

Clause-XII

The use of underground waters by any riparian State and U.T. of Pondicherry shall not be reckoned as use of the water of the river Cauvery.

The above declaration shall not in any way alter the rights, if any, under the law for the time being in force, of any private individuals, bodies or authorities.

Clause-XIII

The States of Karnataka and Tamil Nadu brought to our notice that a few hydro-power projects in the common reach boundary are being negotiated with the National Hydro-Power Corporation (NHPC).

In this connection, we have only to observe that whenever any such hydro-power project is constructed and Cauvery waters are stored in the reservoir, the pattern of downstream releases should be consistent with our order so that the irrigation requirements are not jeopardized.

Clause-XIV

Use of water shall be measured by the extent of its depletion of the waters of the river Cauvery including its tributaries in any manner whatsoever; the depletion would also include the evaporation losses from the reservoirs.

The storage in any reservoir across any stream of the Cauvery river system except the annual evaporation losses shall form part of the available water. The water diverted from any reservoir by a State for its own use during any water year shall be reckoned as use by that State in that water year. The measurement for domestic and municipal water supply, as also the industrial use shall be made in the manner indicated below:-

Use	Measurement
Domestic and municipal	By 20 per cent of the quantity of water
Water supply	diverted or lifted from the river or any of its tributaries or from any reservoir, storage or canal.
Industrial use	By 2.5 per cent of the quantity of water diverted or lifted from the river or any of its tributaries or from any reservoir, storage or canal.

Clause-XV

If any riparian State or U.T. of Pondicherry is not able to make use of any portion of its allocated share during any month in a particular water year and requests for its storage in the designated reservoirs, it shall be at liberty to make use of its unutilized share in any other subsequent month during the same water year provided this arrangement is approved by the Implementing Authority.

Clause-XVI

Inability of any State to make use of some portion of the water allocated to it during any water year shall not constitute forfeiture or abandonment of its share of water in any subsequent water year nor shall it increase the share of other State in the subsequent year if such State has used that water.

Clause-XVII

In addition, note shall be taken of all such orders, directions, recommendations, suggestions etc, which have been detailed earlier in different chapters/volumes of the report with decision for appropriate action.

Clause XVIII

Nothing in the order of this Tribunal shall impair the right or power or authority of any State to regulate within its boundaries the use of water, or to enjoy the benefit of waters within that State in a manner not inconsistent with the order of this Tribunal.

Clause-XIX

In this order,

(a) "Normal year" shall mean a year in which the total yield of the Cauvery basin is 740 TMC.

(b) Use of the water of the river Cauvery by any person or entity of any nature whatsoever, within the territories of a State shall be reckoned as use by that State.

(c) The expression "water year" shall mean the year commencing on 1st June and ending on 31st May.

(d) The "irrigation season" shall mean the season commencing on 1st June and ending on 31st January of the next year.

(e) The expression "Cauvery river" includes the main stream of the Cauvery river, all its tributaries and all other streams contributing water directly or indirectly to the Cauvery river.

(f) The expression "TMC" means thousand million cubic feet of water.

Clause-XX

Nothing contained herein shall prevent the alteration, amendment or modification of all or any of the foregoing clauses by agreement between the parties.

Clause-XXI

The State Governments of Kerala, Karnataka, Tamil Nadu and Union Territory of Pondicherry shall bear the expenses of the Tribunal in the ratio of 15:40:40:5. However, these parties shall bear their own costs before this Tribunal.

Sd/-	Sd/-	Sd/-
Sudhir Narain J.	N. S. Rao J.	N. P.Singh J.
MEMBER	MEMBER	CHAIRMAN

New Delhi
5th February 2007

உதவிய கட்டுரைகள்

1. Cauvery Water Dispute : Looking the other way, EPW, 6 Nov 1982
2. Inter State Rivers : Cooperative Approach Essential for Optimum Development, N.D. Gulhati
3. Double Speak On Cauvery, Era. Sezhiyan, The Hindu, 1993
4. Hemavathy Irrigation Project Dispute to be settled by Consultations, The Hindu, 7 Jan 1970
5. Cauvery Water Dispute : Reason Must Prevail Over Emotion, Deccan Herald, 27 July 1993
6. The Cauvery Dispute and The Rule of Law, R. Ramaswamy Iyer, Times of India
7. Cauvery: Pragmatic Approach Needed, Bhavani Shankar, Deccan Herald, 27 July 1998
8. Cauvery Waters : A Running Dispute, Parvathi Menon, Frontline, 1991
9. Cauvery Water Dispute and State Violence, P.A. Sebastian, EPW, 1992
10. The Cauvery Dispute, T.S. Subramaniyan, Frontline, 3 Jan 1992
11. Time to review Centre-State Ties, S. Rangarajan, Hindustan Times, 10 May 1983
12. Easing Tension (Cauvery Waters), C.M.Ramachandra, Frontline, 13 March 1992
13. For a New Approach, Parvathi Menon, Frontline, 13 March 1992

14. Centre-State Relations, H.R.Khanna, Popular Jurist, 1986

15. Storm over Cauvery, Nikhil Chakravarthy, Mainstream, 1992

16. Cauvery Dispute : Downed in Politics, India Today, 1996

17. Cauvery Water Dispute: Central Intervention Inevitable, V.N.Subba Rao, Deccan Herald, 1990

18. Cauvery Update: An Unending Controversy, Nazreem Prasad, 1996

19. The Cauvery Water Dispute, N.C.Gundu Rao, 1993

20. And the Fight Over the Lifeline Continues, S.Ranganathan, The Hindu - 1997

21. Cauvery New Rumblings in Karnataka, J.P.Bansal, Current Topics, Aug 1992

22. Plea for A National Water Policy, Mani Shankar Aiyar, Mainstream, 1992

23. Amicable Resolution of Water Disputes, H.G. Balakrishna, Deccan Herald, 1998

24. Cauvery Dispute: Reaching the Danger Mark, India Today, 31 Jan 1992

25. The Cauvery Water Dispute: Causes and Concerns, G. Nataraj and Vishwanath

26. The Cauvery Water Dispute, K.S. Mune Gowda, University of Mysore Press

27. Water Rights and Cauvery Dispute, H.M. Channabasapa, Governemnt of Karnataka

28. Irrigation in Tamil Nadu: A Survey, S. Guhan

27. கனவாகும் காவிரி - கே.எஸ். ராதாகிருஷ்ணன்

28. பொறுத்தோம், காவிரி ஆள்வோம் - பழ. நெடுமாறன்

29. காவிரி: அணுகுமுறை மாறினாலன்றி - மாலன்

30. காவிரித் தீர்ப்பும் களவுபோன உரிமையும் - பெ. மணியரசன்

31. காவிரி வரலாறு - தியாகு

32. மறுக்கப்படும் காவிரி - கி.வெங்கட்ராமன்

உதவிய புத்தகங்கள்

1. *The Cauvery Water Dispute: Towards Conciliation,* S.Guhan, Frontline Publications
2. *India's Water Wealth : Its Assessment, Uses and Projections,* K.L.Rao, Orient Longman
3. *Memoirs of My Working Life,* M. Visweswarayya, Caxton Press
4. *Settlement of International and Interstate Water Disputes in India,* B.R.Chauhan, The Indian Law Institute
5. *The Cauvery Water Resources Development,* R. Chikkanna
6. *Development of Interstate Rivers – Law and Practice in India,* N.D. Gulhati, Allied Publishers
7. *The Cauvery Water Dispute,* M.Baskeer Hussain, Rao and Raghavan Publishers
8. *Interstate Water Disputes in India : Suggestions for Reform in Law,* S.N. Jain, Alice Jacob, Subhash C Jain, Indian Law Institute, Bombay
9. *Rivers of India,* S.D. Misra, National Book Trust
10. *Cauvery: From Source to Sea,* K. Nagarajan, Arnold Heinemann Publishers
11. *Centre-state Relations and Inter-state cooperation : A Case Study of Cauvery River Waters Dispute,* Gudimallam Guruvaiah, Sri Venkateswara University
12. *The Legal Mechanisms for Resolving the Cauvery Water Disputes: A Historical Analysis with Special Reference to the 2007 Tribunal verdict,* T. Karuppannan, Bharatidasan University
13. *The Cauvery Water Dispute : A Case for a Cauvery Valley Authority,* T. Kalyani, C.A. Perumal

14. *Cauvery Delta Irrigation : Perspective and Concerns 1934-2004*, V. Subbulakshmi, Bharatidasan University
15. *The Cauvery Water Dispute : A Study in Conflict Resolution*, H. Jayakumar, University of Mysore
16. *The Cauvery Water Dispute*, K.S. Munegowda
17. *கழனிவளமும் காவிரி நீரும்*, எஸ்.பி. நமசிவாயம்
18. *காவிரி: தமிழகத்தின் உயிரோட்டம்*, தமிழ்ப் பல்கலைக்கழகம், தஞ்சாவூர்
19. *காவிரி: அங்கும் இங்கும்*, பூ. அர. குப்புசாமி
20. *காவிரி பிரச்னை*, எல்.கணேசன்
21. *நெஞ்சுக்கு நீதி, பாகம் 4* , மு. கருணாநிதி, திருமகள் நிலையம்
22. *திராவிட இயக்க வரலாறு, பாகம் 2*, ஆர்.முத்துக்குமார், கிழக்கு பதிப்பகம்
23. *தமிழக அரசியல் வரலாறு, பாகம் 2* , ஆர். முத்துக்குமார், கிழக்கு பதிப்பகம்
24. *உரிமைக்குக் குரல் கொடுப்போம்*, கே.எஸ். ராதாகிருஷ்ணன், நக்கீரன் பதிப்பகம்
25. *காவேரி: ஒரு துள்ளல், ஒரு இரைச்சல்*, சேஷநாராயணா
26. *தினத்தந்தி: வரலாற்றுச் சுவடுகள்*
27. *மாலை முரசு: மாலை சுவடுகள்*

www.ingramcontent.com/pod-product-compliance
Lightning Source LLC
LaVergne TN
LVHW060449051026
849518LV00002B/694
* 9 7 8 8 1 8 4 9 3 7 1 9 0 *